भगवद्‌गीता
जीवन-व्यवस्थापनशास्त्र

श्रीमती संध्या सप्रे

डायमंड पब्लिकेशन्स

भगवद्गीता : जीवन–व्यवस्थापनशास्त्र
श्रीमती संध्या सप्रे
Bhagavadgeeta : Jeevan-vyavasthapanshastra
Shreemati Sandhya Sapre

मुखपृष्ठ
डायमंड पब्लिकेशन्स

पहिली आवृत्ती : मे २०२४

ISBN : 978-93-91948-45-0

प्रकाशक
डायमंड पब्लिकेशन्स
२६४/३ शनिवार पेठ,
अनुग्रह अपार्टमेंट,
ओंकारेश्वर मंदिराजवळ,
पुणे–४११ ०३०
☎ ८६०००१०४१६
info@dpbooks.in

अक्षरजुळणी
संध्या कामत

माझे पती श्री सुधीर मुरलीधर सप्रे ह्यांना प्रेमपूर्वक अर्पण.

– श्रीमती संध्या सप्रे

मनोगत

माझ्या वडिलांनी (कै. श्री. प्रोफेसर, प्रभाकर धुं. गद्रे) मला १९९४ मध्ये लोकमान्य टिळकांचा प्रसिद्ध ग्रंथ, 'गीता रहस्य' हा भेट म्हणून दिला आणि ''तू ह्या ग्रंथाचे मनन करावेस', अशी त्यांनी मला आग्रहाची सुचना केली. माझ्या वडिलांच्या प्रेरणेमुळे माझा हा आध्यात्मिक प्रवास सुरू झाला

मी तो ग्रंथ, अत्यंत आदरपूर्वक माझ्या संग्रही ठेवला तर खरा, पण माझी नोकरी, लहान मुलं आणि सांसारिक जबाबदाऱ्यांमुळे, मी त्या ग्रंथाचं वाचन नीट करु शकले नाही.

पुढे, मी २००३ मधे स्वेच्छा निवृत्ती घेतली आणि मी कथा कथन आणि किर्तनाचे कार्यक्रम करु लागले. त्यानिमित्ताने माझी संत साहित्य आणि श्रीमद् भगवत् गीता ह्यामधील रुची वाढू लागली होती.

आणि त्याचीची परिणिती, म्हणजे हे पुस्तक आहे, असं मला वाटतं.

मला असं वाटतं की श्रीमद् भगवद् गीतेकडे, केवळ एक धार्मिक ग्रंथ म्हणून न बघता, ती मानवी जीवनाचे व्यवस्थापन करणारी एक शास्त्रशुद्ध प्रणाली आहे, ह्या दृष्टीने तिचा अभ्यास केला जावा.

गीता आपल्याला काठावर उभी राहून निव्वळ कोरडे तत्त्वज्ञान सांगत नाही. तर आपण सर्व समस्यांमधून, स्वतःला सावरून उत्तर शोधावं, ह्यासाठी मायेचा हात पुढे करते. ह्या दीपस्तंभाच्या उर्जादायी प्रकाशस्त्रोतामध्ये कुणीही यावं आणि आयुष्य उजळून टाकावं हे तिचं अंगभूत सामर्थ्य आहे.

काळानुरूप परिस्थिती बदलते. समाज रचना, परंपरा बदलत रहातात. पण माणसाची अमर्याद लालसा आणि त्या विरुद्ध उभी रहाणारी निस्पृहता यांच्यातील संघर्ष मात्र चिरंतन सुरूच रहातो. इथे गीता आपल्याला शाश्वत नितीमूल्यांकडे निर्देश करून सांगते की, केवळ सत्गुणांच्या अधिष्ठानावरच आपल्याला सुसंस्कृत आणि सभ्य जीवनाची अपेक्षा करता येते.

व्यक्तीने धर्म, अर्थ, काम, मोक्ष ह्या चार पुरुषार्थांमध्ये, धर्माधिष्ठीत मर्यादांमध्ये राहूनच आणि कामाचा उपभोग घ्यावा आणि मोक्षाकडे वाटचाल करावी.

ही संयमित मानसिकता निर्माण करण्यासाठीच भगवद्गीतेचं मार्गदर्शन महत्त्वपूर्ण आहे. गीतेचा कटाक्ष केवळ व्यक्तिगत मोक्षप्राप्तीवर नसून, गीतेने मोक्षाची परिभाषा व्यापक केली आणि त्यामध्येच लोककल्याणार्थ, निष्काम कर्मयोगाचे सूत्र समाविष्ट केलं.

व्यक्तीने स्वविकासाबरोबरच, समाजाच्या उत्कर्षासाठी झटल्याने तीच परमेष्ठीची सर्वश्रेष्ठ पूजा ठरते असा सिद्धांत गीतेने मांडला. म्हणूनच ह्या सर्वश्रेष्ठ ग्रंथाचे, तरुणपणीच आपल्या मन, बुद्धीवर संस्कार होणं आवश्यक ठरतं.

परंतु, सध्या आजच्या पिढीला गीता अभ्यासासाठी पुरेसा वेळ देता येणं शक्य होत नाहीए. ह्यासाठीच मी ह्या पुस्तकामध्ये गीतेच्या एकूण ७०० श्लोकांपैकी केवळ १८३ श्लोकच विचारात घेतले आहेत. (साधारण २५% हून थोडे जास्त).

मी जेव्हा हे निश्चित केलं, तेव्हा अर्थातच मी दक्षता घेतली, ती अशी की-

१) मी श्लोकांची निवड अशा प्रकारे करीन, की ज्याद्वारे, गीतेमधील सर्वच्या सर्व सिद्धांत समाविष्ट होतील.

२) ह्यामध्ये गीतेचा मूलभूत पाया अबाधित राहील.

३) गीतेच्या चिंतनपर तत्त्वाानाला आणि रसमयतेला कुठेही बाधा येणार नाही.

वाचकांना, संकल्पना समजून घ्यायला सोपं जावं म्हणून मी, जिथे जिथे शक्य असेल तिथे चार्टस्, सूत्र ह्या द्वारे सादरीकरण केलं आहे.

मी गीतेच्या रत्नजडीत गुहेमधून काही मोजकीच रत्नं निवडली आहेत ती ह्याच विश्वासानं की, वाचकांनी गीतारूपी ज्ञान-यज्ञाचा प्रारंभ करायचाच अवकाश आहे की पुढे मग ते स्वतःहूनच ह्या तेजस्वी ज्ञान-रत्नांकडे खेचले जातील. आणि मग त्यांना निश्चितपणे जाणवेल की अहिंसापूर्ण शांत-स्वस्थ जीवन तर प्रत्येकालाच हवे असते, पण कधी कधी जेव्हा आपले तडजोडीचे, सामंजस्याचे सर्व प्रस्ताव समोरून फेटाळले जातात, तेव्हा अन्यायाच्या प्रतिकारार्थ संघर्ष हा करावाच लागतो. नाहीतर आपण आपला आत्म-सन्मान गमावून बसतो.

आजच्या पिढीच्या हेही लक्षात येईल की सद्मूल्यांची प्राणप्रतिष्ठा हृदयामध्ये करून सत्कर्मांचे दीप प्रज्वलित करणं म्हणजे गीता जगणं आहे. संकटांनी खचून न जाता धैर्यानं आपलं स्वकर्तव्य पूर्ण करणं म्हणजे गीता जगणं आहे. मोहाचे, पापवासनांचे, पूर्ण उच्चाटन करणं म्हणजे गीता जगणं आहे. परमेश्वरावर नितांत श्रद्धा ठेवून रसमयतेने जगणं म्हणजे गीता जगणं आहे.

मी हे पुस्तक आजच्या पिढीला नजरेसमोर ठेवून जरी लिहिलं असलं, तरी ते प्रत्येकासाठीच उपयुक्त ठरेल अशी आशा करते. मी गीतेमधील विविध संकल्पनांवरही लेख लिहिले आहेत. त्याचाही वाचकांना संदर्भ म्हणून उपयोग होईल अशी मी आशा करते. शिवाय सुलभ स्पष्टीकरणाकरता मी वेगवेगळे चार्टस्, सूत्रांमधून मांडणी करण्याचा प्रयत्न केला आहे.

गीतेमध्ये ज्ञान, कर्म आणि उपासना ह्या तीनही मार्गांचा समन्वय झालेला आहे. त्यामुळेच हे तत्त्वज्ञान रुक्ष न होता, ह्या त्रिरंगी रेशमी धाग्यांनी बांधलेलं आहे. माझ्या अत्यंत अल्पमतीने मी हे सर्व मांडण्याचा प्रयत्न केला आहे. मी माझ्या ह्या पुस्तकामध्ये जरी केवळ १८३ श्लोक विचारामध्ये घेतलेले असले, तरी मी गीतेचा मूळ गाभा आणि सर्व सिद्धांत विचारात घेतलेले आहेत. त्यामुळे गीतेमधील संपूर्ण तत्त्वज्ञानाचा विचार यामध्ये झालेला आहे असे मी नम्रपणे नमूद करू इच्छिते.

मी, ''अमृताचे डोही'' हा आध्यात्मिक चॅनल, यूट्यूब वर सुरू केला आहे, ज्यामध्ये संत कथा, भागवतपुराण, उपनिषद निरूपण, वगैरे विषयांचा समावेश असेल. वाचकांनी त्याचा लाभ घ्यावा ही विनंती.

वाचकांना माझा हा प्रयत्न आवडेल अशी मी प्रार्थना करते.

भगवंतांची कृपा, थोरामोठ्यांचे आशिर्वाद आणि कुटुंबियांची भक्कम साथ, ह्यांच्या बळावर मी हे पुस्तक लिहू शकले.

तसेच डायमंड पब्लिकेशन्सने हे पुस्तक प्रकाशित केले, त्यामुळे हे घडू शकले. त्याबद्दल, मी त्यांची अत्यंत ऋणी आहे.

– श्रीमती संध्या सप्रे

लेखक-परिचय

श्रीमती संध्या सप्रे (एम.कॉम.)

- फायनान्शियल इन्स्टिट्यूटमधे नोकरी करून स्वेच्छा निवृत्ती घेतली.
- कथाकथन आणि किर्तनाचे एकूण २०० कार्यक्रम केले.
- गेली सहा वर्षे ''श्रीमद्-भगवद् गीता'' ह्यावर निरुपण-वर्ग (विना-शुल्क) घेत आहेत.
- देवळामधे श्रीमद्-भागवत पुराण करत आहेत.
- सध्या उपनिषदांवर निरुपण करत आहेत.

प्रकाशित साहित्य :

१) 'संवादाविना' हा कथासंग्रह.

२) 'लल्ला' ही कादंबरी.

मो. नं. : ९८९२८४५७१०

ई-मेल : sandhya.sapre@gmail.com

पत्ता : बी-१, १००४, विजयनगर सोसायटी, सहार रोड, कोलडोंगरी, अंधेरी (पूर्व), मुंबई ४०००६९

अनुक्रम

अर्जुन विषाद योग– अध्याय पहिला

प्रस्तावना : महापराक्रमी योद्धा, अर्जुन, नैराश्येच्या विळख्यामध्ये सापडला आणि त्याने युद्धामधून माघार घ्यायचं ठरवलं, त्याचा आत्ताच्या संदर्भात, आपण काय अर्थ लावायचा? तर, अर्जुनासाठी, 'स्वजनांशी युद्ध करणं, ही अत्यंत प्रतिकुल, वेदनादायी परिस्थिती होती. अगदी त्याचप्रमाणे, आम्हा सामान्यांनासुद्धा, अनेक संकटांना सामोरं जावं लागतं ! आणि, आज ही, 'श्रीमद्भगवत गीता' आपल्याला, प्रतिकुल परिस्थितीमध्ये, काय करावं, कसं वागावं, ह्याचं, बहुमूल्य मार्गदर्शन करते, अन् हेच, तिचं, कालातीत श्रेष्ठत्व आपण जाणून घेणार आहोत –

कथा – 'श्रीमती दीपा मलिक'

कथा : ती अवघी २९ वर्षांची असताना, एका गंभीर आजारामुळे, तिच्या शरीराचा, कमरेपासूनचा भाग पूर्णपणे निकामी झाला आणि त्या अपंगत्वामुळे तिच्या नशीबी कायमची व्हील चेअर आली.

संकट, खूप भयंकर होतं, पण ती त्यातून सावरली. घरच्यांनी आधार दिला, तिनं, स्वतःला नव्यानं, सुसंघटित केलं, अन् २०१६ साली तिनं पॅराऑलिंपिक स्पर्धेमध्ये रजत पदक मिळवलं!

आदरणीय श्रीमती दीपा मलीक, ह्यांची ही प्रेरणादायी कथा ! त्यांना १९९९ मध्ये अपंगत्व आलं, पण त्यावर मात करून, त्यांनी क्रिडा क्षेत्रामधे उत्तुंग कामगिरी करून दाखविली. त्यांना अनेक सन्मान, पुरस्कारही मिळाले, जसं की, त्यांना २०१२ मध्ये 'अर्जुन पुरस्कार' प्राप्त झाला, तसेच २०१७ मध्ये त्यांना 'पद्मश्री' ने सन्मानित करण्यात आलं! त्यांचा 'विषादयोग' त्यांनी पूर्णपणे उलटवून लावला, असेच आपल्याला त्यांच्याबद्दल म्हणावं लागेल ! नाही का ?

अध्यायातील एकूण श्लोक ४७

निरूपणासाठी घेतलेले श्लोक – २५, ३१, ४६, ४७ = ४

महाभारतामध्ये भीष्म पर्वात २५ ते ४२ अध्यायांमध्ये भगवद्गीतेचा समावेश

करण्यात आला आहे. युद्धाचे पहिले दहा दिवस संपल्यानंतर धृतराष्ट्र आणि संजय ह्यांच्यामधील संवादाने भगवद्गीतेला सुरुवात झाली आहे.

अर्जुनाने श्रीकृष्णांना विनंती केली की, तुम्ही माझा रथ दोन्ही सैन्यांच्यामध्ये नेऊन उभा करा, म्हणजे ह्या युद्धामध्ये आम्हाला कुणाबरोबर लढायचे आहे त्याचे मी अवलोकन करतो.

श्लोक २५ – श्रीकृष्ण म्हणाले,

भीष्म द्रोणप्रमुखतः सर्वेषां च महीक्षिताम् ।
उवाच पार्थ पश्यैतान्समवेतान्कुरुनिती ।।२५।।

अर्थ – भीष्म, द्रोणांच्या आणि सर्व राजांच्या समोर श्रीकृष्ण म्हणाले, अर्जुना, येथे जमलेले कौरव पहा.

श्लोक ३१ – अर्जुन उवाच

निमित्तानी च पश्यामि विपरीतानि केशव ।
न च श्रेयोऽनुपश्यामि हत्वा स्वजनमाहवे ।। ३१ ।

हे केशवा, मला सर्व लक्षणे विपरीत दिसतात आणि स्वजनांना युद्धात मारून श्रेय म्हणजे कल्याण होईल असे दिसत नाही.

श्लोक ४६ – अर्जुन उवाच

यदि मामप्रतिकारमशस्त्रं शस्त्रपाणयः ।
धार्तराष्ट्रा रणे हन्युस्तन्मे क्षेमतरं भवेत ।।४६।।

अर्थ – मी यापेक्षा निःशस्त्र होऊन उलट प्रतिकार करण्याचे सोडून दिले असता हे शस्त्रधारी कौरव मला रणात ठार मारतील तर त्यात माझे अधिक कल्याण होईल.

श्लोक ४७ – संजय उवाच

एवमुकत्वार्जुनः संख्ये रथोपस्य उपविशत् ।
विसृज्य सशरं चापं शोक संविग्नमानसः ।।

याप्रमाणे रणभूमीवर असं बोलून शोकाने व्याकुळ झालेला अर्जुन त्याच्या हातातील धनुष्यबाण टाकून देऊन रथात आपल्या जागी उभा राहिला.

अध्याय १ मधील परिस्थितीचं निरिक्षण आणि विवेचन :–

अर्जुनाची मानसिक स्थिती कशी होती ?

अ) स्वजन, नातलग, प्रिय जनांशीच युद्ध करावं लागणार आहे हे आता प्रत्यक्षपणे सर्वांना पाहिल्यावर अर्जुनाची स्थिती :–

१) मनाचा आत्यंतिक गोंधळ उडाला.

२) चिंता, ताणतणाव, दडपण आले.

३) अतीव नैराश्य आले.

हतबलता, मानसिक दौर्बाल्य यांनी तो ग्रस्त झाला आहे.

ब) अर्जुनाने त्याच्या दुर्बलतेवर शोधलेलं उत्तर म्हणजे युद्धच नको आणि तो त्याच्या पलायनवादाचं समर्थन करण्याचा प्रयत्न करीत आहे.

अर्जुनाची ही स्थिती आपल्याला नवी नाही. प्रत्येक युगात त्या त्या काळाप्रमाणे परिस्थिती बदलत जाते. समस्या बदलतात. काळानुरूप संकटं बदलतात. पण आपण हे नैराश्य कधी ना कधी अनुभवतोच. कसं ? तर...

आपला इच्छित हेतू / ध्येय / कार्य सिद्ध होण्यासाठी आवश्यक गोष्टी : –

१) हे कार्य न्याय्य, सुयोग्य, समाज धर्माला अनुसरून आहे का नाही ? ते तसं असेल तरच ते कार्य करण्याचा विचार योग्य आहे.

२) त्यासाठी आवश्यक ते घटक मनुष्यबळ, आर्थिक क्षमता वगैरे विचारात घेणे.

३) मनाचा दृढ निश्चय असणे.

४) कार्य सुरू करण्यापूर्वी आणि त्यानंतरही येऊ शकणाऱ्या संभाव्य संकटांचा अंदाज असणे.

५) यश येवो वा अपयश, कार्य पूर्ण करण्याचा निश्चय हवा.

पण जेव्हा निश्चय, बुद्धी आणि मन, अस्थिर, डगमगू लागतात तेव्हा :-

इच्छित कार्य, पर्याय (अ)	**इच्छित कार्य, पर्याय (ब)**
न करणे हा पर्याय समोर येतो. परिणाम–अपयश १००% येणार नैराश्येच्या दरीत स्वतःहून खोल उतरणे आणि मग, त्यामुळे आत्मविश्वासाचे खच्चीकरण होते. त्या क्षणी जरी तो पळपुटेपणा कितीही योग्य व समर्थनीय वाटला, तरी त्याचे आयुष्यावर होणारे दीर्घकालीन परिणाम अपरिहार्य ठरतात, गंभीर असतात.	करणे हा पर्याय योग्य वाटतो. यशाची शक्यता असते. अपयशाचीही शक्यता असते. अडचणी आल्यावर जर स्वतःहून स्वतःला मदत करता येत नसेल तर सुयोग्य व्यक्तीच्या मार्गदर्शनाची गरज ओळखून तशी मदत मागणे आणि स्वतःला सावरून संकटाचा धैर्याने सामना करणे आवश्यक आहे.

म्हणजेच आजच्या भाषेत सांगायचं तर गीता हे संवादात्मक Counselling आहे. असं असूनही, महत्त्वाचं म्हणजे इथे ज्याचा त्यानच निर्णय घ्यायचा आहे.

प्रत्येकाचं आयुष्य ही प्रत्येकाची स्वतःची जबाबदारी आहे. हे महत्त्वाचं मार्गदर्शन करूनही, प्रत्येकाचं निर्णय स्वातंत्र्य अबाधित ठेवून मानवी विकसन आणि प्रगल्भतेची आकांक्षा ठेवून जीवन उन्नत करता येते हे गीता सिद्ध करते.

इथे भगवंतांनी अर्जुनाला युद्ध करण्यास सांगितले, म्हणजे ह्याचा अर्थ असा होतो का, की युद्धातील हिंसा करणं हे योग्य आहे. हिंसेला उत्तेजन दिलेलं आहे का? तर नाही. का? तर –

१. पांडवांनी सर्वप्रथम कौरवांकडे आपल्या न्याय्य हक्काचा वाटा म्हणजे अर्धे राज्य मागितले होते. ते नाकारण्यात आलं होतं.

२. मग त्यांनी फक्त ५ गावे मागितली तीही विनंती अमान्य झाली.

३. युद्ध टाळण्यासाठी स्वतः भगवान श्रीकृष्ण समेटाची बोलणी करण्याकरता कौरवांशी बोलणी करण्यासाठी गेले. परंतु, ती बोलणीही असफल झाल्यामुळे कौरवांनीच युद्धाशिवाय दुसरा कोणताही पर्यायच पांडवापुढे ठेवला नाही, हे सिद्ध होतं.

पांडवांनी युद्ध केलं/किंवा त्यांना ते आत्मसन्मानासाठी, योग्य न्याय्य कारणासाठी आणि धर्मपालनासाठी करावं लागलं. हेच म्हणणं उचित ठरेल.

आता पाहूया खालील चार्टप्रमाणे :

इच्छित ध्येय/कार्य/उद्देश हवा

↓ त्यासाठी

अ) आवश्यक घटक कोणते आहेत ?

↓ तर

१ मानसिक दृढनिश्चय हवा

२ आत्मविश्वास हवा

ब) संभाव्य अडचणी माहित असाव्यात

जसं की ↓ ↓ ↓ ↓

नैराश्य चिंता भिती मानसिक दौर्बल्य येते

↓ ह्यावर मग

क) उपाय काय ? तर

१) स्वतःच स्वतःला प्रयत्नपूर्वक सावरणं.

२) हितचिंतक मित्राची, तज्ज्ञाची मदत घेणं.

३) त्या आधाराने स्वनिर्णय घेणं.

अर्जुनाला साक्षात भगवंतांचा उपदेश लाभला. पण आपणही त्यांच्या अमूल्य उपदेशाचा लाभ नक्कीच घेऊ शकतो. भगवद् गीतेचं अपूर्व वैशिष्ट्य हे की अर्जुनाने

स्वतःच विचारपूर्वक निर्णय घ्यावा ही भगवंतांची इच्छा होती. निर्णय स्वातंत्र्याचं महत्त्व इथे अबाधित ठेवलं गेलं...!

थोडक्यात काही

कुरुक्षेत्रावर युद्ध घडलं ते कुरुक्षेत्र म्हणजे हस्तिनापूरच्या सभोवतालची विस्तिर्ण जागा होय. हल्लीचे दिल्ली शहर हेच कुरुक्षेत्र होते असं मानण्यात येतं.

पांडवांचा पूर्वज कुरु नावाचा राजा, इथे नांगराने शेती करत होता. म्हणून त्याला (क्षेत्र = शेत) कुरुक्षेत्र नावाने ओळखले जाऊ लागले. पुढे इंद्राने या ठिकाणी जे तपस्या करतील किंवा ज्यांना युद्धामध्ये मरण येईल, त्यांना स्वर्गप्राप्ती होईल असा वर दिला.

कौरव आणि पांडवांकडील मुख्य योद्धे त्यांचे शंख, अस्त्र-शस्त्र ह्यांचे वर्णन ह्या अध्यायात केले आहे. युद्धामध्ये १०व्या दिवशी पितामह भीष्म ह्यांचे पतन झाल्यावर धृतराष्ट्राने संजयला सर्व हकीगत सांगण्यास सांगितले.

महर्षी व्यासांनी संजयला युद्धाची सर्व हकीगत बसल्या जागीच कळावी ह्यासाठी त्याला दिव्य दृष्टी दिली होती. धृतराष्ट्राच्या सांगण्यावरून संजयने गीता सांगायला सुरुवात केली.

भगवद्गीतेमधील उपदेश हा कालातीत आहे. मनुष्याने आपल्या आयुष्याचं उत्कृष्टपणे व्यवस्थापन करून, जीवन सार्थकी लावावं हे भगवद्गीतेचं महत्त्वाचं सूत्र आहे.

परंतु आपण संसाराच्या ओझ्याखाली दबले जाऊन गीतेच्या चिंतनाकडे वळायची टाळाटाळ तरी करतो, किंवा उशीरा ह्याचे महत्त्व लक्षात यायला लागतं. पण खरं तर प्रत्येकाने तरुण वयापासूनच जर ह्याचे मनन, चिंतन करायला सुरुवात केली, तर आयुष्य अर्थपूर्ण होईल ह्यात शंकाच नाही.

मी इथे सर्वसामान्यपणे मनुष्य हळूहळू ह्या मार्गावरून चालत जाताना त्यांचे स्तर कसे असतील ते खाली मांडले आहेत.

आपल्याला गीतेमधील आदर्श तत्त्वांना १००% आत्मसात करणं जरी जमणार नसलं (अर्थात हे मी सर्वसामान्यपणे ह्या अर्थाने गृहीत धरतेय) तरी आपण टप्प्या-टप्प्याने हा प्रगतीचा मार्ग नक्कीच पार करू शकू. तर मी हा स्तर पुढीलप्रमाणे कल्पिलेला आहे

१) सामान्य २) साधक ३) व्रतस्थ ४) सुप्रज्ञ

(अध्यात्मिक मार्गामधील प्रवास) असा हा टप्पा आहे.

समारोप

कधी कधी प्रत्येकाच्याच आयुष्यात संकटे, अडचणींचा डोंगर समोर उभा रहातो. काय योग्य, काय अयोग्य हे ठरवता न आल्यामुळे मन निराश होतं. बऱ्याच वेळेला धीराने मार्ग काढण्याऐवजी पलायनवाद हा सोयिस्कर असल्यामुळे सुखद वाटू लागतो.

सूत्र –

अशा वेळेस धैर्याने संकटांना भिऊन न जाता सामोरे जाऊन यशप्राप्तीसाठी स्वतःच्या मनाला सावरून उभे करणं हे योग्य ठरतं.

यश = चिकाटी + अथक प्रयत्न + योग्य मानसिक संतुलन.

या बाबतीत आपण बघतो की –

१) सामान्य – सामान्य माणूस निराशेच्या गर्तेत अडकून सामान्यपणे कार्यारंभ करत नाही.

२) साधक – साधक प्रयत्नांची पराकाष्ठा करेल.

३) व्रतस्थ – सश्रद्ध भावनेने भगवंतांना स्मरून आपण स्वकर्तव्य करायलाच हवं ह्या निश्चयाने प्रयत्न करेल.

४) सुप्रज्ञ – कार्यात यश येवो व अपयश शांत चित्ताने योग्य स्वकर्माला सामोरे जाईल. पण प्रत्येकाने अडचणींना न घाबरता प्रयत्न करणं हाच योग्य पर्याय आहे.

सांख्य योग– अध्याय दुसरा

प्रस्तावना : सांख्य म्हणजे ज्ञान. हे जग, ब्रह्मांड मिथ्या आहे. मिथ्या आहे असं म्हणणे ह्या अर्थानं, की ते सतत बदलत जाणारे आहे. ते नाशिवंत आहे आणि म्हणून त्याला सत्य मानता येत नाही. याउलट ह्या साऱ्या ब्रह्मांडामागील जे मूळ अधिष्ठान तत्त्व म्हणजेच आत्मतत्त्व किंवा चैतन्य तत्त्व हे अविनाशी, एकमेव, अविकारी, अज आणि चिरंतन आहे. त्यामुळे ह्या जगात अविनाशी काय आहे आणि विनाशी काय आहे ह्याचा विवेक बाळगणे म्हणजे ज्ञान होय.

कथा – 'शेरशहा लेफ्टनंट विक्रम बात्रा'

कारगीलच्या युद्धामध्ये, भारतीय सेनेने, श्री विक्रम बात्रा ह्यांच्यावर हिमशिखर झीं ४८७५ जिंकून घेण्याची जबाबदारी सोपवली; तेव्हा ते खरं तर, तापाने फणफणले होते, पण त्या ही अवस्थेमध्ये ते जीवाच्या कराराने लढले आणि विजय, अगदी हाता तोंडाशी आला असताना,एका सहकाऱ्याचा जीव वाचवताना, त्यांना वीरमरण आले.

त्यांच्या वडिलांनी, श्री गिरीधारीलाल जी बात्रा ह्यांनी, विक्रमजींच्या यशोगाथेवर एक पुस्तक लिहिलं आहे. त्यामध्ये ते एके ठिकाणी, श्रद्धापूर्वक भगवद्‌गीतेमधील अध्याय दुसरा, श्लोक ३७ चा संदर्भ देऊन म्हणतात, ''माझ्या मुलाने, देशासाठी प्राणांचे बलिदान देऊन, त्याला वीरमरण प्राप्त झाले अन् त्यामुळे त्याला परमेश्वर प्राप्ती झाली.''

आपल्या लक्षात येईल की, श्रीमद्भगवतगीतेचे श्रेष्ठ संस्कार, आपल्या जनमानसामधे, किती खोलवर रुजले गेले आहेत ते.

मी विवेचनासाठी घेतलेले श्लोक पुढीलप्रमाणे –

निरूपणासाठी घेतलेले श्लोक – ११, १३, १४, १८, २०, ३१, ३८, ४५, ४७, ४८, ५६, ६०, ६१, ६२, ६३, ६८, ६९, ७२ आणि ७०

१) एकूण श्लोक – ७२ २) विवेचनासाठी घेतलेले श्लोक – १९

श्लोक ११ – श्री भगवान उवाच

अशोच्यानन्वशोचस्त्वं प्रज्ञावादांश्च भाषसे ।
गतासूनगतासूंश्च ना–नुशोचन्ति पंण्डिताः ।।११।।

अर्थ – ज्यांचा शोक तू करू नयेस त्यांचा शोक करत आहेस आणि ज्ञानाची भाषा सांगतोस. कोणाचे प्राण गेले काय आणि राहिले काय ज्ञानी पुरुष त्याचा शोक करत नाही.

अर्जुनाला, ‘‘मी स्वजनांना मारण्याचे पाप कसं करू?’’ ही चिंता भेडसावत होती. परंतु भगवंतांना अर्जुनाला केवळ युद्ध करण्यासाठी उभे करायचे नव्हते, तर त्याला आत्मज्ञानाच्या अधिष्ठानावर प्रत्येकानं आपली स्वकर्तव्य पूर्ण करायला हवीत हे समजावून सांगायचे होते.

अर्जुन आता शरीर, मन आणि बुद्धीच्या स्तरावर ह्या सर्व परिस्थितीकडे बघत होता आणि म्हणून त्याला दुसऱ्यांना मारणे ह्या गोष्टीचं दुःख होत होतं.

श्लोक १३ – श्री भगवान उवाच

देहिनोऽस्मिन्यथा देहे कौमारं यौवनं जरा
तथा देहान्तरप्राप्तिधीरस्तत्र न मुह्यति ।। १३ ।।

अर्थ – देह धारण करणाऱ्यास या देहात ज्याप्रमाणे बालपण, तरुणपण आणि म्हातारपण प्राप्त होते, त्याप्रमाणेच पुढे दुसरा देह प्राप्त होत असतो. म्हणून ज्ञानी ह्याबाबतीत मोह पावत नाहीत.

स्पष्टीकरण → शरीर →= देह + आत्मा

देह	आत्मा
↓	↓
बदलत रहातो	बदलत नाही

बालपण→तारुण्य→ म्हातारपण

देह	आत्मा
↓	↓
देह अनेक अवस्थांमधून जातो. (बदलत रहातो) आणि मृत्यूनंतर दुसरा देह प्राप्त होतो. देह हा नष्ट होतो तो विनाशी आहेच आहे.	आत्मा हा अविनाशी आहे. आणि त्याला मरण नाही, म्हणून शोक नको.

म्हणून तो मारला गेला, तरी शोक नको.

श्लोक १४

मात्रा स्पर्शास्तु कौंतेय शीतोष्णसुखदुःखदाः ।
आगमा-पायिनोऽ नित्यास्तांस्तितिक्षस्व भारत ।।१४।।

अर्थ – हे कुंतीपुत्रा, शीतोष्ण किंवा सुख-दुःख देणारे जे हे मात्रांचे, म्हणजे बाह्य सृष्टीतील पदार्थांचे संयोग होतात, त्यांना उदभव आणि नाश आहेत. म्हणून ते अनित्य म्हणजे विनाशी आहेत. म्हणून हे भारता, तू शोक न करता हे सहन कर.

प्रत्येक मनुष्याला ज्ञानेंद्रियांद्वारे बाह्य गोष्टींकडून सुख किंवा दुःख मिळत असते.

श्लोक २०

न जायते म्रियते वा कदाचिन्नायं भूत्वा भविता वा न भूयः ।
अजो नित्यः शाश्वतोऽयं पुराणो न हन्यते हन्यमाने शरीरे ।।२०।।

अर्थ – हा आत्मा कधी जन्मत किंवा मरतही नाही. हा एकदा होऊन पुन्हा होणारा नाही असेही नाही. हा अज नित्य शाश्वत व पुरातन आहे आणि शरीराचा वध झाला तरीही मारला जात नाही.

स्पष्टीकरण – नाशिवंत शरीर हे जन्म, अस्तित्व, वृद्धी, विकार, क्षय आणि नाश अशा सहा प्रकारच्या परिवर्तनांना सामोरे जाऊन, अखेर नष्ट होते. पण हे सर्व विकार (बदल) आत्म्याला लागू पडत नाहीत. लाटांचा जन्म होतो आणि त्या लय पावतात. पण म्हणून समुद्राचा त्यामुळे जन्म होत नाही अथवा लयही होत नाही. सोन्याचे दागिने जरी वेगवेगळे असले तरी त्या सर्वांमधील मूलद्रव्य जसे सोनेच असते, त्याचप्रमाणे सृष्टीतील सर्व पदार्थ जरी भिन्न दिसले तरी त्या सर्वांच्या मुळाशी एकच एक मूल द्रव्य/तत्त्व, नित्य वास करत असते.

सृष्टीतील सर्व भेद हा नामरूपांचा म्हणजे (वेगवेगळी नावे आणि आकार) आहे. मूळ द्रव्याचा नाही. हे मूळ द्रव्य म्हणजेच परम चैतन्य तत्त्व, म्हणजेच परमात्मा. ते सर्वव्यापी असल्याने ते मनुष्याच्याही शरीरात आहे.

पण व्यवहारामध्ये सर्वव्यापी परमात्म्याचा आणि शरीरातील आत्म्याचा भेद दाखवण्यासाठी, शरीर आत्मा हा परमात्म्याचाच एक अंश आहे असे म्हणावे लागते. पण अंश ह्याचा अर्थ विलग किंवा कापून काढलेला भाग असा नसून, घटातील आकाश, घरातील आकाश हे जसे एकाच सर्वव्यापी आकाशाचे भाग आहेत तसा आत्मा हा परमात्म्याचा अंश आहे व त्यामुळेच तो सुद्धा परमात्म्याप्रमाणेच अज, निज्य, शाश्वत, पुरातन आणि अनादि आहे.

श्लोक ३१ – श्री भगवान उवाच

स्वधर्ममपि चावेक्ष्य न विकम्पितुमर्हसि ।
धर्म्याद्धि युद्धाच्छ्रेयोऽन्यत्क्षत्रियस्य न विद्यते ।।३१।।

अर्थ – शिवाय स्वधर्माकडे पाहिले तरीही तुला ह्या युद्धातून माघार घेणे योग्य नाही कारण, धर्मोचित युद्धापेक्षा क्षत्रियाला श्रेयस्कर असे दुसरे काहीही नाही.

स्पष्टीकरण – पांडवांसाठी हे युद्ध योग्य न्याय्य धर्मयुद्ध असल्याने अर्जुनाने ते करायलाच हवे आणि शिवाय तो स्वतः क्षत्रिय असल्याने, अन्यायाविरुद्ध प्रतिकार करणे हे त्याचे प्रमुख कर्तव्य होते. समाजाचे संरक्षण करणे हा त्याचा स्वधर्म होता म्हणूनही त्याने लढायला हवे.

श्लोक ३८

सुख-दुःखे समे कृत्वा लाभालाभौ जयाजयौ ।
ततो युद्धाय युज्यस्व नैवं पापमवाप्स्यसि ।। ३८ ।।

अर्थ – सुख-दुःख, नफा-नुकसान आणि जय-पराजय सारखे मानून नंतर लढायला लाग. असे केल्याने तुला कोणतेही पाप लागणार नाही.

स्पष्टीकरण – आपण सर्वच जण आयुष्यभर काही ना काही चांगले-वाईट अनुभव असतो.

मानसिक स्तरावरून घेतलेले अनुभव	बौद्धीक स्तरावरून घेतलेले अनुभव	शारीरिक स्तरावरून घेतलेले अनुभव
↓	↓	↓
१. सुख, दुःख	लाभ, हानी	जय, पराजय
२. क्रोध, शांती वगैरे	नफा, नुकसान	स्वास्थ, अस्वास्थ
आपण अनुवभतो	आपण अनुभवतो	आपण अनुभवतो

आपण सुखद गोष्टी घडल्या की प्रसन्न होतो तर, दुःखद अनुभवांनी नैराश्य येतं. ह्या सतत वाहत्या, बदलत्या मानसिक आवेगांमुळे, आपल्या क्षमतांचा बराचसा भाग ह्या सर्वांशी लढण्यातच खर्ची पडतो.

ह्या श्लोकातून भगवंत आपल्याला आपल्या क्षमतेचं नियोजन कशा प्रकारे करावं हे सूत्र सांगत आहेत, काय आहे ते सूत्र ?

आपण कर्माला प्रारंभ करतो तेव्हा काय पर्याय असतात? तर –

↓	↓	↓
अ) ते यशस्वी होतं	किंवा	ब) ते अयशस्वी होतं
क) यशस्वी झाल्याने मला सुख, आनंद मिळतो.	=	ड) तेव्हा मला नैराश्य येते.

आता कर्माला प्रारंभ करण्यापूर्वीच (क) आणि (ड) मध्ये (बरोबरची खूण) घालून दोघांना सममूल्य देऊन, मग कार्यारंभ करायचा. (सुख आणि दुःख ह्यामध्ये बरोबरची खूण.)

सुख आणि दुःख हे दोन्ही सारखं कसं असेल? हे आहे चित्ताचं समत्व.

हे समत्व आपल्याला काही नवीन नाहीए कसं? तर आपल्याला अपयश आलं की आपला बराचसा काळ रडण्यात, दुःखात, राग राग करण्यात जातो आणि मग आपण नाईलाजाने हे अपयश मान्य करून, जाऊ दे झालं, असं म्हणत गप्प बसतो, हे काय आहे? तर अनिच्छेने स्वतःवर लादून घेतलेला हा सुख दुःखांबद्दलचा मनाचा सारखेपणाच तर आहे. पण चित्ताच्या ह्या समत्वामध्ये, आधी बरच काही आहे. त्रास, मनस्ताप, संताप, क्रोध... आहे.

पण, त्यापेक्षा ह्या श्लोकाप्रमाणे आपण आधीपासूनच मनाची स्थिती खंबीर, स्थिर ठेवली तर,

हे सूत्र अवलंबल्याने काय होईल?	**हे सूत्र न अवलंबल्याने काय होईल?**
१) माझ्या कर्माचा परिणाम जय किंवा पराजय असेल, तरीही मी कर्माला प्रारंभ करणारच !	१) मला बहुतेक अपयश मिळणार, ही भावना येऊ शकेल.
२) जय = पराजय म्हणजेच ह्यापैकी काहीही होऊ दे, मी माझ्या पूर्ण क्षमतेने कर्म करीन	२) स्पर्धेमध्ये किती तरी जण उतरलेत, ह्यामध्ये माझा काय निभाव लागणार ?
३) माझ्या ह्या लढाऊ वृत्तीनेच माझ्या यशाची शक्यता खूप जास्त वाढते.	३) ह्या मानसिकतेने कर्म करताना, चिंता, निरुत्साह दडपणाने, माझ्या कर्माची गुणवत्ता ढासळून, अपयशाची शक्यता वाढते.

म्हणजेच अगदी आजच्या काळातील स्पर्धात्मक, तणावपूर्ण वातावरणाला जर आपल्याला तोंड द्यायचं असेल तर हे सूत्र अचूक मार्गदर्शन करतं.

मी स्वजनांना कसे मारू ? आणि त्याचे पाप मला लागणार नाही का ? अर्जुनाचा हा प्रश्न त्याच्या व्याकूळ, अस्वस्थ, नैराश्यपूर्ण सैरभैर मानसिक अवस्थेतून निर्माण झाला होता. हा मानसिक क्षोभ शांत होण्यासाठी विवेकपूर्ण बुद्धीची गरज होती. म्हणून भगवंतांनी त्याला आश्वस्त केले की, तू ह्या समत्व चित्त, विवेक बुद्धीने कार्य केले असता तुला त्याचे पाप लागणार नाही.

श्लोक ४५ – श्री भगवान उवाच

त्रैगुण्यविषया वेदा निस्त्रैगुण्यो भवार्जुन ।
निर्द्वन्द्वो नित्यसत्वस्थो निर्योगक्षेम आत्मवान ।। ४५ ।।

अर्थ – हे अर्जुना ! कर्मकांडात्मक (वेद) अशा रितीने त्रैगुण्याच्या गोष्टींनी भरलेले असल्यामुळे तू निस्त्रैगुण्य म्हणजे त्रिगुणातीत नित्यसत्वस्थ, सुखदुःखादी द्वद्वांपासून आलिप्त आणि योगक्षेमादि स्वार्थात न गढता आत्मनिष्ठ हो ।

स्पष्टीकरण – वेदांमध्ये प्रामुख्याने सर्व प्रकारचे कर्मकांड सांगितलेले आहे. गृहस्थाश्रमी पुरुषाने किंवा ज्याला ह्या संसारामध्ये राहून इच्छित गोष्टी (जसे की वैभव, संपत्ती, सत्ता वगैरे) मिळवायच्या आहेत त्यासाठी वेदांमध्ये वेगवेगळ्या प्रकारचे यज्ञ आणि उपासना सांगितलेल्या आहेत, म्हणून वेद हा कर्मकांडात्मक भाग म्हणून ओळखला जातो. तसेच प्रत्येकाने त्याच्या आयुष्यात योग्य सत्कर्म केली तर पुढे मृत्यूनंतरही त्याला स्वर्गप्राप्ती होईल असे वेद म्हणतात.

हा संसार त्रिगुणांनी भरलेला आहे कारण,

निर्गुण मूळ परमात्मापासून आत्मा आणि प्रकृती ह्या विभूती झाल्या आहे.

↓ ↓ ↓

(a) आत्मा (निर्गुण अंश) आहे — (b) प्रकृती (त्रिगुणी) आहे.

↓ — ↓ संसार / सृष्टी

निर्गुण आहे — संसार/सृष्टी त्रिगुणी आहे.

निर्गुण मूळ तत्त्व परमात्म्यापासूनच प्रकृती म्हणजे (माया/सृष्टी/ब्रह्मांड) निर्माण झाली असून ती प्रकृती, परमात्म्याची शक्ती/विभूती आहे, आणि ती सत्व, रजो आणि तमो गुणांची बनलेली आहे. ह्या त्रिगुणात्मक प्रकृती पासूनच पुढे सर्व संसार निर्माण झाला असल्याने तो ही त्रिगुणात्मक आहे.

१) भगवंतांनी अर्जुनाला ह्या संसाराच्या त्रिगुणात्मक जाळ्यामध्येच अडकून न पडता, ह्यातून अतीत होण्याचे काही उपाय सांगितलेले आहेत.

त्रिगुणातीत होणे किंवा ब्राह्मी स्थिती होणे म्हणजे नेमकं काय करावे लागते ते बघूया –

मनुष्याचे शरीर कसे बनलेले आहे ?

तर शरीर = मनुष्य देह + आत्मा, असे मिळून बनलेले आहे.

(a) देह हा सत्व, रजो आणि तमो गुणांच्या मिश्रणाने बनलेला असतो. म्हणून तो विकारी असतो.	(b) आत्मा हा निगुर्ण असतो. अविकारी असतो.

आता त्रिगुणातीत होणे म्हणजे तीनही गुणांच्या अतीत होणे. म्हणजेच काय तर, त्रिगुणरहीत होणे, कारण ह्या अवस्थेत कोणतेही गुण शिल्लक रहाता कामा नयेत, तरच ती अवस्था त्रिगुणातीत अवस्था आहे असं म्हणता येईल. म्हणजे ही एक प्रकारे निर्गुण अवस्थाच झाली.

म्हणजे तत्त्वतः त्रिगुणातीततेचा अर्थ काय झाला ? तर –

	सात्विक गुण		रजोगुण		तमोगुण
	↓	+	↓	+	↓
त्रिगुणातीत =	शून्य		शून्य		शून्य

पण असं न मानता, तसा अर्थ न घेता, असा अर्थ घ्यायचा आहे की –

जेव्हा सात्विक गुणांचा उत्कर्ष होऊन ते गुण १००% होतील, आणि रजो गुण आणि तमो गुण हे नष्ट होऊन ते शुन्यावर येतील. तेव्हा ती त्रिगुणातीत अवस्था समजावी म्हणजेच

त्रिगुणातीत होणे →	सात्विक गुण	+	रजो गुण	+	तमो गुण
त्रिगुणातीत →	१००	+	शून्य	+	शून्य

→ फक्त सात्विक गुणच शिल्लक रहाणे म्हणजे त्रिगुणातीत अवस्था होय.

ही अर्थातच उच्चतम पराकोटीची अवस्था झाली. पण ह्याचा अर्थ असा घ्यायचा की प्रत्येकाने आपल्यातील सात्विक गुण वाढवत न्यायचा प्रयत्न करायचा.

अर्थात, आपण समाजामध्ये रहाताना, आपल्याला रजो गुणांची गरज अर्थातच अपरिहार्यपणे असते. त्याशिवाय समाजधारणा होणे शक्य नाही.

पण आपला मुख्य भर, सात्विक गुणांच्या विकसनावर असावा.

आता आपण सामान्यांचा त्रिगुण स्तर आणि ज्ञानीची त्रिगुणातीत अवस्था ह्यातील फरक बघू.

	सामान्य	**ज्ञानी**
१)	देहाची जाणीव – ९०% असते	देहाची जाणीव १०% असते
	आत्म्याची जाणीव – १०% असते	आत्म्याची जाणीव – ९०% असते
२)	सत्वगुण – २०% असतो	सत्वगुण – १००% असतो
	रजो गुण – ५०% असतो	रजो गुण – ० असतो
	तमो गुण – ३०% असतो	तमो गुण – ० असतो

ह्या तीन गुणांची वैशिष्ट्ये काय आहेत ते बघूया –

सात्विक गुण	रजोगुण	तमोगुण
↓	↓	↓
हा प्रसन्नतेचा मांगल्याचा निर्देशक आहे. शुभ कर्म, चांगले विचार व सुयोग्य आचरण करणे हा ह्या गुणांचा विशेष आहे.	काम्य कर्मे करण्याची प्रवृत्ती. सदैव, लोभ, वासनांनी कर्मे घडतात.	हा आलस्य, कंटाळा, निद्रेचा निर्देशक आहे. आपापली कर्तव्य पूर्ण करण्याऐवजी त्या टाळण्याकडे कल असतो.

तिनही गुणांची वैशिष्ट्ये लक्षात घेता माणसाने सात्विक गुणांचे संवर्धन करावे, हेच योग्य ठरेल.

२) निर्द्वंद्व होणे – आपण सतत सुख, दुःख, राग, लोभ, क्रोध, शांती अशा विरुद्ध भावभावनांच्या जाळ्यामध्ये अडकून पडलेले असतो. म्हणून ह्या सर्व द्वंद्वातून प्रयत्नपूर्वक बाहेर पडणे म्हणजे निर्द्वंद्व होणे.

३) निर्योग क्षेम होणे – योग म्हणजे इच्छित वस्तू / गोष्ट मिळविणे आणि क्षेम म्हणजे मिळवलेल्या वस्तूचे रक्षण करणे.

	योग म्हणजे	क्षेम म्हणजे
	↓	↓
१)	वस्तू हवी	मिळवलेल्या गोष्टींचे रक्षण करा
	पदार्थ हवा	सांभाळ करा
	गोष्ट हवी	ह्यामुळे वस्तू
	प्रयत्नाने ती मिळवली.	मिळवल्यावरही
१.	आता पुन्हा हाव निर्माण होते.	काळजी वाटत रहाते.
२.	चिंता वाटते.	दडपण येतं
३.	आसक्ती वाढते.	अस्वस्थता वाटते.

म्हणजे आपली सर्व कर्मे ही :-

१) आसक्ती, इच्छांनी भरलेली असतात. मला हवं आहे आणि मला आता ते सांभाळायचं आहे. ह्या दोन प्रेरणांनी माझी सर्व कर्म घडतात. आपल्या आयुष्याचा तो उद्योगच बनून जातो आणि चिंता काळज्यांना आमंत्रण देतो.

म्हणजे आपण फक्त दैहीक पातळीवर माझा, मी चा एकसारखा विचार करत राहून त्याच त्याच गोल चक्रात फिरत रहातो.

पण मग ह्यावर उपाय काय ? तर भगवंत त्यावरचा उपायही सांगत आहेत. आत्मनिष्ठता हा तो उपाय. आत्मनिष्ठ होणे म्हणजे काय ? तर आपला देह हा एकूण २५ घटकांनी बनलेला आहे.

प्रकृतीचे २४ घटक + आत्मा (२५ वा घटक) सामान्य माणसाचा जगण्याचा स्तर हा प्रामुख्याने जरी दैहीक पातळीवरचा असला तरी हळूहळू त्याने प्रयत्न केला, तर वाचनाने, श्रवणाने, साधनेने तो देहनिष्ठ स्तरापासून आत्मनिष्ठ स्तरापर्यंत जाऊ शकतो.

आत्मनिष्ठ होणे म्हणजे आपली जगण्याची विचारधारा/किंवा विचारांचे मूळ अधिष्ठान (पाया) हा दैहिक स्तरावरून उंचावत नेऊन तो आत्मिक स्तरावर नेणे.

	स्तर १ ला	**स्तर २रा**	**स्तर ३रा**	**स्तर ४था**
	दैहीक स्तराची वैशिष्ट्ये	जाणीव स्तराची वैशिष्ट्ये	साधक स्तराची वैशिष्ट्ये	ज्ञानस्तराची वैशिष्ट्ये
१)	केंद्रस्थानी देह असतो.	केंद्रस्थानी देह असतो. पण	केंद्रस्थानी आत्मा असतो.	केंद्रस्थानी आत्मा असतो.
२)	मी म्हणजे फक्त देह ही भूमिका असते. आत्म्याची जाणीव नाही.	मी म्हणजे देह आणि आत्मा सुद्धा आहे.	मी म्हणजे आत्मा आहे. आणि देह ही आहे.	मी म्हणजे आत्मा आहे. देह नाही.
म्हणून	मी = २४+०	मी = २४+१	मी = १+२४	मी = १+०

देहनिष्ठ → ते → आत्मनिष्ठचा प्रवास

मला आत्मनिष्ठ होण्यासाठी काय करावं लागेल ? माझ्यामध्ये साक्षात परमात्म्याचा अंश आहे. म्हणून मी माझ्यातील ईश्वरी तत्त्वाचे विकसन करण्यासाठी प्रयत्न करावे लागतील. वाचन, मनन, चिंतन करावं लागेल. मनातील विकार, वासना संयमित कराव्या लागतील आणि दैहिक पातळीवरून हळूहळू स्वतःचा स्तर वाढवावा लागेल.

श्लोक ४७

कर्मण्येवाधिकारस्ते मा फलेषु कदाचन ।
मा कर्मफल हेतुर्भूर्मा ते संगोऽत्सवकर्मणि ।।४७।।

अर्थ – तुझा अधिकार फक्त कर्मे करण्यात आहे. फलावर तो अधिकार असत नाही. तू कर्म फलाचा हेतू ठेवून करणारा होऊ नकोस आणि तुझी आसक्तीही अकर्मात नसावी.

स्पष्टीकरण – कर्मफलाची आशा न ठेवता कर्म करायचं असेल तर मला काही असं झेपणार नाही, असं आपल्याला वाटून जातं. ह्या श्लोकातील अर्थाबद्दल, आपल्या मनात गोंधळही उडतो. तर इथे असे सांगावसं वाटतं की आपण ह्या

व्यावहारिक जगामध्ये सकाम कर्मे (काही फळ मिळावे ह्या कामनेने) करत असतो, जसं की नोकरी, धंदा, व्यवसाय वगैरे ह्या सर्व कामांचा, सर्वजण मोबदला घेत असतात आणि तसा घेण्यात गैर नाही. कारण त्याच्याशिवाय जग चालू शकणार नाही.

आता हा श्लोक काय सांगतो ? ते बघूया

१) कर्म करण्याचाच फक्त तुझा अधिकार आहे.

२) कर्मफलाच्या ठिकाणी तुझा अधिकार नाही.

३) फलाशा मनात ठेवून कर्म करणारा होऊ नकोस.

४) कर्मे न करण्याचाही आग्रह करू नकोस.

१) कर्म करण्याचाच फक्त तुझा अधिकार आहे. कसं? तर मला एखाद्या स्पर्धात्मक परिक्षेत उत्तीर्ण होऊन नोकरी मिळवायची आहे. तर त्यासाठी मला प्रथम परिक्षेला बसण्याचं कर्म तर करावच लागेल. कर्माला सुरुवात करणं व ते पूर्ण करणं ह्याला दुसरा पर्याय नाही.

२) कर्मफलाचे ठायी तुझा अधिकार नाही. हे एक व्यावहारिक कटू सत्यच तर सांगितलेलं आहे. मला नोकरीच्या ठिकाणी एक लाख रुपये पगार मिळावा (कर्मफल) असं वाटतंय. पण तसं घडेलच असं नाही. कारण कर्मफल मिळणं त्यासाठी केवळ माझी इच्छा पुरेशी नसून अनेक घटकांवर ते अवलंबून असल्याने बऱ्याचदा आपण तडजोड करूनच कर्मफल स्विकारत असतो.

३) फलाशेचा हेतू मनात ठेवून कर्म करणारा होऊ नकोस. इथे कर्म आणि त्याचे यश याचे समीकरण जरा वेगळ्या पद्धतीने मांडलेलं आहे.

इथे भगवंत म्हणताहेत तुला कर्माचं फळ हवाय ?

हो

मग कर्मफलाचा हेतू मनातून काढून टाक का ? तर

तर मी कर्मफलाची आशा मनात न धरल्याने काय होईल ?

१) मी स्वतःला पूर्ण झोकून देऊन काम करेन.

२) मनामध्ये कर्मफलाच्या काळज्या आणि चिंता नसल्याने कर्म उत्कृष्ट होईल.

३) आणि त्यामुळेच कर्मफलही चांगलं मिळू शकेल.

४) अकर्मामध्येही आसक्ती नको. ह्याचा अर्थ असा की, आपण निष्क्रियतेकडेही झुकता कामा नये. कारण कसं आहे ना, की कर्म एकदा टाळण्याची सवय झाली की मग नकोच ते कर्म आणि कर्मफलचा गोंधळ अस वाटू लागतं.

ह्यामुळे आळस, निद्रा वाढून तमोगुण बघता बघता वाढू लागतो.

भगवद्गीता ही कुरुक्षेत्रावर, गृहस्थाश्रमी, क्षत्रिय शूरवीर अर्जुनाला सांगितली गेली. व्यावहारिक पातळीवरून ही सूत्र सामान्य माणसाला डोळ्यासमोर ठेवून सांगितल्याने आपला सर्वांचाच सर्वांगिण विकास व्हावा हा जरी हेतू असला तरी गीता आध्यात्मिक तत्वज्ञानाची बैठक कधीच सोडत नाही. त्यामुळेच फलाशा ठेवू नकोस, निष्काम बुद्धीने कर्म कर हे असं सांगण्याचं प्रयोजन लक्षात घ्यायला हवं.

इतर प्राण्यांप्रमाणे मनुष्यालाही आहार, निद्रा, भय आणि मैथून हे जन्मजात विकार आहेत. पण त्याचबरोबरीने आपल्याला विचार शक्ती, ज्ञानाची क्षमता असेही गुण मिळाले असल्याने, ह्या मनुष्यजन्मात मी शरीर मन आणि बुद्धीच्या अतीत असलेल्या आत्म्याला जाणून घेऊन, आत्मविकासाच्या दृष्टीनेही काही प्रयत्न करायला हवेत. त्यासाठी आवश्यक आहे ती मनबुद्धीची शुद्धता आणि ती शुद्धता व्हावी म्हणून मनुष्याने उच्च प्रेरणेने समर्पित भावनेने सत्कर्म करून ती इश्वरार्पण करावी हा त्यामागील हेतू आहे.

श्लोक ४८

योगस्थः कुरु कर्माणि संगं त्यकत्वा धनंजय ।
सिद्धसिद्धयोः समो भूत्वा समत्वं योग उच्चते ।।४८।।

अर्थ – हे धनंजया, आसक्ती सोडून आणि कर्म सिद्ध होवो किंवा निष्फळ होवो दोन्ही सारखेच मानून योगस्थ होऊन कर्म कर. कर्म सिद्ध होणे किंवा निष्फळ होणे यांच्या बाबतीत सारखेपणा ठेवून कर्मे करणे ह्या सारखेपणाच्या म्हणजे समत्व बुद्धीने कर्मे करण्याला योग असे म्हणतात.

स्पष्टीकरण – समत्व बुद्धी म्हणजे काय? तर कोणत्याही कर्माचा बरेवाईटपणा ठरवण्याचा निकष, ते कर्म नसून, ते कर्म करण्यापाठीमागे जो हेतू, प्रेरणा किंवा त्यामागची त्याची बुद्धी हा निकष मानावा लागतो. ही समत्व बुद्धी कर्मयोगाचा पाया आहे आणि कर्मे करताना बुद्धी स्थिर, शुद्ध आणि सम ठेवणे म्हणजे तिला साम्य / समत्व बुद्धी म्हणतात.

आसक्ती म्हणजे काय? कोणतेही कर्म करताना व योजना आखताना मला ह्यातून साधारण काय मोल मिळेल ह्याचाही अंदाज बांधणं गरजेचं असतं आणि त्यात गैर नाही. पण आसक्ती ठेवणं, म्हणजे मला अमुकच लाभ झाला पाहिजे. मलाच लाभ हवा म्हणजे आपल्या इच्छेच्या पुढं आपणच लावून त्याच आसक्तीमध्ये रूपांतर करतो. आसक्ती म्हणजे अमुकच हवं, तसच हवं, तेव्हढंच हवं या सगळ्याचा हट्ट दुराग्रह तो टाळा असं गीता म्हणते.

(अ)	(ब)
आसक्ती विना कर्म केलं, तर	**आसक्तीसह कर्म केलं, तर**
इथे यश मिळालं ? उत्तम अपयश आलं? हरकत नाही पण मी कर्म उत्कृष्ठ करीन.	इथे यश मिळालं ? अर्थात आनंद होतो. अपयश ? क्रोध, दुःखाचा क्षोभ होतो.

(ब) ह्या पर्यायामध्ये मी जीवनातल्या छोठ्या, मोठ्या बऱ्या, वाईट परिणामांनी उसळून प्रतिक्रिया देते. असं प्रत्येक वेळेस घडून ती माझी एक सवयच होऊन जाते.

माझी खाली-वर, खाली-वर अशी सततची मानसिक आंदोलने मला अस्थिर करतात. ह्यामध्ये गुंतून जाऊन आपण योग्य मेहनत करू शकत नाही. तर ह्याच्या उलट,

(अ) आसक्ती ठेवली नाही म्हणून, काय काय होतं ? तर –

१) कर्म आपण करतो ते वर्तमान काळात. तो वर्तमान काळच तेव्हढा माझ्या हातात आहे. मी पूर्ण तन्मयतेने फक्त कर्मावर लक्ष केंद्रित केल्याने कर्माचा दर्जा सुधारतो.

२) भविष्यातील मिळणाऱ्या फळाविषयी स्वप्न न पाहिल्याने मी पूर्ण जागरूक भानावर राहून माझा आजचा वर्तमान काळ, कर्म करण्यासाठी उत्कृष्टपणे वापरते.

ह्या सर्वांमुळे माझ्या व्यक्तिमत्त्वामध्ये पण निश्चित चांगला बदल होऊ लागतो. माझी एका अर्थपूर्ण प्रगल्भ जीवनाकडे वाटचाल सुरू होते हे नक्की! माझी उर्जाशक्ती, चुकीच्या विचारांमध्ये, स्वप्नरंजनामध्ये वहावत जात नाही.

श्लोक ५६

दुःखेष्वनुद्विग्नमनाः सुखेषु विगतस्पृहः ।
वीतरागभय-क्रोधः स्तितधीर्मुनिरुच्यते ।।५६।।

अर्थ – ज्याचे मन दुःखामध्ये उद्विग्न होत नाही. सुखातून ज्याची स्पृहा निवृत्त झाली आहे. ज्याच्या मनातून राग, भय, क्रोध नष्ट झाले आहेत. अशा मुनीला स्थितप्रज्ञ असे म्हटले जाते.

स्पष्टीकरण – प्रथमदर्शनी ह्या श्लोकाच्या वाचनानंतर असं वाटू लागतं की, ज्या माणसाला सुखात सुख वाटत नाही आणि जो दुःखामुळे व्यथित होत नाही, त्याच्या जगण्याला काय जगणं म्हणायचं का? पण हे आपल्यासारख्या सामान्य

माणसाचे लक्षण नसून हे ज्ञानी पुरुषाचे लक्षण आहे हे लक्षात घेतले की ह्या श्लोकाचा अर्थ समजायला लागतो.

ज्ञानी म्हणजे मग नेमका कोण ? तर, ज्ञानी म्हणजे, जो जाणतो की -

१) मी म्हणजे शरीर, मन आणि बुद्धी नसून माझे खरे स्वरूप हे आत्मरूप आहे.

२) सर्व सर्व सुख-दुःख, भावभावनांचे आवेग हे मन आणि बुद्धीच्या पातळीवरून उगम पावत असतात. इंद्रियांनी उपभोगाचे विषय आणायचे आणि मग मन व बुद्धीने त्या दरीत पडून सुख-दुःखांचा, उलट-सुलट अनुभव घेत रहायचा. पण हे कधी होतं ? जेव्हा माझं विचारांचं केंद्रस्थान शरीर आणि मनाशी निगडीत असतं. तेव्हा मी ह्या सर्वांमध्ये अडकते.

३) आत्मज्ञानीला स्वतःची ओळख झाल्यामुळे त्याची आयुष्याकडे बघण्याची दृष्टी बदलून जाते. म्हणून सुख आलं? अवश्य स्विकारा, पण दुःख मिळालं? ते ही शांत चित्तानं स्विकारा. सगळ्या भावकल्लोळाचा एक समजूतदार स्विकार असतो. पण तिथेच अडकून पडणं नाही. आतूनच अंर्तमनातून रिक्त असणं म्हणजे स्थितप्रज्ञता.

काहीही मिळविण्यासाठी आसक्त व्हायचं नाही, आणि मिळालं तरी नाकारायचं नाही. स्थितप्रज्ञ व्यक्तिला साक्षात आत्मानंदाचा अनुभव मिळाल्याने त्याच्यापुढे आपल्या वासना कामना ह्या तुच्छ ठरतात. तो हे जाणतो की हे आयुष्यच मला भेट म्हणून मिळालंय, ते ही माझं नाही. आपली माणसं, संपत्ती, सुख येतं जातं आणि ह्या सर्वांवर माझा अगदी मर्यादित अर्थाने म्हटलं तर अधिकार रहातो.

तो आतूनच प्रत्यक्ष आत्म्याशी जोडला गेल्याने सदासर्वदा तृप्त, समाधानी असतो आणि तसं बघायला गेलं तर आपण सामान्य जनही स्थितप्रज्ञ असतोच की! पण ते स्वेच्छेने, परिस्थिती बघून आपण स्थितप्रज्ञ व्हायचा (त्या त्या वेळेपुरता) निर्णय घेतो! जसं की मला जर कुणा दुःखाने गांजलेल्या व्यक्तीला मदत करायची नसेल तर मी त्यावेळेला उदासिन, अलिप्त रहाते.

पण भगवद् गीतेला ही ढोंगी, स्वतःच्या सोयीसाठी म्हणून घेतलेली स्थितप्रज्ञता अभिप्रेत नाही. गीतेमधील स्थितप्रज्ञ दुसऱ्याच्या दुःखात त्याला मदत करेल (त्यांच्या दुःखात वाहून न जाता.) आणि म्हणूनच स्थितप्रज्ञ त्याची मन, बुद्धी संतुलीत असल्याने तो त्रिविध तापांपासून मुक्त असतो. हे त्रिविध ताप म्हणजे प्रापंचिक विश्वामध्ये आपल्याला त्रास, दुःख सहन करावे लागते ते असे.

१) आध्यात्मिक ताप - देह, इंद्रिये आणि प्राण यांच्यामुळे जे दुःख वाट्याला येते ते म्हणजे आध्यात्मिक ताप.

२) **आधिभौतिक ताप** – इतर माणसांमुळे जे दुःख किंवा त्रास वाट्याला येतो त्याला आधिभौतिक ताप म्हटले जाते.

३) **आधिदैविक ताप** – स्वतःच्या कर्मामुळे जे दुःख वाट्याला येते त्याला आधिदैविक ताप असे म्हटले जाते.

स्थितप्रज्ञ, हे सर्व वाट्याला येतच रहाणार अशा शांत वृत्तीने हे दुःख स्विकारतो. शिवाय तो हे ही जाणून असतो की प्रारब्धाचे हे भोग, भोगण्याशिवाय गत्यंतर नाही, त्यामुळे तो विचलित न होता सर्व सहन करतो.

श्लोक ६०

यततो ह्यपि कौंतेय पुरुषस्य विपश्चितः ।
इन्द्रियाणि प्रमाथीनि हरन्ति प्रसभं मन ।६० ।।

अर्थ – ज्ञानी/विद्वान पुरुष, केवळ इंद्रिय दमनार्थ प्रयत्न करीत असतानासुद्धा हे कौंतेया, ही बलवान इंद्रिये मनाला शरण आणतात. सर्व इंद्रिये, मन आणि बुद्धीला ईश्वराकडे वळवावे हा एक प्रभावी उपाय आहे.

स्पष्टीकरण – जो इंद्रियांना पूर्णपणे संयमित ठेवतो तोच खरा ज्ञानी समजायला हवा. आध्यात्मिक दृष्टीने ज्याला सर्वत्र ब्रह्माचे अस्तिव जाणवते तो खरा ज्ञानी. इंद्रिय संयमनाचे त्याचे प्रयत्न/साधना जरी उत्तम चालली असली तरी त्याने नेहमी सावध असायला हवं असा भगवंत इशारा करीत आहेत. कारण बलवान इंद्रियांचा प्रभाव प्रचंड असतो. साधक जर जागरूक नसेल तर पूर्व संस्कारांमुळे इंद्रिये त्यांच्या मागण्या पुढे करतात आणि मग त्यावर संयम ठेवणं कठीण जातं. म्हणून जाणीवपूर्वक सतत प्रयत्नशील राहून, साधकाने इंद्रियांना इश्वर सन्मुख करून उपभोगांचा विषयच परमात्मा करून टाकावा. त्याच्याच मनन, चिंतनाने इंद्रियांना परावृत्त करावं.

श्लोक ६१

तानि सर्वाणि संयम्य युक्त आसीत मत्परः ।
वशे हि यत्सेद्रियाणि तस्य प्रज्ञा प्रतिष्ठीतः ।।६१ ।।

अर्थ – त्या सर्व इंद्रियांना संयमित करून युक्त व मत्पर व्हावे. ज्या पुरुषाची इंद्रिये नियंत्रणात असतात त्याची प्रज्ञा प्रतिष्ठित असते.

स्पष्टीकरण – म्हणून साधकाने नेहमी जागरूक राहून ह्या सर्व इंद्रियांचे संयमन करून युक्त आणि मत्पर व्हावे म्हणजे काय ? युक्त होणे म्हणजे साधकाने योगयुक्त होणे. म्हणजे चित्ताचे समत्व, मनाचा सारखेपणा सदैव जागृत ठेवून सर्व परिस्थितीमध्ये शांत राहून ती सहन करणे. मत्परायण होणे म्हणजे इश्वरार्पण व्हावे. नुसती कर्मेच नाही तर आपलं अवघं आयुष्यच त्याला समर्पित करणे म्हणजे मत्पर होणे/निःस्सीम

भक्त होणे. इंद्रियांचा उपभोग घेणं ही माणसाची सहज प्रवृत्ती असून तिचं दमन / संयमन करणं योग्य नाही. असं बऱ्याच जणांना वाटतं. पण मुळात संयमन का करायचं ह्याचं कारण लक्षात घ्यायला हवं.

इंद्रिय संयमनाने काय होतं ?	**इंद्रिय संयमन न केल्याने काय होतं ?**
↓ तर	↓ तर
उपभोगावर योग्य नियंत्रण रहातं. मन बुद्धी स्थिर राहून देहाच्या पलीकडे अमूल्य असं काही आहे, त्या इश्वरी तत्त्वाची ओढ लागते.	इंद्रियांचे विषय कामना, त्यांची पूर्ती, पुन्हा उपभोग ह्या चक्रामध्येच आयुष्य संपून जातं. विषय उपभोगांचं चक्र अव्याहत चालू रहातं.

स्थितप्रज्ञ व्यक्तीचं वैशिष्ट्य असं असतं की, तो उपभोगांना नाकारत नाही, पण त्यांच्या आहारिही जात नाही. बळजबरीने इंद्रिय दमन करून काही उपयोग नाही, ते जास्त काळ टिकत नाही. आपणच आपली फसवणूक केल्यासारखं ते होतं. आपल्या मनातूनच वासना / कामनांचं वासना/कामनांचं उच्चाटन स्वेच्छेने व्हायला हवं नाहीतर ती सर्व व्यर्थ धडपड ठरते. ह्यासाठी ध्यानधारणा करून मनाला स्थिर शांत करणे हा एक उपाय उत्तम मानला जातो. म्हणजे साधकाने/ज्ञानीने उपभोग घ्यायचेच नाहीत का? तर त्याने इंद्रियांना आपल्या ताब्यात ठेवून उपभोग (संयमित) घ्यायचे असतात, त्यांच्या आहारी जायचं नसतं.

इथे वर्चस्व कोण कोणावर गाजवतं हा मुद्दा महत्त्वाचा ठरतो, म्हणजे तुम्ही विषय उपभोगांच्या इच्छेमागे फरफटत जाता, की इंद्रिये तुमच्या आज्ञेत रहातात आणि ज्ञानी इंद्रियांवर स्वामित्व गाजवतो म्हणून सर्व मर्यादित कक्षेत रहातं, हे ह्याचं रहस्य आहे.

श्लोक ६२

ध्यायतो विषयान्पुंसः संगस्ते-षूपजायते ।
था संगात्संजायाते कामः कामत्क्रोधो ऽभिजायते ।।६२।।

अर्थ – विषयांचे चिंतन करणाऱ्या पुरुषाची विषयांशी आसक्ती होते. आसक्तीमुळे इच्छा आणि इच्छेपासून क्रोध उत्पन्न होतो.

श्लोक ६३

क्रोधाद्भवति संमोहः संमोहात्स्मृतिविभ्रमः ।
स्मृतिभ्रंशाद्-बुद्धिनाशो बुद्धीनाशात्प्रणश्यती ।।६३।।

अर्थ – क्रोधापासून मोह उत्पन्न होतो आणि मोहातून स्मृति विभ्रम. स्मृति

भ्रमित झाल्यावर बुद्धिचा नाश होतो आणि बुद्धिचा नाश झाल्यावर तो माणूसच नष्ट होतो.

स्पष्टीकरण – ह्या दोन श्लोकांमधून भगवंतांनी माणसाच्या अध:पतनाच्या एक एका पायऱ्यांचं चित्रण करून त्याचा आलेख आपल्यासमोर मांडला आहे. हे जे चित्रण आहे ते माणसाच्या आसक्तीपासून ह्याची सुरुवात होते हे लक्षात घ्यायला हवं. कारण साधकाने संयमितपणे योग्य प्रमाणात शरीर धारणेसाठी विषय उपभोग घेण्यात काहीच गैर नाही. पण जेव्हा या वासना नियंत्रणाबाहेर जातात, त्यांचा जेव्हा आग्रह, हट्ट सुरू होतो तेव्हा त्याचं रूपांतर आसक्तीमध्ये होतं आणि ही आसक्ती सर्वनाशाला कारणीभूत ठरते.

बाह्य जगताकडून विषय, विकार, उपभोग्य गोष्टी वगैरे

↓

पंचेंद्रियांकडे येतात

↓

ते विषय मनाकडे पोचवले जातात, ते आणि मनाच्या इतर कामना

↓

बुद्धिकडे पोचवल्या जातात.

(A)

मन जर चंचल अस्थिर असेल तर
विषयांचे चिंतनाने आसक्ती वाढते ↓
इच्छा/वासना निर्माण होतात ↓
प्राप्तीमध्ये अडथळे आले ↓
की क्रोध निर्माण होतो. ↓
क्रोधामुळे
↓
मोह निर्माण होतो.
मग स्मृती विभ्रम होतो.
↓
मग बुद्धिनाश होतो.
↓
मग सर्वनाश होतो.

(B)

मन जर स्थिर, शांत असेल आणि ते
बुद्धीच्या ताब्यात असेल तर काय होते? ↓
विषयांचं चिंतन न करता,
त्यावर योग्य विचार करूनच
निर्णय घेतला जाईल.
त्यामुळे
↓
प्राप्ती जरी अडथळ्यांशिवाय
झाली, तरी वासना परत परत
↓
निर्माण होऊन, क्रोध
निर्माण होतो. ↓ मग
मोह वाढत जातो.
↓ म्हणून

त्यामुळे मनावर
संयम असेल.
↓
म्हणून योग्य विचार
आणि योग्य कृतीमुळे
↓

मग स्मृतिविभ्रम होतो.	व्यक्तीमत्त्व विकास घडेल
↓	↓
मग बुद्धिनाश होतो.	बुद्धीनाश होणार नाही.
↓	↓
मग सर्वनाश होतो.	सर्वनाश होणार नाही.

श्लोक ६८

तस्माद्यस्य महाबाहो निगृहीतानी सर्वशः ।
इन्द्रियाणीन्द्रयार्थेभ्यस्तस्य प्रज्ञम्प्रतिष्ठिता ।।६८।।

अर्थ – म्हणून हे महाबाहो अर्जुना, इंद्रियांच्या विषयापासून ज्याची इंद्रिये, सर्व बाजूंनी आवरून धरलेली असतात, त्याचीच बुद्धी स्थिर झाली म्हणायची.

सष्टीकरण – विषयांच्या चिंतनाने, त्यांच्या प्राप्तीसाठी एकदा मन सैरभैर झाले का, त्याच्यामागे धावू लागते. माणसाचा सारासार विचार नष्ट होतो आणि त्यामुळे आपण आत्मज्ञानाच्या दिशेने काही पावलं टाकावीत, मन शांत ठेवून उच्च प्रतीचं ध्येय डोळ्यासमोर ठेवावं, हा मार्गच नजरेसमोर येत नाही. म्हणून मनाने निग्रह करून कठोरपणे स्वत:वर काही बंधनं घालून घेतली तरच उत्कर्ष होऊ शकतो.

जीवन जाणीवपूर्वक भानावर राहून जगायला हवं, नाहीतर त्याचं मूल्यच नष्ट होऊन जातं. इंद्रिये सर्व बाजूंनी आवरून धरणे म्हणजे ती संयमितपणेच वापरणे, नाहीतर तेच तेच सुख दुःख उपभोगाचे चक्र वाट्याला येते. उपभोग अशा प्रकारे घ्यायचा की आपले मानसिक स्थैर्य अटळ रहायला हवं. ज्ञानी इंद्रियांवर पकड ठेवून स्वतंत्र रहातो आणि हेच खूप महत्त्वाचं आहे.

श्लोक ६९

या निशा सर्व-भूतांना तस्यां जागर्ति संयमी ।
यस्यां जाग्रति भूतानि सा निशा पश्यतो मुनेः ।।६९।।

अर्थ – सर्व लोकांना जी रात्र, तिथे स्थितप्रज्ञ / ज्ञानी जागृत असतो, आणि सर्व प्राणिमात्र जिथे जागृत असतात तिथे त्या ज्ञानीस ती रात्र असते.

स्पष्टीकरण – इथे अंधःकार/किंवा रात्र म्हणजे अज्ञान आणि जागृत अवस्था म्हणजे ज्ञान असा अर्थ अभिप्रेत आहे. ज्ञानी आणि अज्ञानी ह्यांचा जीवनाकडे बघण्याचा दृष्टिकोन कसा एकमेकांविरुद्ध असतो ते इथे दाखवलं आहे.

ज्ञानीची दृष्टी	अज्ञानीची दृष्टी
१) तो निष्काम वृत्तीने कर्म करतो.	१) प्रत्येक कर्माच्या मागे काही ना काही फलाशा असते
२) तो आत्मज्ञानाबद्दल जागृत असतो.	२) तो आत्मज्ञानाबद्दल निद्रिस्त असतो.
३) तो निःस्वार्थीपणे जगाकडे पहातो.	३) तो स्वार्थीपणे जगाकडे पहातो.
४) तो आत्मप्रेरणांना प्राधान्य देऊन जीवन सार्थकी लावतो.	४) तो देहाशी निगडीत प्रेरणांनी जीवन जगतो.
५) आपल्याला आत्मसाक्षात्कार व्हावा ही त्याची इच्छा असते, त्यामुळे, त्यातच चिरंतर सुख मिळेल असं त्याला वाटतं.	५) देह, मनाच्या सर्व वासना आयुष्यभर पूर्ण व्हाव्यात असे त्याला वाटते.

श्लोक ७०

आपूर्यमाणमचल प्रतिष्ठं समुद्रमापः प्रविशन्तियद्धत् ।
तद्वत्कामा यं प्रविशन्ति सर्वे स शान्ती माप्नोति न कामकामी ।।७०।।

अर्थ – चोहो बाजूनी पाण्याने भरले जात असतानाही ज्याची मर्यादा चळत नाही अशा समुद्रात सर्व पाणी ज्याप्रमाणे शिरत असते, त्याचप्रमाणे ज्या पुरुषात सर्व विषय (त्याचं मानसिक स्थैर्य/शांती न बिघडवता) प्रवेश करतात त्यालाच खरी शांती मिळते. विषयांची इच्छा असणाऱ्याला ही शांती मिळणे शक्य नाही.

स्पष्टीकरण – सामान्य लोकांची विचारपद्धती

१) विषय उपभोग घेत राहून कामना अजून अजून वाढवत नेऊन मग त्या पूर्ण करण्याच्या शर्यतीत धावत रहायचं.

वासनांचे भोग पुन्हा पुन्हा नव्या अतृप्तीला जन्म देत रहातात. जेवढ्या वासना पूर्ण करू तेव्हढं आपलं आयुष्य यशस्वी होईल ही धारणा समाजाच्या दबावाखाली, तयार होते. इतर लोकांचे उपभोग स्तर बघून अजूनच इर्षा सुरू होते आणि पर्यायाने तो मनःशांती घालवून बसतो.

ह्या उलट ज्ञानी आतूनच शांत समाधानी असल्यामुळे तो ह्या शर्यतीमध्ये नसतोच. तो ही उपभोग घेतो. पण विचारपूर्वक संयमित, त्याची मनःशांती बाह्य जगताकडून, विषय उपभोगांकडून कधीही भंग केली जाऊ शकत नाही.

श्लोक ७२

एषा ब्राह्मी स्थितिः पार्थ नैनां प्राप्य विमुह्यति ।
स्थित्वास्यामन्त-कालेऽपि ब्रह्मनिर्वाण-मृच्छति ।।७२।।

अर्थ – हे पार्था, ब्राह्मी स्थिती म्हणतात ती हीच होय. ही प्राप्त झाल्यावर कोणीही मोहात पडत नाही आणि अंतकाळी, म्हणजे मरणाच्या वेळीसुद्धा ह्या स्थितीमध्ये राहून त्याला ब्रह्मनिर्वाण म्हणजे ब्रह्मामध्ये मिळून जाण्याचा मोक्ष मिळतो.

स्पष्टीकरण – प्रत्येक मानवी शरीरामध्ये चैतन्यरूपी आत्मा (आत्मतत्त्व) हे जर उपजतच असते तर मग आपण त्याबद्दल अनभिज्ञ तर असतोच, पण त्याबद्दल काही ऐकूनही आपण उदासिन का रहातो? कारण मन आणि अहंकार हा देहाशी निगडित रहातो. जेव्हा मन पूर्णपणे स्वच्छ शांत होतं, जेव्हा अहंकाराचा नाश होतो तेव्हाच पूर्ण ज्ञानमय, आनंदमय, प्रकाशमय आत्मा प्रदिप्त होतो आणि त्या अलौकिक आत्मतेजामध्ये, तो साधक विलिन होऊन स्वतःच जणू अंतिम आत्ममय होतो. ह्या स्थितीला 'ब्राह्मिस्थिती' असे म्हणतात. ही साधकाच्या तपस्येची उच्च, अवस्था होय आणि इथे, ही स्थिती अंतःकाली सुद्धा कायम रहाते असे म्हटलेलं आहे. कारण, साधकाला क्वचित कधी तरी ह्या अवस्थेचा अनुभव येऊ शकतो, पण ती अंतःकालीसुद्धा असणं खूप महत्त्वाचं असतं. कारण अंतःकाली जर ही ब्राह्मी स्थिती नसेल तर, तेव्हा ज्या वासना असतील त्याप्रमाणे पुन्हा जन्म घेणे टळत नाही आणि अर्थातच अंतःकाळापर्यंत ती अवस्था असण्यासाठी साधकाची आयुष्यभराची तशी तपस्या हवी. त्याशिवाय एकदम अंतःकालीच ही स्थिती येणे अशक्य आहे.

साधक ह्या ब्राह्मि स्थितीत राहिल्याने त्याला ब्रह्मनिर्वाण म्हणजे ब्रह्मामध्ये मिळून जाण्याचा (विलीन होण्याचा) मोक्ष प्राप्त होतो.

ही आत्मस्थिती प्राप्त करणं एव्हढं दुर्लभ का असतं ते आपण बघूया. शरीर धारण करणारा हा जीवात्मा मानला जातो म्हणजे

जीवात्मा म्हणजे → आत्मा + अंतःकरण
↓ ↓
जीवात्मा → शुद्ध चैतन्य तत्त्व आहे + प्रकृतीचे घटक आहे.

अंतःकरण हे चार घटकांनी मिळून बनलेले असते. मन, बुद्धी, चित्त आणि अहंकार व हे सर्व घटक प्रकृतीपासून निर्माण होतात, असं जरी असलं तरी अंतःकरणाच्या इतर तीन घटकांपेक्षा आत्मा हा अहंकारामध्ये प्रतिबिंबीत होतो असं मानलं जातं. म्हणून अहंकार या घटकाचा विचार केला आहे.

जीवात्मा = आत्मा + अहंकार

आता केवळ आत्मा हा घटक हवा असेल तर –

जीवात्मा – अहंकार = आत्मा असं समीकरण होईल.

म्हणजेच अहंकार वजा केल्यावाचून किंवा नष्ट केल्यावाचून प्रकाशरूप आत्म्याचे दर्शन होणार नाही.

आत्मा (हे बिंब आहे) = जीवात्मा हे प्रतिबिंब आहे जीवात्मा हे प्रतिबिंब आहे, अहंकार हा आरसा आहे.

अहंकार रूपी आरशात जीवात्मा हे आत्म्याचे प्रतिबिंब आहे. मन, अहंकार जेव्हा शुद्ध, स्वच्छ असेल, तेव्हाच आत्म्याची अनुभूती येईल.

अजूनही काही – चित्ताचे समत्व म्हणजे कार्यारंभापूर्वी जर आपण

यश = अपयश दोन्हीपैकी काहीही मिळालं तरी सुख = दुःख असं समजून

आणि जय = पराजय → असं समिकरण तयार करून, आपल्या मनाने दोन्हीकडे नजर सारखी ठेवून कार्याला सुरुवात करणे.

पण कोणीही झाला तरी यशाच्या अपेक्षेनेच सामान्यतः कार्य करतो हे लक्षात घेऊन ह्यामध्ये एक गोष्ट करता येईल. ती अशी :–

१) कार्याला आरंभ करण्यापूर्वी यशाचीच प्रबळ इच्छा ठेवली तरी हरकत नाही.

२) पण नंतर स्वतःला कर्मामध्ये पूर्णपणे झोकून देऊन, संभाव्य परिणामाच्या (अंतीम निकालाचा) विचारच न करता कार्यमग्न होणे.

आपण भगवद् गीतेच्या तत्त्वज्ञानात हळूहळू शिरायला लागतो. जबरदस्तीने सुरुवातीपासूनच त्यातील तत्त्वांप्रमाणेच वागण्याचा अट्टाहास धरला, तर त्यामध्ये आपण कमी पडू म्हणून हळूहळूच आपला स्तर उंचावत न्यायचा आहे आणि आपल्याशी नकळत हे घडू लागतं हे अगदी सर्वार्थाने सत्य आहे.

कर्म केल्यानंतर/करताना कर्मफलाची अपेक्षा नको म्हणजेच निष्काम कर्मयोगाचा सिद्धांत हा व्यावहारिक जगातील नोकरी धंद्यांसाठी लागू होत नसून लोककल्याणाची कर्मे, केलेली कर्मे ह्यासाठी हा नियम पाळावा अशी अपेक्षा आहे.

	(A)	(B)
	कर्मफलाची आसक्ती ठेवल्याने काय होईल ?	**कर्मफलाची आसक्ती न ठेवल्याने काय होईल?**
१)	आपले मन कर्मफलाच्या हिशोबात रंगून, स्वप्नरंजन करेल	मन शांतचित्त असेल

२)	कर्माची गुणवत्ता / प्रत बिघडू शकेल	एकाग्र चित्ताने कर्म उत्कृष्ट होईल
३)	शारिरीक मानसिक उर्जेचा, ताण-तणावांनी अपव्यय होईल.	शारीरिक मानसिक उर्जेचं संवर्धन होईल.

स्थितप्रज्ञता म्हणजे नेमकं काय ? तर

	सामान्यांची स्थितप्रज्ञता म्हणजे	**ज्ञानीची स्थितप्रज्ञता म्हणजे**
१)	दुसऱ्यांच्या दुःखात सहभागी व्हायचं नसल्यास मी त्या घटनांप्रती स्थितप्रज्ञ होते.	दुसऱ्यांचं दुःख हे त्याचच दुःख असतं, तो त्या लाटेत वहावत न जाता मदत करेल.
२)	प्रत्येक सुख दुःखांचे आवेग स्वतःवर ओढवून घेईल.	सुख दुःख ही अनिवार्य आहेत हे जाणून त्यांचा स्विकार करेल.
३)	सामान्य दैहीक पातळीवरच, दैहिक वर्तुळात जगत असल्याने, हजारो भावभावना इच्छा कामनांनी मन घेरलेलं असतं प्रत्येक सुखदुःखांच्या लाटेनं, मनावर परिणाम/आघात होतो.	ज्ञानी, दैहीक स्तर ओलांडून आत्मिक पातळीवरून देहाच्या, जगाच्या व्यवहाराकडे, मनोव्यापाकडे बघत असतो. सुखदुःखांचा स्विकार करतो, पण त्यातच गुंतून रहात नाही.

काम क्रोध वगैरे विकार, ह्याबाबतीत काय घडते ?

सामान्य व्यक्ती	**सुप्रज्ञ व्यक्ती**
बाह्य आकर्षणे	बाह्य आकर्षणे
↓	↓
विषय उपभोग इंद्रियांकडे पोचतात मनाकडे त्या संवेदना जातात	विषय उपभोग इंद्रियांकडे पोचतात मनाकडे त्या संवेदना जातात, पण
↓	↓
मन त्यामध्ये वहात जाऊन उपभोग आणि वासनांच्या चक्रात अडकते.	ज्ञानी विवेकपूर्ण बुद्धीने मनावर अंकुश ठेवता योग्य सयंमित उपभोग घेतो.

आपण खालील संकल्पना नीट समजुन घेऊया.

१) **परमात्मा** – अखील ब्रह्मांडाचे मूळ निर्गुण चैतन्य तत्त्वाला परमात्मा म्हणतात.

२) **आत्मा** – परमात्म्याचा निर्गुण चैतन्यरूप अंश म्हणजे आत्मा.

३) **जीवात्मा** – देहामध्ये स्थित असलेल्या (म्हणजेच पुरुष) आत्म्यास, जीवात्मा म्हणतात.

४) **आसक्ती** – कर्मफळाची वाजवी योग्य अपेक्षा ठेवणे चुकीचे नाही. पण जेव्हा त्याचा हट्ट, दुराग्रह सुरू होतो, मलाच हवं, एव्हढंच हवं, अमुकच हवं, तेव्हा तिला आसक्ती म्हणतात.

समारोप – एखादे कर्म हे योग्य किंवा अयोग्य ठरविण्यासाठी केवळ बाह्य परिणामांकडे बघून चालत नाही, तर कर्मामागची प्रेरणा त्याचा हेतू, त्याचे विचार हे जर सुयोग्य, नीतीपूर्ण पायावर उभारलेले असतील तर वरवर पहाता युद्धासारखे हिंसक कर्मही मुल्यांसाठी, आपल्या आत्मसन्मानासाठी करावेच लागते.

सूत्र – आपले कर्म हे नीतीधर्मांना अनुसरून असावे आणि स्वकर्तव्य निष्ठेने पूर्ण करत जावे.

कर्मयोग – अध्याय तिसरा

प्रस्तावना : मागील अध्यायामध्ये, आपण आपल्या स्व-स्वरूपाचे नेमकं ज्ञान जाणून घेऊन, आपण प्रत्येक कर्म, स्थिर बुद्धीने करावं, हे लक्षात घेतलं. पण आता, अर्जुनाने अशी शंका काढली की, कर्म करण्याचा तरी एव्हढा अट्टाहास का करायचा?

भगवंत, त्यावर आता इथे आपल्याला, निष्काम कर्माचं महत्त्व सांगत आहेत – कारण, कसं आहे ना की, कुणीही झाला तरी त्याला कर्मचक्रातून बाहेर पडताच येणार नाही. मग हे जर, खरंतर मग आता काय करावं? तर, कर्म तर करायचंच आहे, पण ते अशा कौशल्याने करायचाय की, त्याचे बंधन, मात्र लागणार नाही.

गीतेच्या या अद्भूत खजिन्यातून व्यक्तिगत विकसनाची, अशी एक-एक, सूत्रं गवसत जातात ना की बास रे बास!

कथा – 'डॉ. भरत वाटवानी'

प्रख्यात मानसोपचार तज्ज्ञ, डॉ. भरत वाटवानी यांना, १९८८ मध्ये, एकदा रस्त्यावरून जाताना, एक फाटक्या तुटक्या कपड्यामधील, ज्याचे मानसिक संतुलनही पूर्णपणे ढासळले होते असा एक माणूस दिसला आणि डॉक्टरांचा जीव कळवळला त्यांनी त्या मनोरुग्णला, त्यांच्या घरच्या लोकांशी भेट घडवून, त्याला, त्यांच्याकडे, पोचतं केलं.

आणि मग डॉक्टर साहेबांचे, ते जीवन ध्येयच झालं जणू. त्यांनी आत्तापर्यंत अशा जवळपास ५००० मनोरुग्णंची सेवा करून त्यांना त्यांच्या घरच्या माणसांबरोबर पुन्हा जोडून दिलं आहे.

त्याच्या ह्या अनमोल कार्याबद्दल, त्यांना २०१८ मध्ये, मगसेसे पुरस्काराने, सन्मानित करण्यात आलं.

निष्काम कर्मांचा तेजस्वी प्रकाश, कधी लपून रहात नाही! नाही का?

अध्यायामधील एकूण श्लोक – ४३

निरूपणासाठी घेतलेले श्लोक – ३, ४, ८, १३, १५, २०, २७, ३५, ४२, ४३ = १

समाजात रहात असताना प्रत्येकाने आपापल्या वाट्याला आलेली स्वकर्मे (धंदा, व्यवसाय, नोकरी वगैरे) केवळ स्वतःच्या स्वार्थापुरतीच न करता, समाजधारणेसाठी आपला त्याद्वारे सहभाग असायला हवा ह्या भावनेने ती कर्मे करायला हवीत. कर्मे करणे कुठल्याही माणसाला चुकत नाहीत हे जर सत्य आहे तर कर्मांचा कर्मयोग घडावा असे भगवंत प्रतिपादन करतात.

श्लोक ३

लोके स्मिन्द्विविधा निष्ठा पुरा प्रोक्ता मयानघ ।
ज्ञानयोगेन् साख्यांना कर्मयोगेण योगिनाम् ।।३।।

अर्थ – पूर्वी (हे निष्पाप अर्जुना) ज्ञानयोगाने सांख्यांची आणि कर्मयोगाने योग्यांची अशी ह्या लोकी दोन प्रकारची निष्ठा आहे असे मी सांगितले.

स्पष्टीकरण – पूर्वी म्हणजे गीतेच्या दुसऱ्या अध्यायात, आणि पूर्वी म्हणजे सृष्टीच्या आरंभी असाही अर्थ होतो.

भगवंतांनी सांख्य आणि योग अशा दुसऱ्या निष्ठा (मार्ग) जगाच्या आरंभीच सांगितल्या आहेत. जीवनाचे दोन मार्ग ज्यांनी अखेर मोक्ष मिळतो ते असे –

↓	↓
निष्ठा (१)	निष्ठा (२)
सांख्य योग	कर्मयोग
म्हणजे ज्ञानमार्ग होय.	म्हणजे कर्ममार्ग होय.
हा स्वतंत्र मार्ग आहे	हा स्वतंत्र मार्ग आहे

हे दोन्ही मार्ग स्वतंत्र मार्ग आहेत.

श्लोक ४

न कर्मणामनारम्भानैष्कर्म्य पुरुषोऽश्नुते ।
न च संन्यसना-देव सिद्धिं समधिगच्छति ।।४।।

अर्थ – पण कर्मांने प्रारंभ केला नाही म्हणजे पुरुषाला नैष्कर्म्य प्राप्त होते असे नाही आणि कर्मांचा संन्यास केल्याने सिद्धी मिळते असंही नाही.

स्पष्टीकरण – आपण कोणतेही कर्म केले तरी त्याचे काही ना काही बरेवाईट

परिणाम हे भोगावेच लागतात. हेच ते कर्माचे बंधकत्व. हे कर्माचे बंधकत्व कसे टाळता येईल ते बघूया :-

१) काही जण असं म्हणतात की, कर्म जर केलेच नाही तर मग बंधकत्व कसं लागेल? म्हणून कर्मच न करणे हा उपाय आहे. पण हा पर्याय चुकीचा ठरतो. कारण जोपर्यंत आपला देह आहे तोपर्यंत उठणे, निजणे, बसणे इतकंच काय जीवंत रहाणे हेसुद्धा कर्मच असल्याने कर्मशून्य रहाणं शक्य नाही.

२) मग आता कर्म जर अटळ आहे तर मग ते अशा काही तरी कौशल्याने करायला हवं की, ते कर्म करूनसुद्धा त्याचे बंधकत्व लागणार नाही. तर कर्माच्या ठिकाणी असलेली आपली आसक्ती सोडणे हीच त्यावर उपाययोजना आहे. आसक्ती विरहित. कर्माने, कर्माचे बंधकत्व (त्याचे परिणाम) लागत नाही व यालाच नैष्कर्म्य / नैष्कर्म्यसिद्धी म्हणतात. कर्माचा त्याग केल्याने सिद्धी मिळते असे नाही. कारण एकतर कर्माचा पूर्णपणे त्याग करणेच शक्य नाही आणि निव्वळ कर्माचा त्याग करून संन्याशीला सिद्धी मिळत नाही, तर ती त्याला आत्मज्ञानाने प्राप्त होते.

नैष्कर्म्य म्हणजे कर्मशून्यता नाही तर फलाशा सोडून निष्काम कर्म करणे म्हणजे नैष्कर्म्य.

श्लोक ३ (८)

नियतं कुरु कर्म त्वं कर्म ज्यायो ह्यकर्मणः ।
शरीरयात्रापि च ते न प्रसिद्ध्येदकर्मणः ।।८।।

अर्थ – तू तुझे नियत (नेमून दिलेले) कर्म कर. कारण कर्म न करण्यापेक्षा कर्म करणे अधिक चांगले होय. शिवाय तू जर कर्म केले नाहीस तर तुझा शरीर निर्वाहसुद्धा चालणार नाही.

स्पष्टीकरण – नियत कर्मे म्हणजे प्रत्येकाच्या वाट्याला आलेली कर्मे. भगवद्गीतेच्या काळी यज्ञयाग प्रचलित होते. त्यामुळे त्या काळाच्या संदर्भात कर्म म्हणजे प्रामुख्याने यज्ञ कर्म असे मानले जात असे.

वेदकालीन कर्माचे प्रकार असे पडतात :-

१) नित्य कर्म – प्रत्येकाचे स्वकर्तव्य/उद्योग, व्यवसाय.

२) नैमितिक कर्म – काही विशेष प्रसंगी करायची कर्मे.

३) काम्य कर्मे – कामना/इच्छा मनात ठेवून केलेली कर्मे.

४) निषिद्ध कर्मे – जी नितीधर्माविरुद्ध कर्म आहेत (जी करू नयेत)

यज्ञाचा अर्थ केवळ अग्नीमध्ये द्रव्याचे हवन करणे एव्हढाच मर्यादित अर्थ नसून, यज्ञ म्हणजे सृष्टी निर्माण करून तिची धारणा व्यवस्थित चालू रहाण्यासाठी सर्व

लोकांना नेमून दिलेली ज्याची त्याची कर्मे. ह्या अर्थाने, यज्ञचक्र आतासुद्धा कालबाह्य ठरत नाही.

आजच्या समाजव्यवस्थेप्रमाणे प्रत्येकाने आपापले व्यवसाय, धंदा, नोकरी (चार्तुवर्ण्य व्यवस्थेप्रमाणे नाही) करणे म्हणजे सुद्धा यज्ञ आहे. थोडक्यात, प्रत्येकाने आपापले स्वकर्तव्य उत्तम करावे हा त्याचा अर्थ. कर्म न करणे हे कोणत्याही प्रश्नाचं उत्तर होऊ शकत नाही. ह्याने फक्त आळशीपणा आणि बेजबाबदारपणाच वाढीला लागतो.

श्लोक १३

यज्ञशिष्ठाशिनः सन्तो मुच्यन्ते सर्व-किस्बिषैः ।
भुंजते ते त्वधं पापा ये पचन्त्यात्म-कारणात् ।। १३ ।।

अर्थ – यज्ञ करून अवशिष्ठ राहिलेल्या भागाचे ग्रहण करणारे सद्गृहस्थ सर्व पापांपासून मुक्त होतात. परंतु यज्ञ न करता केवळ आपल्यासाठीच अन्न शिजवतात ते पापी लोक, पाप भक्षण करतात.

स्पष्टीकरण – यज्ञ म्हणजे निव्वळ कर्मकांड नाही. ती मुख्यतः सामाजिक बांधिलकी कशी जपावी हे सांगणारी समाजपद्धती आहे.

यज्ञ म्हणजे आपण जे वैभव मिळवतो त्यावर फक्त आपलाच हक्क नसून, आपण समाजाचे लागतो, हे भान ठेवणं म्हणजे यज्ञ. योग्य रितीने संपत्ती मिळविल्यानंतर त्याचा आपण उपयोग घेण्यापूर्वी, त्याचा विनियोग कसा करावा ह्याचे काही निती नियम, धर्माने घालून दिले आहेत.

१) समाज धारणेसाठी – संपत्तीतील काही भाग राखून ठेवावा.

२) राष्ट्रधर्मासाठी – संपत्तीतील काही भाग राखून ठेवावा.

३) स्वजनाय – (आपले नातेवाईक, ओळखीचे) यांच्याकरता राखून ठेवावा.

४) अर्थाय – गुंतवणूक करण्यासाठी काही भाग राखून ठेवावा.

५) स्वतःच्या कुटुंबासाठी/स्वतःसाठी मगच खर्च करावा.

म्हणून समाजातील सर्व स्तरावरील लोकांचे ऋण फेडण्यासाठी पंचयज्ञाची संकल्पना मांडली गेली. ते पंचयज्ञ असे आहेत –

१) ब्रह्मयज्ञ – अध्यापन/अध्ययन – गुरुंचे ऋण फेडावे.

२) पितृयज्ञ – तर्पणाने – पितरांचे ऋण फेडणे.

३) देवयज्ञ – होमहवनाने – देवांचे ऋण फेडणे (म्हणजे सात्विक कर्म करणे)

४) भूतयज्ञ – प्राणी, पक्षी, किटक यांना अन्न देणें.

५) नृयज्ञ – अतिथीचे आदरातिथ्य करणे.

यज्ञ करून जे शेष राहील त्याला 'अमृत' म्हणतात आणि इतर सर्व जेवून जे

शेष राहील त्याला 'विधस' म्हणतात. योग्य मार्गाने कितीही संपत्ती मिळवा, पण त्यावर फक्त आपल्या एकट्याचाच अधिकार नाहीए हे लक्षात ठेवून ज्याचा त्याला वाटा देणे म्हणजे यज्ञ. अशी ही यज्ञाची उदात्त संकल्पना आहे.

श्लोक १५

कर्म ब्रह्मोद्भवं विद्धी ब्रह्माक्षर-समुद्भवम ।
तस्मात्सर्वगतं ब्रह्म नित्यं यज्ञे प्रतिष्ठितम् ।। १५ ।।

अर्थ – कर्माची उत्पत्ती ब्रह्मापासून म्हणजे प्रकृतीपासून आहे, असे जाणणे आणि हे ब्रह्म अक्षरापासून म्हणजे परमेश्वरापासून निघाले (निर्माण झाले) आहे. म्हणून सर्वगत ब्रह्मच नेहमी यज्ञात अधिष्ठित असते.

स्पष्टीकरण – परमेश्वर / परमात्मा/परब्रह्म (म्हणजेच मूळ चैतन्य तत्त्व)

↓ त्यापासून

ब्रह्म = मूळ प्रकृती (त्रिगुणात्मक) निर्माण झाली

↓

सर्व कर्म (यज्ञ) मानलं गेलं.

आता सृष्टीचक्र कसे निर्माण झाले ते बघू –

परब्रह्मपासून

↓ वेद निर्माण झाले

↓

यज्ञदिकर्म / कर्मब्रह्म पासून

↓

पाऊस/पर्जन्य निर्माण झाला

↓ मुळे

अन्नाची निर्मिती झाली

↓

प्राण्यांची निर्मिती झाली

असे हे सृष्टी चक्र आहे. ह्या सृष्टीचक्राचा आपण फक्त एक छोटासा घटक आहोत. म्हणून माणसाने स्वतःला सर्वश्रेष्ठ समजून सृष्टीचक्राचा घात न करता, दुरुपयोग न करता, सामंजस्य आणि सहकार्याने वागावे ही अपेक्षा आहे.

श्लोक २०

कर्मणैव हि संसिद्धी-मास्थिता जनकादयः ।
लोकसंग्रह-मेवापि सम्पश्यन्कर्तुमर्हसि ।।२०।।

अर्थ – जनकादिकांनीही याप्रमाणे कर्मानेच सिद्धी मिळवली. तसेच लोकसंग्रहाकडे दृष्टी ठेवूनही तुला कर्म करणेच योग्य आहे.

स्पष्टीकरण – वेदकालीन जनक राजा हा निष्काम कर्मयोगी होता आणि निष्काम कर्मयोगाने त्याने सिद्धी मिळवली असे त्याचे उदाहरण भगवंत इथे देत आहेत. कोणालाही (ज्ञानी किंवा अज्ञानीला) कर्म करणं चुकत नाही. तसेच कर्मशून्य राहून सिद्धी मिळू शकत नाही. म्हणून निष्कामतेने कर्म करणं हा मोक्षासाठी उत्तम मार्ग आहे.

निष्काम कर्मयोगामध्ये

↓ ↓

कर्महीे येते आणि संन्यासही येतो

↓

कर्म येते आणि कर्मफळांच्या आसक्तीचा संन्यास ह्यामध्ये केला जातो.

↓ ह्या निष्काम कर्मामुळे मोक्ष/
किंवा सिद्धी प्राप्त होते

लोकसंग्रह ह्या संकल्पनेमध्ये खूप खोल अर्थ भरला आहे. यामध्ये लोकसंग्रह = लोककल्याण करणे असा अर्थ आहे.

१) समाजधारणा करणे.

२) सर्व लोकांचे उत्तम पोषण व्हावे.

३) समाजाचे अन्यायापासून संरक्षण होणे.

४) दुर्बल पीडीत लोकांची काळजी घेणे.

५) पर्यावरण आणि निसर्गसंवर्धन, याबाबत काळजी घेणे.

ह्या सर्व गोष्टी अंतर्भूत होतात. ज्ञानींनी समाजाकडे पाठ न फिरवता हे कार्य आवर्जून करायला हवे कारण –

१) ज्ञानींची दृष्टी ही सर्वांभूती एक आत्मा अशी असल्याने ते मुख्यतः निःस्वार्थीपणे, निर्लोभपणे समाजाच्या उद्धाराकरीता समत्व बुद्धीने (भेदभाव न करता) कार्य करतात. म्हणून ब्रह्मज्ञानानंतर ज्ञानीने केवळ स्वतःच्या समाधीसुखात, ध्यानावस्थेत बुडून जाऊन लोकांचा विचार न करणे हे योग्य नाही, असे भगवंत म्हणतात आणि केवळ ज्ञानीच नाही तर आपण प्रत्येकाने हे लोकसंग्रहाचे तत्त्व आपल्या क्षमतेप्रमाणे अमलात आणून समाजाच्या उन्नतीकरता झटायला हवं. मला काय देणं घेणं लोकांशी? असा स्वार्थी विचार करून फक्त स्वतःपुरतं आणि आपल्या कुटुंबापुरतं बघणं योग्य नाही. असा खोल अर्थ ह्या श्लोकात दडला आहे.

श्लोक २७

प्रकृतेः क्रियमाणानि गुणैः कर्माणि सर्वशः ।
अहंकार–विमूढात्मा कर्ताहमिति मन्यते ।। २७ ।।

अर्थ – प्रकृतीचा (सत्व, रजो, तमो) गुणांनी सर्व प्रकारे कर्म होत असता, अहंकाराने वेडावलेला (अज्ञानी पुरुष) मी कर्ता असे मानतो.

स्पष्टीकरण – इथे ह्या श्लोकामध्ये अज्ञानी आणि ज्ञानी स्वतःचे स्वरूप काय आहे हे ज्याप्रकारे जाणतात त्याप्रमाणे त्यांचे अनुभव, त्यांचे अनुमान आणि निष्कर्ष बदलतात. अज्ञानी नेहमीच मी कर्ता आहे असं का म्हणतो ते बघूया :-

अज्ञानी म्हणजे स्वस्वरूपाचे अज्ञान, ज्याला आहे तो, →	**ज्ञानी म्हणजे स्वस्वरूपाचे यथार्थ ज्ञान ज्याला आहे, तो.**
१) त्याला मी म्हणजे देह हा ठाम विश्वास असतो, त्यामुळे	मी म्हणजे आत्मा हा ठाम विश्वास असल्याने
१) देह हा प्रकृतीपासून बनलेला आहे, आणि प्रकृती त्रिगुणात्मक आहे. सत्वमुळे रजोमुळे तमोमुळे अंतःकरण इंद्रिये देह निर्माण होतो. आणि, ह्यांच्या व्यापाराने कर्म निर्माण होते.	देह हा प्रकृतीपासून बनलेला आहे, ह्याचे भान आहे. व प्रकृती त्रिगुणात्मक आहे. सत्व रजो तमो गुणांमुळे अंतःकरण इंद्रिये देह निर्माण झाले. त्यांच्या व्यापाराने कर्म निर्माण होते. हे ज्ञानी जाणतो.
↓ त्यामुळे अहंकार निर्माण होतो गुण म्हणजे विषय, आणि गुण म्हणजे इंद्रिये, असा अर्थ होतो.	↓ म्हणजे हे गुणकर्म सर्व प्रकृतीमुळे होतं, ह्याची जाणीव असते. विभाग म्हणजे आत्मा
अज्ञानी म्हणजे इंद्रिये विकारी म्हणून ती इंद्रिये विषयांकडे ओढली जातात. विषय उपभोगात आसक्ती येते. कर्मामध्ये अहंकार येतो. कर्मफळामध्ये अभिमान येतो. कारण देह मनाशी आपली एकरूपता असते.	ज्ञानी म्हणजे हा आत्मा अविकारी आहे म्हणून ज्ञानी विषयांकडे ओढला जात नाही. विषय उपभोगात अनासक्ती येते) कर्मामध्ये अहंकार नाही) कर्मफळामध्ये अभिमान नसतो. कारण हे सर्व देह मनाचे व्यापार आहेत, हे माहित असतं. मी आत्मा ह्या सर्वांहून

अलिप्त आहे, हे तो जाणतो.
मी (आत्मा) साक्षी आहे.
मी म्हणजे देह नाही. हे तो जाणतो.

एखाद्या सांघिक खेळामध्ये खेळाडू एकत्रपणे असतात. पण त्या खेळाचा जो पंच (अंपायर) म्हणून नेमलेला असतो, तो स्वतः त्या खेळामध्ये न उतरता त्यांचा केवळ तटस्थपणे साक्षी असतो. त्याने अलिप्त राहून खेळाचा निर्णय घ्यावा अशी अपेक्षा असते. त्याचप्रमाणे सारा खेळ देहाचा (प्रकृतीचा) आहे. पण मी म्हणजे आत्मा असल्याने मी ह्यामध्ये आसक्त होत नाही आणि जो मी म्हणजे देह आणि मन, बुद्धी आणि इंद्रियांशी एकरूप रहातो, तो मी कर्ता आहे असं मानतो. ह्या सर्व प्रकृतीच्या गुणांमुळे होणाऱ्या कर्माला 'गुणा, गुणेषु, वर्तन्ते' म्हणजे ह्या सर्व गुणांचा एकमेकांमध्ये खेळ/व्यापार/व्यवहार चालला आहे. मी (आत्म्याने) त्यामध्ये आसक्त व्हायचं काही कारण नाही. असा त्याचा अर्थ आहे.

श्लोक ३५

श्रेयान्स्वधर्मो विगुणः परमधर्मात्स्वनुष्ठितात् ।
स्वधर्मे निधनं श्रेयः परधर्मो भयावहः ।। ३५ ।।

अर्थ – परक्याचा धर्म जरी सुखाने आचरिता आला तरी त्यापेक्षा आपला धर्म, सदोष असला तरी तोच पाळणे हितावह आहे. स्वधर्म पाळत असताना मरण आले तरी त्यात कल्याण आहे. परंतु परक्याचा धर्म भयंकर असतो.

भगवद्गीतेच्या काळी चार्तुर्वण्य व्यवस्था समाजामध्ये होती, जी व्यक्तीच्या गुणकर्मविभागानुसार होती. त्याप्रमाणे ह्याचा अर्थ असा होतो की गुणवर्णाप्रमाणे प्रत्येकाच्या वाट्याला आलेले जे जे उद्योग व्यवसाय आहेत, ते त्याने व्यवस्थितपणे केले पाहिजेत.

समाजधारणेसाठी वेगवेगळ्या व्यवसायांची गरज असते आणि एकदा एक व्यवसाय स्विकारल्यावर तो व्यवसाय धंदा, स्वकर्म, स्वकर्तव्य म्हणजे स्वधर्म ठरतो. मग नंतर त्याच्यात दोष काढून तो सोडून देणं योग्य नाही. कारण प्रत्येक धंद्यात काही ना काही दोष असतात अडी- अडचणी येतात.

जेव्हा संकट येतात तेव्हा माणसाची प्रवृत्ती असते की, त्याला तेव्हा स्वतःचा व्यवसाय दोषपूर्ण वाटायला लागतो आणि इतर व्यवसाय अधिक चांगले आहेत असं वाटू लागतं. पण म्हणून आपला व्यवसाय त्यागणे बरोबर नाही. वेळप्रसंगी स्वधर्म पालनामध्ये मग मरण आलं तरी स्विकारायला हवे, पण परक्याचा धर्म अवलंबू नये.

स्वधर्म म्हणजे काय, ह्याचा विचार करू. स्वधर्म म्हणजे ज्याने त्याने

आपापली आवड, क्षमता, आपापलं शिक्षण ह्यानुसार निवडलेलं कार्यक्षेत्र, प्रत्येकाचे व्यक्तिमत्व वेगवेगळे असते. कोणी शिक्षक म्हणून उत्तम कार्य करेल, तर कोणी डॉक्टर म्हणून चांगलं काम करेल, तर कोणी उत्तम कलाकार असेल म्हणजेच, असं की

ज्याची त्याची उपजत आवड लक्षात घेऊन

↓

त्याच्या विचारांची पद्धत

↓

त्याची क्षमता लक्षात घेऊन मगच ध्येय ठरवायला हवं.

↓

नैसर्गिक गुणवत्ता हवी. कष्ट करण्याची तयारी हवी. तो जे शिक्षण घेईल, ते,

↓ आणि

ह्या सर्वांनी मिळून त्याचा धंदा / व्यवसाय उद्योग / नोकरी / काम कार्य ठरतं.

↓

तोच त्याचा स्वधर्म ठरतो.

तेव्हा पूर्वी चातुर्वण्य व्यवस्था होती हे खरं; पण त्या त्या काळाच्या समाज व्यवस्थेप्रमाणे व्यवसाय निश्चितीचे निकष बदलत राहिले तरी मुख्यतः व्यक्तीच्या प्रेरणा, क्षमता, आवड आणि शिक्षणाने त्याचे कार्यक्षेत्र ठरत असते आणि तोच त्याचा स्वधर्म होतो.

श्लोक ४२

इन्द्रियाणि पराण्या-हुरिन्द्रियेभ्यः परं मनः ।
मनसस्तु परा बुद्धिर्यो बुद्धेः परतस्तु सः ।।४२।।

अर्थ – असे म्हणतात की स्थूल बाह्य पदार्थांच्या मानाने ते पदार्थ जाणणारी इंद्रिये पर म्हणजे पलीकडची/किंवा श्रेष्ठ असतात. इंद्रियांच्या पलीकडचे श्रेष्ठ मन असते. मनापेक्षा ही श्रेष्ठ बुद्धी, आणि बुद्धीच्या पलीकडचा श्रेष्ठ आत्मा आहे.

श्लोक ४३

एवं बुद्धेः परं बुद्ध्वा संस्तभ्यात्मानमात्मना ।
जहि शत्रुं महाबाहो कामरुपं दुरासदम् ।।४३।।

अर्थ – याप्रमाणे बुद्धीच्या पलीकडच्या म्हणजे श्रेष्ठतम आत्म्याला ओळखून आणि आपणच आपल्याला सावरून धरून हे महाबाहो अर्जुना दुरासाह्य कामरूपी शत्रूला तू मारून टाक.

स्पष्टीकरण – आपल्याला जर लोककल्याणाची निष्काम कर्मे करायची असतील तर अर्थातच आपले विचार, मन आणि बुद्धी सुसंघटित हवी. ह्या सर्वांमध्ये सुसुत्रता असेल तरच इच्छित गोष्टी घडू शकतात. ह्यासाठी आपली इंद्रिये सर्वप्रथम आपल्या ताब्यात हवीत. म्हणजे काय? तर, मन जर विषय उपभोगांकडे धावायला लागेल तर, त्या वासना लोककल्याणाच्या इच्छेहून प्रभावी ठरतील आणि बुद्धीची निर्णयक्षमता ही अस्थिर होईल. आता ही इंद्रिय आपल्याला दोन प्रकारे ताब्यात ठेवता येतात.

१) इंद्रियाचे विषय उपभोग संयमित ठेवून म्हणजे

स्वेच्छा – इंद्रिये

उपभोग फक्त ४०% घ्यायचा   लोककल्याणाची कामे ६०% करायची.

अशा प्रकारे वागता येईल.

(जी एरवी उपभोगांसाठीच फक्त १००% वापरली गेली असती)

२) किंवा,   इंद्रियांचा उपयोग

जबरदस्तीने उपभोग   लोककल्याणाची कामे

नाकारून उपभोग कमी करणे   ह्यासाठी वापरणे

↓

ह्यातील धोके

१) जबरदस्तीने इंद्रिय निग्रह जास्त काळ टिकत नाही.

२) माणसाला त्यातून सुख लाभत नाही. मग कधीतरी इंद्रिये बंड करून जुमानत नाहीत आणि

ब) उपभोग ९०% आणि लोककल्याण १०% अशी अवस्था येते.

म्हणून भगवंतांनी इथे स्वतःला सावरून धरण्याबद्दलचं महत्त्व सांगितलं. इंद्रिये का बलवान ठरतात? तर उपभोग, बाह्य वस्तू त्या सर्वांचे आकर्षण हे सर्व उपजतच माणसाला खेचून घेत असतात. म्हणून त्या वासना पूर्णपणे नष्ट करून चालत नाहीत. कारण कधी ना कधी त्या उसळून वर येतात. त्यापेक्षा संयमन हा इंद्रिय निग्रह करण्याचा प्रभावी, संतुलीत उपाय आहे.

ह्या कामरूपी शत्रूला का मारायचे ? तर, नाहीतर त्यांच्या मागण्या न संपणाऱ्या असल्यामुळे मनुष्य त्याच चक्रात अडकून जातो. पूर्ण आयुष्य संपत. पण भोगाच्या वासना काही संपत नाहीत. मग आपण कधी आपला जगण्याचा स्तर श्रेष्ठ करणार? कधी आपल्यातील इश्वरीय अस्तित्वाचे प्रगटीकरण करणार? हे करायचं असेल तर ते उगीचच होत नाही. त्यासाठी प्रयत्न, चिकाटी आणि संयमनाची गरज असते.

अजून थोडक्यात काही

१) मनुष्याने जे वासनांवर नियंत्रण ठेवायचे ते जबरदस्तीने नव्हे किंवा ढोंग म्हणून केवळ लोकांना दाखवण्यासाठी म्हणून नाही तर विषय उपभोग वासनांवर विवेकपूर्ण संयमन ठेवणे हे भगवद्गीतेला अपेक्षित आहे.

२) 'यज्ञ' ह्या संकल्पनेबद्दल बरेच गैरसमज आढळून येतात; पण त्यामागील श्रेष्ठ तत्त्व आपण लक्षात घ्यायला हवं.

यज्ञाबद्दलचे गैरसमज	यज्ञाचा योग्य अर्थ असा आहे.
१) यज्ञ एक केवळ कर्मकांड आहे.	१) यज्ञाचा अर्थ असा आहे की, समाज धारणेसाठी ज्याने त्याने त्याचे विहीत कर्म करावे. तोच यज्ञ होय.
२) केवळ स्वार्थासाठी किंवा स्वर्गप्राप्तीच्या इच्छेने करायचे एक साधन आहे.	२) फक्त स्वतःपुरताच विचार नसून त्यामध्ये स्वसुखाबरोबरच सामाजिक, बांधिलकीचे तत्त्व ही जपलेले आहे.
३) केवळ तीळ, तांदुळ वगैरे अग्नीत अर्पण करणे, एव्हढच कार्य आहे.	३) हे सांकेतिक आहे. प्रत्येकाने आपल्या वैभवातील काही भाग समाजाचा आहे. ह्या अर्थाने स्वसुखाच्या काही भागाची आहुती देणे अपेक्षित आहे.

२) लोकसंग्रह – भगवद् गीतेमध्ये केवळ मोक्ष प्राप्ती हे एकच ध्येय नसून मोक्षप्राप्ती इतकेच महत्त्व समाजधारणेला देण्यात आलं आहे. स्व-आत्मविकसनाबरोबरच, समाजातील प्रत्येकानेच आपापले कर्तव्य नीट पार पाडून, समाजविकसन प्रक्रियेत भाग घ्यायचाच आहे. पण ज्ञानी / शहाण्या, बुद्धिमान लोकांवर ही जबाबदारी फार मोठी आहे. लोकसंग्रह म्हणजे लोककल्याणासाठी झटणे. समाजाचे धारण-पोषण योग्य मार्गाने होण्यासाठी त्यात ज्ञानी लोकांचा सक्रिय सहभाग हवा. त्यांचा वचक/ एक आदरयुक्त धाक, समाज मनावर असायला हवा. त्यांनी उदासिन राहून, आळशीपणा करून चालणार नाही. नाहीतर लोकांपुढे चुकीचे आदर्श उभे रहातात.

प्रत्यक्ष भगवंत जर समाज रक्षण आणि लोक कल्याणासाठी वेळोवेळी अवतार घेतात तर ज्ञानी जनांनी निष्कामपणाने अत्यंत तळमळीने समाजोद्धारासाठी झटायलाच हवे. हा महत्त्वपूर्ण संदेश 'भगवद्गीता' आपल्याला देते.

समारोप – निःस्पृहपणे लोककल्याणासाठी झटणाऱ्या महात्म्यांना परमसिद्धी प्राप्त होते. साक्षात भगवंताचा आशिर्वाद त्यांच्यामागे असतो.

आपण स्वतःचा विकास साधत असतानाच, आपल्याला, शक्य होईल तेव्हढं, समाजाचंही, भलं करण्याचा प्रयत्न करायचाय ह्यानेच तर एकप्रकारे ईश्वर प्राप्ती होते! अगदी निश्चितपणे -

भगवान श्रीकृष्ण, आपल्या बरोबरच संसार नदीच्या पाण्यात उतरून, आपला हात धरून, आपल्याला नदी पार करायला मदत करतात. नुसताच कोरडा उपदेश ते करत नाहीत. अर्जुनाच्या रथाचं त्यांनीच तर 'सारथ्य' केलंय.

सूत्र – प्रत्येकाने आपापल्या क्षमतेप्रमाणे समाज विकसन मार्गावर आपला सहयोग देणं अपेक्षित आहे.

ज्ञानकर्म संन्यास योग – अध्याय चौथा

प्रस्तावना : आपण मागील अध्यायामध्ये निष्काम कर्मयोग बघितला. आता ह्या अध्यायात काय, काय आहे? तर –आपण पाहू की,

१) ह्या कर्मांचा पाया, हा 'आत्मज्ञान' हवा,

२) कर्मांचे प्रकार जाणून घेऊ,

३) परमेश्वर अवतार घेतो, म्हणजे नेमकं काय?

४) यज्ञाचे प्रकार, ज्ञानयज्ञाची महती, वगैरे.

कथा 'याज्ञवल्क – गार्गी संवाद'

वैदिक कालीन प्रख्यात राजाजनक, ह्याच्या राजदरबारामधील, प्रमुख नऊ रत्नांमधे, गार्गी ह्या ब्रह्मवादिनी पंडीतेचा सुद्धा समावेश होता. एकदा, दरबारामध्ये, गार्गीने, याज्ञवल्क ऋषींशी, संवाद केला होता, तो संक्षिप्तपणे असा–

गार्गी – आपण श्रेष्ठ आत्मज्ञानी ऋषी आहात हे तर खरंच आहे, पण आपण तर 'गृहस्थाश्रमी' आहात, मग हे कसं काय शक्य आहे. आत्मज्ञानासाठी तर संन्यास आवश्यक आहे.

याज्ञवल्क – ज्याला, परब्रम्हाचं यथार्थ ज्ञान होतं, तो आत्मज्ञानी, मग तो संसारी असला तरी काय बिघडतं?

गार्गी – पण संसारी, कर्मबंधनामधे अडकतो मग जो, मुक्त नाही, तो कसा काय आत्मज्ञानी होऊ शकेल?

याज्ञवल्क – लग्न म्हणजे बंधन आहे का?

गार्गी – अर्थातच, संसाराच्या जबाबदाऱ्या येतात, हजारो कर्मे करावी लागतात.

याज्ञवल्क – पण ह्या जबाबदाऱ्या, प्रेमापोटी घेतल्या जातात की बंधनापोटी?

गार्गी – प्रेम हेच तर बंधन आहे.

याज्ञवल्क – अजिबातच नाही. खरं प्रेम दुसऱ्याला बांधून ठेवत नाही.

गार्गी – पण प्रेम हे मुळातच स्वार्थी असतं.

याज्ञवल्क – अंहं ! जेव्हा प्रेमामधे अहंकार, अभिमान येतो, तेव्हाच ते स्वार्थी होतं. नाहीतर आपण जर निरपेक्ष मनाने, संसारातील, सर्व कर्मे करू, तर ती कर्मे करूनही, मनुष्य, त्याचं बंधन न लागता 'संसारी' असूनही मुक्त असेल.

याज्ञवल्क महर्षींच्या ह्या उत्तराने, गार्गीच्या मनातील संशय दूर झाला, आणि कर्मयोगातच संन्यासही अंतर्भूत करता येतो, हेही, तिला उमगलं –

अध्यायाचे एकूण श्लोक – ४२

निरूपणासाठी घेतलेले श्लोक – ७, ८, १७, १८, २३, ३३, ४२ = ७

निष्काम कर्मयोगाची महती इथे सांगितलेली आहे. तसेच प्रत्येक कर्म ज्ञानमय दृष्टीने केल्याने आणि निरासक्तीने केल्याने त्याचे बंधकत्व तर लागत नाहीच, पण ह्यामुळे मोक्ष प्राप्त होऊन, जन्म मरणाचा फेरा सुटतो. यज्ञ म्हणजे काय त्या संकल्पनेच्या मागील खोल अर्थही आपल्याला इथे समजून येतो.

श्लोक ७

यदा यदा ही धर्मस्य ग्लानिर्भवति भारत ।
अभ्युत्थानमधर्मस्य तदात्मानं सुजाम्यह ।।७।।

अर्थ – हे भारता, जेव्हा जेव्हा धर्माची ग्लानी होऊन अधर्माचे प्राबल्य माजते तेव्हा तेव्हा मी अवतार घेत असतो.

श्लोक ८

परित्राणाय साधुनां विनाशाय च दृष्कृताम ।
धर्मसंस्थापनार्थाय सम्भवामि युगे युगे ।।८।।

अर्थ – जेव्हा जेव्हा जगामध्ये अनाचार, भष्ट्राचार माजतो, नीतीमत्ता पायदळी तुडवली जाते आणि अधर्म माजतो तेव्हा तेव्हा परमेश्वर शरीर रूपामध्ये पराक्रमी पुरुषाचा अवतार घेऊन अवतिर्ण होतो आणि जगाचे अन्यायापासून संरक्षण करतो.

स्पष्टीकरण – धर्म म्हणजे ज्यामुळे समाजाची धारणा होते, सज्जनांचं संरक्षण होतं आणि नितीपूर्ण समाजव्यवस्था निर्माण केली जाते, त्याला धर्म असे म्हणतात. सुधर्म रक्षणासाठी वेळप्रसंगी कठोर होऊन दुष्टांचं निर्दालनही करावं लागतं. त्यामुळे जेव्हा दुष्टांचं प्राबल्य माजतं तेव्हा प्रत्यक्ष परमेश्वर शरीररूपात अवतीर्ण होतात आणि धर्म संस्थापनेचं कार्य करतात.

सदाचार हा धर्माचा गाभा आहे. ऐहीक उत्कर्षाबरोबरच, पारलौकीक सुखाचाही

विचार धर्माअंर्तगत येतो. धर्मपालन ह्या संकल्पनेत संतोष, क्षमा, शुद्धता, अहिंसा, दान, तपस्या वगैरे गुणांचाही समावेश होतो.

व्यक्ती सुखाबरोबरच समाजाचेही सुख बांधलेले हवे. म्हणून व्यक्तिगत स्वार्थ हा समाज उत्कर्षाशी विसंगत असता कामा नये. व्यष्टी, समष्टी आणि परमेष्ठी असं मिळून विणलेली ही सृष्टी आहे. त्यामध्ये समन्वय हवा, समतोल हवा.

जेव्हा नीती मूल्यांची घसरण चालू रहाते तेव्हा ईश्वर स्वतः योग्य ते शरीर धारण करून समाजरक्षणासाठी अवतार घेतात. भगवान श्रीकृष्णांना पूर्णावतार मानले जाते, कारण दुष्टांच्या निर्दलन आणि सज्जनांच्या रक्षणासाठी त्यांनी अवतार घेतला आणि त्यांच्या कार्यसमाप्तीनंतरही ते काही काळ भूतलावर राहिले.

(मत्स्य, कूर्म, वराह, नृसिंह, वामन, परशुराम, श्रीराम, श्रीकृष्ण, विठ्ठल आणि कल्की (हा १० वा अवतार अजून व्हायचा आहे) असे भगवंताचे अवतार झालेले आहेत.)

श्लोक १७

कर्मणो ह्यपि बोद्धव्यं बोद्धव्यं च विकर्मणः ।
अकर्मणश्च बोद्धव्यं गहना कर्मणो गतिः ।।१७।।

अर्थ – कर्माची गती गहन आहे म्हणून कर्म म्हणजे काय हे ही जाणिले पाहिजे आणि विकर्म (विपरीत कर्म) म्हणजे काय हे ही कळले पाहिजे, आणि अकर्म (कर्म न करणे) म्हणजे काय हे ही कळलं पाहिजे.

श्लोक १८

कर्मण्यकर्म यः पश्येदमकर्मणि च कर्म यः ।
स बुद्धिमान्मनुष्येषु स युक्तः कृत्स्नकर्मकृत् ।।१८।।

अर्थ – कर्माचे ठिकाणी अकर्म आणि अकर्माचे ठिकाणी कर्म ज्याच्या नजरेत येते तो पुरुष सर्व मनुष्यात ज्ञानी आणि तोच युक्त म्हणजे योगयुक्त आणि सर्व कर्मे करणारा होतो.

स्पष्टीकरण – प्रथमतः कर्माचे जे तीन प्रकार काय आहेत ते बघूया –

	कर्म	अकर्म	विकर्म
१)	ज्याचे त्याचे	म्हणजे कर्म	निषिद्ध कर्मे
	विहीत कर्म	संन्यास	विपरीत कर्मे
	(धंदा व्यवसाय वगैरे)	किंवा कर्मशून्यता (शब्दशः अर्थ)	

ब्रह्मांडाच्या ह्या संसार चक्रामध्ये प्रत्येक मनुष्याला काही ना काही कर्म हे करावेच लागते. नुसतं श्वासोश्वास घेऊन जिवंत रहाणे हेसुद्धा कर्मच आहे म्हटल्यावर

कुणाचीही कर्मापासून ब्रह्मांडाच्या ह्या संसार चक्रामध्ये प्रत्येक मनुष्याला काही ना काही कर्म हे करावेच लागते. सुटका होत नाही. म्हणून कर्मशून्यता ह्या अर्थाने आपल्याला अकर्मचा अर्थ लावता येणार नाही. कर्म म्हणजे निव्वळ क्रिया/कृती नाही, तर ते केल्यानंतर त्याचे पुढे जे परिणाम (फळं/बरेवाईट परिणाम) निर्माण होतात, त्या परिणामांचे बंधन आपल्यावर पडते आणि त्याचा विचार करावा लागतो.

कर्म करा → त्याचे परिणाम होतात (कर्मफळ) → त्याचे बंधन पडते.

कर्माच्या बंधकत्वावरून कर्माचे अकर्मत्व ठरवायला हवे. कर्म केले, पण त्याचे बंनधकत्व लागले नाही तर ते अकर्म होते. जर बंधकत्व शून्य असेल तर कर्म करूनही ते अकर्म होते, कसे ? तर त्याला एकच उपाय आहे. निष्कामतेने कर्म करणे हा उपाय आहे.

निष्काम कर्मामध्ये -

१) फलाशा/आसक्ती नाही.

२) मी करतो हा अहंकार/अभिमान नाही.

३) केवळ स्वकर्तव्य ह्या भावनेने कर्म केले जाते.

४) म्हणून त्याचे बंधन पडत नाही.

म्हणून निष्काम कर्म = अकर्म

अकर्म = निष्काम कर्म

कर्म स्वतः अचेतन आहे. ते स्वतः बरे किंवा वाईट नसते. पण मनुष्य आपला जीव/आपलं मन कर्मामध्ये गुंतवून आसक्तीमुळे ते कर्म बरे वाईट ठरवत असतो.

कर्माचे बंधन न पडण्यासाठी, काय हवं? तर

१) आसक्ती नको.

२) कर्त्याची बुद्धी स्थिर, शुद्ध हवी.

मनोनिग्रहाने - बुद्धी स्थिर रहाते/स्थिर होते. शांत, सम, शुभ बुद्धीने निष्काम कर्म केले की त्याचे बंधकत्व पडत नाही. कर्माचे प्रकार पडतात ते पाहू.

	शुक्ल कर्म ↓	**कृष्ण कर्म** ↓	**शुक्ल कृष्ण कर्म** ↓	**अशुक्ल कर्म** ↓
१) अर्थ	कल्याणकारी चांगली कर्मे होतात	दुष्ट कर्मे होतात	काही चांगली, काही वाईट कर्मे असतात	निष्काम कर्मे होतात.
२) कर्मफळ	चांगली मिळतात	वाईट मिळतात	मिश्र मिळतात	कर्मफळ संचितामध्ये जमा होत नाही.

३) गती	देवादिकांची शुभयोनी प्राप्त होते.	असूरी योनी प्राप्त होते.	मनुष्य योनी प्राप्त होते.	पुन्हा जन्म नाही.

म्हणजेच -

१) कर्म - नित्य, नेमलेली कर्मे करायला हवीत.

२) विकर्म - अयोग्य विपरित कर्मे - टाळायला हवीत.

३) अकर्म - १) आसक्ती रहित कर्मे - करायला हवीत.

२) पूर्णपणे कर्मसंन्यास करूनही अकर्म ह्या संज्ञेमध्ये त्याला बसवता येते हे खरं आहे, पण तत्त्वतःच पूर्ण कर्म संन्यास होऊ शकत नाही.

श्लोक २३

गतसंगस्य मुक्तस्य ज्ञानावस्थितचेतसः ।
यज्ञायाचरतः कर्म समग्रं प्रविलीयते ।।२२।।

अर्थ - आसंगरहित, मुक्त ज्ञानाच्या ठिकाणी स्थिरचित्त झालेला, आणि केवळ यज्ञासाठी म्हणून कर्म करणारा असा जो पुरुष त्याचे कर्म समग्र लयाला जाते.

निष्काम कर्मयोगीची सर्व श्रेष्ठ वैशिष्ट्ये ह्या श्लोकामध्ये सांगितली आहेत.

१) तो आसंगरहित असतो. सामान्य माणूस बाह्य जगतातील वस्तू पदार्थ उपभोग ह्यांच्याकडे सतत आकृष्ठ होत असतो. त्याच्या मन बुद्धीची यंत्रणा ह्या सर्व गोष्टींमध्येच अडकून पडलेली असते पण कर्मयोगी मात्र -

१) उपभोग, सन्मान, किर्तीसाठी व्याकुळता नाही.

२) धन-दौलत, संपत्तीची हाव नाही.

३) बुद्धी स्थिर रहाते.

२) तो ज्ञानामध्ये स्थिरचित असतो :- म्हणजे -

ज्ञान म्हणजे आत्मज्ञान. परमेश्वर स्वरूपाचे यथार्थ ज्ञान. त्याच्यासाठी सर्व जगच ईश्वरमय झालेले असते.

३) तो यज्ञासाठी म्हणून कर्मे करतो. म्हणून त्याचे कर्म समग्र लयाला जाते. यज्ञ ह्या संकल्पनेचा खोल अर्थ इथे उलगडून दाखवलेला आहे. यज्ञ म्हणजे केवळ ज्याची त्याने आपापली स्वकर्तव्य करणे किंवा होमहवन करणे असा नसून, अग्नीत आहूती देताना आपण जे इदं न मम, हे माझे नव्हे, असे जे म्हणतो ते यज्ञाचे मर्म आहे.

आपण जेव्हा आपल्या वैभवातील काही भाग, माझा नाही असे म्हणून त्यातली ममत्व बुद्धी काढून लोकहितार्थ/परमेश्वरार्पण बुद्धीने त्यावरील आपला हक्क

सोडतो तेव्हा तो यज्ञ होतो. ह्यामध्ये सामाजिक बांधिलकी सर्वश्रेष्ठ मानलेली आहे. माझं म्हणून जे आहे ते केवळ माझं एकट्याचं नसून मी समाजऋण मान्य करूनच जाणीवपूर्वक जगायला हवं तर ते यज्ञकर्म होतं. म्हणजेच कर्मयोगी निर्ममपणे सर्व कर्मे ईश्वरार्पण बुद्धीने करतो आणि त्याचं अवघं आयुष्यच जणू यज्ञकर्म होऊन जातं. अशा कर्माचं बंधन त्याला लागत नसल्याने त्याचे कर्म समग्र (संपूर्णपणे) लयाला जातं.

श्लोक ३३

श्रेयान्द्रव्यमयाद्यज्ञाज्ज्ञानयज्ञः परंतप ।
सर्व कर्माखिलं पार्थ ज्ञाने परिसमाप्यते ।।३३।।

अर्थ – हे परंतपा द्रव्यमय यज्ञापेक्षा ज्ञानमय यज्ञ श्रेष्ठ आहे. कारण सर्व प्रकारच्या सर्व कर्मांचे पर्यवसन ज्ञानात होत असते. द्रव्यमय यज्ञ म्हणजे साधारणपणे ह्या यज्ञांमध्ये मनुष्य सांसारिक कामनापूर्तीची अपेक्षा ठेवून सांसारिक गोष्टींनी हा यज्ञ सिद्ध होतो. ह्यामध्ये –

१) श्रौत कर्मे – श्रुतींनी सांगितलेली यज्ञयागादी कर्मे येतात.

२) स्मार्त करें – स्मृतींनी सांगितलेली यज्ञयागादी कर्मे येतात.

म्हणून श्रुती आणि स्मृती म्हणजे काय, ते बघूया तर –

श्रुती ग्रंथ कोणते ?
तर
श्रृती ग्रंथ म्हणजे आपली
अशी एक श्रद्धा आहे,
की चारही वेद हे साक्षात
परमेशवर मुखातून ऋषींकडून
ऐकले गेले. श्रृती म्हणजे जे
जे ऐकलं गेलं ते ते श्रुती
ग्रंथ होत.
ह्यामध्ये ४ वेद संहिता
आणि उपनिषदे येतात.

स्मृती ग्रंथ कोणते ?
तर
स्मृती म्हणजे जे
लक्षात ठेवले गेले ते
मनुष्याच्या स्मरण शक्तीने
आणि बुद्धीने जे लिहिले गेले ते,
ते स्मृती ग्रंथ रामायण महाभारत, वगैरे.
(महाभारत हे पंचम वेद म्हणूनही
मानलं जाते)

आता, ज्ञानयज्ञ म्हणजे परमेश्वर प्राप्तीसाठी केलेला यज्ञ, पण परमेश्वराची प्राप्ती करून घेण्यासाठी –

१) परमेश्वराचे सत्य नेमकं स्वरूप, त्याचे ज्ञान करून घ्यायला हवं.

२) त्या ज्ञानाने संपन्न होऊन आपली प्रत्यक्ष वर्तणुकही त्याप्रमाणे व्हायला हवी. ह्या प्रक्रियेला ज्ञानयज्ञ म्हणतात. हे ज्ञानच केवळ मोक्ष मिळवून देतं आणि ह्या

ज्ञानामुळेच सर्व कर्मांचा क्षय होतो.

निष्काम कर्म – हे ज्ञानामध्ये बदलते. अज्ञानाचा ज्ञानामध्ये होम करणे म्हणजे ज्ञानयज्ञ. म्हणजेच अज्ञान नष्ट होते. असा ज्ञानयज्ञाचा अर्थ आहे.

श्लोक ४२

तस्माद ज्ञान–सम्भूतं हत्स्थं ज्ञानासिनात्मनः ।
छित्वैनं संशय योगमतिष्ठोतिष्ठ भारत ।।४२।।

अर्थ – म्हणून हे भारता, आपल्या हृदयात अज्ञानाने उत्पन्न झालेला हा संशय ज्ञानरूप तलवारीने छाटून टाकून कर्मयोगाचा आश्रय कर आणि युद्धाला उभा रहा. इथे भगवान ज्ञान आणि कर्म असे दोन वेगवेगळे मार्ग न सांगता दोघांचाही योग्य उपयोग करून दोघांना एकत्रितपणे अमलात आणून अर्जुनाला युद्धाला उभे रहा असं सांगत आहेत.

एकटे कर्म नको आणि एकटे ज्ञान नको. दोघांच्या समन्वयानेच आयुष्य अर्थपूर्ण होतं.

ज्ञानाने	निष्काम कर्माने
↓	↓
मनातील संशय नष्ट होऊन मोक्ष मिळतो	कर्माची बंधने नष्ट होऊन मोक्ष मिळतो.

ज्ञान आणि कर्माचा संगम करून निष्काम वृत्तीने कर्मयोग कर, असा भगवंतांचा उपदेश आहे. मोक्ष मिळवणे हे जरी ध्येय असलं तरी फक्त स्वतःच्याच मोक्ष सुखाचा विचार न करता समाजधारणेचा, लोककल्याणाचाही विचार करणं महत्त्वाचं आहे.

व्यक्तीने समाजाला आपल्या कर्माचे योगदान देणं हेसुद्धा त्याचे महत्त्वाचे कर्तव्य ठरते. म्हणून हा श्लोक अत्यंत महत्त्वपूर्ण प्रेरणादायी आहे.

अजूनही काही

कर्मयोग मार्ग हा केवळ भगवद् गीतेमध्येच भगवंतांनी अर्जुनाला सांगितला नसून ह्या मार्गाची परंपरा पूर्वापार चालत आली आहे. (श्लोक क्रमांक १)

कर्मयोग प्रथम श्वेतदीपावर →

१) भगवंतांनी → नारदास सांगितला. मग, पुढे

२) भगवंतांनी → पुढे अर्जुनास सांगितला.

त्याआधी

भगवंतांनी → विवस्वान म्हणजे सूर्याला सांगितला होता.

विवस्वानाने → आपला पुत्र मनु यास सांगितला होता.

मनुने → आपला पुत्र इश्वाकूला सांगितला होता.

भगवद् गीतेमधील धर्म, हा भागवत धर्म असून भागवत धर्म हा प्रवृत्तीपर कर्मयोग आहे. भागवत धर्मातच प्रवृत्तीपर कर्मयोग सांगितलेला असून तो मोक्षप्रदही आहे. (गीता रहस्य पान ६-७)

२) अजूनही काही

परमेश्वरापासून

↓ ↓ ↓

आत्मा (पुरुष) उत्पन्न होते. चैतन्य तत्त्व आहे. प्रकृती (माया) निर्माण होते.

प्रकृतीमध्ये परमेश्वर अधिष्ठित झाला की प्रकृतीपासून व्यक्त सृष्टी निर्माण होते.

परमेश्वर ← त्याचा → प्रकृतीशी संयोग झाल्यावर

↓ ↓ ↓

मूळचा अव्यक्त निर्गुण प्रकृती (माया)

जन्मरहित आहे. अविकारी आहे. व्यक्त सगुण होते.

प्रकृतीच्या सहाय्याने प्रकट सृष्टी निर्माण होते.

३) भगवंतांनी चार वर्ण म्हणजे (ब्राह्मण, क्षत्रिय, वैश्य आणि शूद्र) असे गुण आणि कर्म यांच्यावर आधारित वर्गीकरण केले आहे. वर्ण म्हणजे ज्याचा त्याचा व्यवसाय, वर्ण म्हणजे जात नाही. ह्याचाच अर्थ असा की वेदकालीन आणि नंतर महाभारतकालीन ही समाजव्यवस्था गुणांवर आणि कर्मातील कौशल्यावर आधारलेली होती.

ही विभागणी अशा प्रकारे होती –

१) ब्राह्मण → विद्या – (अध्ययन/अध्यापन)

२) क्षत्रिय → सत्ता

३) वैश्य → संपत्ती

४) शूद्र → कला

प्रत्येक वर्णाला समान दर्जा दिलेला होता. समाजधारणेसाठी प्रत्येक काळामध्ये त्या वेळच्या परिस्थितीला अनुसरून समाजव्यवस्था ठरवली/बदलली जाते. हे लक्षात ठेवायला हवं.

३) यज्ञाचे विविध प्रकार असे आहेत.

अग्नीत अर्पण करायचे घटक **अग्नी (प्रकार)**

१) कान, डोळे इत्यादी इंद्रियांचा → संयमरूपी अग्नीमध्ये होम करतात.

सांकेतिक अर्थाने हे यज्ञ स्वरूप घ्यायचे आहे. (हेतू – इंद्रियसंयमन)

अग्नीत अर्पण करायचे घटक		अग्नी	(प्रकार)
२) शब्द वगैरे		इंद्रियरूप	होम
विषयांचा	→	अग्नीत	करतात (हेतू - संयमन)
३) सर्व कर्मे	→	आत्मसंयमनरूपी	होम करतात.
		अग्नीमध्ये	(आसक्ती नष्ट करणे)

यज्ञाचे प्रकार – द्रव्यरूप, तपोरूप, स्वाध्यायरूप तर स्वकर्मरूप वगैरे आहेत.

समारोप – 'कर्मयोग' ही एक जीवन जगण्याची निष्ठा आहे. ही परंपरा अत्यंत प्राचीन आहे. स्वतःच्या हितासाठी कर्म करत असतानाच त्यामध्ये समाजाचे ऋण मान्य करून समाजहितार्थ झिजणे हेसुद्धा अपेक्षित आहे.

आपण, यज्ञाच्या अनेक प्रकारांमध्ये, यज्ञान-यज्ञाचे श्रेष्ठत्व जाणले, तसंच, कर्माचेही प्रकार समजून घेतले. भगवंतांनी इथे एक महत्त्वाचा सिद्धंतही मांडला, तो म्हणजे, ज्याप्रमाणे आपण शांत निर्विचार मनाच्या अवस्थेमध्ये, परब्रह्माची अनुभूती येऊ शकतो, त्याचप्रमाणे आपण व्यवहारात, समाजात वावरत असतानासुद्धा, तीच अनुभूती घेऊ शकतो. कशी? तर साधक जेव्हा, ब्रह्मांडातील एकूण एक घटकांमधे, ब्रह्माचे अस्तित्व बघू शकेल, तेव्हा, त्याची कर्मच साक्षात ब्रह्मरूप होतील. म्हणूनच, भगवान, अध्यायाची सांगता करताना, अर्जुनाला पुन्हा एकदा, त्याच्या स्वकर्तव्यरूपी कर्माची आठवण करून देत आहेत. आपण सर्वांनी मरगळ, निराशा, आळस झटकून, खणखणीतपणे, कामाला लागावे हेच योग्य आहे, असं भगवान सुचवताहेत.

सूत्र – समाज बांधिलकीचे भान जपणारा 'यज्ञ' त्यातील कर्मकांडात्मक भाग सोडून देऊन त्यामागचे मर्म जाणून घेणे महत्त्वाचं आहे.

कर्मसंन्यास योग – अध्याय पाचवा

प्रस्तावना : मागील अध्यायामध्ये, भगवंत असं म्हणाले की, तुमच्या कर्मांच्या पाठीमागे, ज्ञानाचे अधिष्ठान असणं चांगलं. त्यावर अर्जुनाने, भगवंतांना विनंती केली की, आपण मला, कर्मसंन्यास आणि कर्मयोग, ह्या दोन मार्गांपैकी एकच एक, कल्याणपद मार्ग सांगावा. इथे भगवंतांनी निष्काम कर्ममार्गाचे श्रेष्ठत्व ठामपणे सांगितलं आहे.

कथा : 'डॉक्टर बिधानचंद रॉय'

डॉक्टरांचा जन्म पाटणा इथे, १ जुलै १८८२ मध्ये झाला. ते कलकत्ता मेडिकल कॉलेजमध्ये शिकले आणि तिथून त्यांनी डॉक्टरकीची पदवी संपादन केली. त्यानंतर, त्यांच्या कुशाग्र बुद्धिमत्तेच्या जोरावर त्यांनी ब्रिटनमधून FRCS आणि ARCP (सर्जरी आणि मेडीसीन) ह्या दोन्ही डिग्र्या एकाच वेळेला मिळवल्या, अन् ते मायदेशी परत आले.

१९४८ ते १९६२ या कालावधीमध्ये ते वेस्ट बंगालचे मुख्यमंत्री म्हणून कार्यरत होते. त्यांनी निःस्वार्थीपणे बंगालची सेवा केली आणि आधुनिक रचना केली. त्यांनी अनेक संस्था व हॉस्पिटल्सची उभारणी केली. त्यांच्या या भरघोस कार्याबद्दल, त्यांना १९७१ मध्ये 'भारत रत्न' प्रदान केले गेले.

त्यांच्या स्मृती प्रित्यर्थ, आपण १ जुलै हा दिवस, 'डॉक्टर डे' म्हणून साजरा करतो.

एकूण श्लोक – २९

निरूपणासाठी घेतलेले श्लोक – २, १४, १५, २५ = ४

श्लोक २

संन्यास कर्मयोगश्च निःश्रेयस करा वुभौ ।
तयोस्तु कर्मसंन्यासात्कर्मयोगो विशिष्यते ।।२।।

अर्थ : कर्मसंन्यास आणि कर्मयोग हे दोन्ही मार्ग निःश्रेयस्कर म्हणजे मोक्ष प्राप्त करून देणारे आहेत. पण म्हणजे मोक्षाच्या दृष्टीने दोन्ही सारख्याच योग्यतेचे असले तरी ह्या दोघांमध्ये कर्मसंन्यासापेक्षा कर्मयोगाची योग्यता विशेष आहे.

इथे मनुष्याच्या जीवन मार्गाच्या दोन प्रमुख निष्ठा सांगितल्या आहेत. कर्मयोग आणि कर्मसंन्यास. भगवान ह्या दोन मार्गांपैकी कर्मयोगाची योग्यता विशेष समजतात. आपण आधी कर्मयोगाचे काय काय अर्थ होतात ते बघू –

कर्मयोग म्हणजे

वेदांप्रमाणे	**उपनिषादांप्रमाणे**	**भगवद्गीतेप्रमाणे**
↓ कर्म म्हणजे	↓ कर्म म्हणजे	↓ कर्म म्हणजे
आत्मज्ञान असू दे किंवा नसू दे. यज्ञ यागादी कर्मकांडे करून मोक्ष (म्हणजे स्वर्ग) मिळतो.	केवळ कर्मकांडांनी मोक्ष मिळत नाही. आत्मज्ञानानेच फक्त मोक्ष मिळतो.	आत्मज्ञान झाल्यानंतरसुद्धा ज्ञानीने निष्काम कर्मे केली पाहिजेत.

म्हणून भगवद् गीतेला अभिप्रेत असलेला कर्मयोग हा –

१) केवळ यज्ञयागादि कर्म नव्हेत.

२) केवळ चित्तशुद्धीसाठी म्हणून कर्म करणे नव्हे.

३) तर ज्ञानीने सांसारिक कर्मांचा त्याग न करता त्या कर्मांमधून त्याला स्वतःला जरी काही मिळवायचे नसेल, तरी लोककल्याणाकरीता निष्काम कर्म करायला हवीत आणि म्हणून कर्मयोगाचे विशेष महत्त्व आहे.

आता आत्मज्ञान प्राप्तीसाठी

कर्मयोगी काय करतो ?	**कर्मसंन्यासी काय करतो ?**
↓	↓
१) श्रवण करतो ↓	श्रवण करतो
२) मनन करतो ↓	मनन करतो
३) चिंतन करतो ↓	चिंतन करतो
निष्काम कर्म ↓	निदिध्यासना करतो.
निष्काम कर्म रूप, समाधी प्राप्त करतो ↓	समाधी अवस्था प्राप्त होते...
आत्मज्ञान प्राप्ती होते	आत्मज्ञान प्राप्ती होते
त्यानंतर	त्यानंतर
↓ पुन्हा	↓ आता
कर्मयोग चालू ठेवतो	कर्मसंन्यास घेतो
↓ म्हणजेच	

फलाशेचा संन्यास करतो	
लोकसंग्रहाची कर्म करतो	कर्मांचा संन्यास घेतो.
↓ ह्यामध्ये	ह्यामध्ये फक्त
संन्यास ही आहे आणि कर्मही आहे	संन्यास आहे. कर्म नाही.
परब्रह्माची जाणीव	परब्रह्माची जाणीव
होकारात्मक रितीने	नकारात्मक रितीने
करून दिली जाते.	करून दिली जाते. तो
इति इति	नेति नेति
ह्या संकल्पनेने, तो	ह्या संकल्पनेने
परब्रह्म प्राप्ती करून घेतो.	परब्रह्म प्राप्ती करून घेतो.

कर्मयोगामध्ये	**कर्मसंन्यासामध्ये**
↓	↓
परब्रह्म म्हणजे हे अवघं विश्व आहे. प्रत्येक माणसात परब्रह्म आहे. असं तो मानतो. कर्मयोग केवळ चित्तशुद्धीसाठी नसून ज्ञानप्राप्ती करून घेण्यासाठी निष्काम कर्मयोग आहे. कर्मयोग स्वतंत्र मार्ग आहे.	परब्रह्म म्हणजे, पंचेंद्रियांनी जाणता येत नाही. कर्मसंन्यास ह्यामध्ये ज्ञानी सर्व कर्मांचा त्याग करतो. कर्मसंन्यास स्वतंत्र मार्ग आहे.

श्लोक १४

न कर्तुत्वं न कर्माणि लोकस्य सृजति प्रभुः ।
न कर्मफल-संयोगं स्वभावस्तु प्रवर्तते ।।१४।।

अर्थ : प्रभू म्हणजे परमात्मा. लोकांचे कर्तुत्व, त्यांची कर्मे किंवा त्यांना मिळणारी कर्मफळे ह्यांची एकमेकात जोड ही निर्माण करत नाही. स्वभाव म्हणजे प्रकृतीच सर्व काही करत असते.

श्लोक १५

नादत्ते कस्यचित्पापं न चैव सुकृतं विभूः ।
अज्ञानेनावृत्तं ज्ञानं तेन मुह्यान्ति जन्तवः ।।१५।।

अर्थ : सर्वव्यापी परमात्मा कोणाचे पाप आणि पुण्यही घेत नाही. ज्ञानावर अज्ञानाचे पांघरुण (आवरण) पडलेले असल्यामुळे म्हणजे मायेने प्राणी मोह पावतात.

परमात्मा (परमेश्वर) मूलतत्त्व/चैतन्य तत्त्वापासून

↓ ↓

(अ) (ब)

आत्मा चैतन्यतत्त्व (परमात्म्याचा अंश) आहे — प्रकृती त्रिगुणात्मक माया निर्माण झाली.

१) व्यक्तीमधील हे चैतन्यतत्त्व म्हणजे जीवात्मा ह्या नावाने ओळखलं जातं.

जीवात्मा = आत्मा + देह

२) समष्ठी मधील (ब्रह्मांडामधील) चैतन्यतत्त्व हे ब्रह्म ह्या नावाने ओळखलं जातं.

मनुष्यामधील आत्मा (आत्मतत्त्व/चैतन्य तत्त्व) हा अकर्ता, अभोक्ता अनादि असून सर्व कर्मप्रकृती करत असते. तसेच शरीर, मन आणि बुद्धीशी एकरूप झाल्यामुळे आपल्यातील जीवभाव (जीवात्मा) हा सर्व कर्म, कर्मफळ आपल्या अंगावर ओढवून घेतो. (ते आत्मतत्त्व नाही)

मनुष्य शरीर, मन, बुद्धी, इंद्रिये ह्या द्वारा सर्व कर्मे करतो. जे सर्व प्रकृतीचे घटक आहेत. सर्व जग परमेश्वराने भरलेले आहे. ह्या दृष्टीने आपण जरी म्हटलं की मनुष्याच्या कर्माचे फळ नेमून देणे हे परमेश्वराचंच काम आहे तरी ही कर्मफळे ज्याच्या त्याच्या कर्माप्रमाणेच ठरवली जातात. म्हणून परमेश्वर कुणाचे पापही घेत नाही. पुण्यही घेत नाही, असा याचा अर्थ होतो.

माझी जशी कर्मे → तशी त्याची फळे मला मिळणार हे उघड आहे.

जसे, मी परिक्षेचा पेपर जसा सोडवेन → तसे मला मार्क मिळणार हे सत्य आहे.

मनुष्य प्रकृती आणि कर्म ह्यांच्या रहाट गाडग्यात सापडलेला आहे. त्यामुळे प्रत्येकाला आपापल्या कर्मांप्रमाणे सुखदुःख भोगावी लागतात आणि हे भान आपल्याला आयुष्यात जेवढ्या लवकर येईल तेव्हढे आपण जागरूकतेने आपलं जीवन जगण्याचा प्रयत्न करू.

श्लोक २५

लभन्ते ब्रह्मनिर्वाण-मृषयः क्षीणकल्मषाः ।
छिन्नद्वैधा यतात्मानःसर्वभूते-हिते रताः ।।२५।।

अर्थ : ज्या ऋषींची द्वंद्वबुद्धी सुटली आहे, ज्यांची पापे नष्ट झाली आहेत, जे आत्मनिग्रही आहेत आणि सर्व प्राणीमात्रांच्या कल्याणासाठी जे झटत असतात असे ऋषी परिपूर्ण मोक्ष मिळवतात.

आधी आपण **ब्रह्मनिर्वाणरूपी मोक्ष म्हणजे काय** हे जाणून घेऊया -

सामान्य माणसाची वृत्ती	**ज्ञानीची वृत्ती**
१) मी? मी अमुक एक व्यक्ती आहे, म्हणून	१) अहं ब्रह्मास्मि मी ब्रह्म आहे, ही जाणीव आहे.
२) त्याच्यासाठी प्रत्येक जण अर्थातच वेगळा आहे कुणी अ आहे कुणी ब आहे,	२) त्याला सर्वचजण परमेश्वर स्वरूप दिसू लागतात.
३) जगातील वैविध्यच दिसते, जाणवते त्यामागील असलेले एकच आत्मतत्त्व सहसा जाणवत नाही.	३) जगातील ज्ञानीला वैविध्य मान्य करूनही त्यांच्या आतील प्रत्येकाचं ईश्वर तत्त्व एकच आहे, हे तो जाणतो.

म्हणजेच ज्ञानीला आता स्वतःच्या स्वरूपाविषयी ज्ञान झाल्यामुळे त्याच्या दृष्टीने-

१) अहं ब्रह्मास्मि - मी ब्रह्म आहे ही जाणीव होते.

२) केवळ मीच ब्रह्म नसून, प्रत्येकामध्ये तेच ब्रह्मतत्त्व आहे. म्हणजेच सर्वाभूती एक आत्मा हे त्याला जाणवतं. ह्या ज्ञानाने त्याची दृष्टी अंर्तबाह्य बदलते.

१) हा माझा, हा परका हा भेद आता उरत नाही.

२) तो फक्त स्वतःच्याच आत्मशोधनाने स्वतःपुरताच संतुष्ट न रहाता त्याला आता सर्व जगच एकच परमतत्त्व असल्याने सर्वांसाठी तो कार्य करू लागतो.

३) म्हणजेच ज्ञान म्हणजे स्वतःला पूर्णपणे समजणे त्याची प्रचिती घेणं एव्हढंच नाही, तर प्रत्यक्ष आचरणातून ते ज्ञान प्रतिबिंबीत व्हायला हवं.

आत्म्याची मूळची अवस्था म्हणजे मोक्ष. मी म्हणजे शरीर, मन, बुद्धी नसून मी म्हणजे आत्मा आहे. म्हणजे काय? तर मी शरीर, मन आणि बुद्धीशी एकरूप होऊन अत्यंत संकुचित विचार करते. मी माझा देह, माझे कुटुंबीय एव्हढंच माझं अत्यंत मर्यादित जग असतं. पण आत्मजाणीव होणं म्हणजे स्वतः भोवती आखलेल्या वर्तुळाच्या कक्षा वाढवत नेणं. विचारांची व्याप्ती वाढवणं. सहृदयतेचं अवघं आकाशच जगासाठी मोकळं करून आपणही त्यात सामील होणं.

ब्रह्म म्हणजे जर अवघं जगच आहे. तर त्याच व्यापकतेनं जगाला सन्मुख होऊन आपल्या छोट्या छोट्या स्वार्थी हेतूंचा विचार न करता अवघे विश्व माझे आहे. ह्या विशाल उदात्त भावनेनं समर्पित जीवन जगणं म्हणजेच ब्रह्मामध्ये जणू विलीन होणं, हाच तो ब्रह्मनिर्वाण मोक्ष, अशा ज्ञानींच्या मनात जगाविषयी केवळ सद्भाव, कळकळ आणि प्रेम ओसंडून वहात असतं. त्यांच्या आसक्तीविरहीत जीवनाने ते ब्रह्मरूप होतात. ब्रह्माशी जोडले जातात.

हा आपल्या ह्रदयातील प्रेम ग्रंथींचा आख्या जगाशी जोडलेला धागा म्हणजे ब्रह्मनिर्वाण मोक्ष होय.

आता अजूनही काही –

१) कर्मफलाची आसक्ती न ठेवल्याने योगी पूर्ण शांती मिळवतो. कर्मफळाची बंधने आणि त्याचे परिणाम मागे पडत नाहीत.	**कर्मफलाची आसक्ती ठेवल्याने** १) मन वासनासक्त होऊन कर्मफळात गुंतून रहाते. २) कर्मफळ (पाप/पुण्याने) बांधला जातो.

२) ज्ञानी पुरुष नऊ द्वारांच्या ह्या देहरूपी नगरात काहीही न करता शांत रहातो. नऊ द्वारे म्हणजे – दोन डोळे, दोन कान, दोन नाकपुड्या, तोंड, मुत्रेंद्रिय आणि गुद्द ही शरीराची नऊ द्वारे समजली जातात. म्हणजे सर्व प्रकृतीच काय ते करते आहे, मी नाही ही जाणीव असते.

३) प्रत्येकाचे कर्म हे ज्याच्या त्याच्या वृत्तीप्रमाणे बरे-वाईट घडत असते. सर्व जग हे परमेश्वराच्या इच्छेनेच चालत असते आणि तोच कर्माचे फळ ठरवतो हे जरी खरं असलं तरी प्रत्येकाच्या बऱ्या-वाईट कर्मावरच हे फळ अवलंबून असतं. हे लक्षात ठेवून आपण आपल्या कृतीवर, विचारांवर नीट लक्ष ठेवून ते योग्य करणं हे क्रमप्राप्त आहे.

४) जे ज्ञानी होतात त्यांना सर्वत्र एकच एक परमेश्वर भरलेला आहे ही जाणीव होते. त्यामुळे त्यांच्या दृष्टीला हा वेगळा, हा परका असा भेदभावच दिसत नाही. कोणीही असू दे. त्यांची दृष्टी (आणि वागणूक) सर्वांप्रती समान असते.

समारोप : निष्काम वृत्तीने कर्ममग्न राहिल्याने राहिल्याने साधकाला इश्वरप्राप्ती नक्कीच होते. आत्मज्ञान हवं, हे तर खरंच, पण म्हणून त्याच्या पाठोपाठ येऊ शकणारी, निष्क्रियता मात्र टाळायला हवी.

कसं आहे की, भगवंतांना तर सगळंच कळतं, आपले माणसांचे स्वभाव, सवयी, संस्कार मग त्या त्या प्रकारे, त्यांच्याकडे अनेक मार्गही आहेत.

आपण सुरुवातीलाच, १००% 'निष्काम' नाही होऊ शकणार, मान्य पण तो अट्टाहास करायचाच नाही, आपण एकदा, गीतेच्या दालनात शिरलोना की, आपसुकच आपल्या वृत्तींमधे सकारात्मक बदल होऊ लागतात.

सूत्र – आपण हे लक्षात घेतलं पाहिजे की, आपण स्वत:च आपल्या विकासासाठी जबाबदार असतो – त्यामुळे सतत कार्यमग्न असावं हेच खरं.

ध्यान योग – अध्याय सहावा

प्रस्तावना : आपण मागील अध्यायामध्ये, निष्काम कर्माची महती बघितली, पण अर्थातच, हे काही सहजासहज घडत नाही. त्यासाठी, मनोजय, चिकाटी, आत्मसंयमनाची गरज लागते. म्हणूनच भगवान इथे आपल्याला, 'आपणच स्वतः आपल्या विकसनासाठी जबाबदार असतो' हे, महत्वाचं सूत्र सांगत आहेत. त्याचप्रमाणे ध्यानधारणासुद्धा आवश्यक आहे, ह्याचाही खुलासा इथे केलेला आहे.

कथा – 'संत सूरदास'

संत सूरदासांचा जन्म उत्तरप्रदेशमधील सीही ह्या गावी, १४७७ मध्ये झाला.

ते जन्मतःच अंध होते, नी घरची अत्यंत गरीबी. त्यांच्या, संवेदनशील मनानं असं घेतलं की, आपण घरादारासाठी नुसता भार होऊन जगत आहोत, अन् एके दिवशी ते स्वतःहूनच, घराबाहेर पडले. त्यांनी श्रीकृष्ण भक्तीपर अनेक पदं रचली आणि ते यमुनेच्या काठी रसपूर्ण किर्तन करू लागले. त्यांच्या सुरेल किर्तनाची किर्ती वल्लभाचार्यांच्या कानावर गेली आणि त्यांनी सूरदासजींना, श्रीनाथजी मंदिराचे मुख्य किर्तनकार म्हणून नेमलं.

सूरदासजींनी, कुणालाही दोष न देता, भगवद्र भक्तीने, स्वतःमधील सामर्थ्य वाढवले आणि ते एक प्रख्यात संत म्हणून मान्यता पावले.

अध्यायामधील एकूण श्लोक – ४७

निरूपणासाठी घेतलेले श्लोक – ३, ५, १०, २६, ३५, ४५, ४६ = ७

आत्मविकसनासाठी आपणच आपला उद्धार करावा. कारण आपणच आपले शत्रू किंवा मित्र (बंधू) असतो. हे अत्यंत महत्त्वाचे सूत्र ह्या अध्यायात भगवंतानी सांगितलं आहे.

श्लोक ३

आरुरुक्षोर्मुनेर्योगं कर्म कारणमुच्यते ।
योगारूढस्य तस्यैव शमः कारणमुच्यते ।।३।।

अर्थ : जो योगारूढ होऊ इच्छितो त्याला कर्म हे शमाचे कारण म्हणजे साधन आहे असं म्हटलं आहे आणि तोच पुरुष योगारुढ म्हणजे पूर्ण योगी झाला, म्हणजे त्याला शम हे कर्माचे कारण होते, असं म्हणतात.

स्पष्टीकरण : योगी कोण? तर कर्मफळांची आशा न धरता कर्तव्य म्हणून सर्व कर्मे निरपेक्षपणे करणारा पुरुष हा योगी होय. शमचा अर्थ आहे मानसिक शांती. म्हणून प्रथमसाधनेच्या काळामध्ये कर्म हेच शमाचे कारण होते. अ) कर्म मुळे शम/ मनःशांती मिळते. आणि सिद्धी प्राप्त झाल्यानंतर आता तोच प्रवास उलट्या दिशेने चालू होतो.

आता शम मुळे → कर्म घडते

मनःशांतीने कर्म होते, कारण सिद्धावस्थेतही योगी स्वतःसाठी म्हणून नाही तरी लोककल्याणासाठी निष्काम कर्म करतच रहातो. पण ह्या अवस्थेत त्याचं मन पूर्ण शांत झालेलं असतं आणि ती मन:शांती त्याच्या कर्मांचं कारण होते आणि साधनावस्थेत जेव्हा पुरुष असतो तेव्हा तो निष्काम कर्म करता करता त्याने त्याचं मन हळूहळू शांत होऊ लागतं.

सिद्धावस्थेत योगीने कर्मांचा त्याग करावा असं नसून, निष्काम कर्माचं व्रत त्याने अखंड चालू ठेवावे. योगीला आत्मज्ञान प्राप्त झाल्यावर साहजिकच त्याचे, संकुचित मी, माझे हे भावविश्व संपून जाते. त्याचा स्वार्थ जरी संपला तरी परमेश्वराने निर्माण केलेल्या ह्या जगात माझा जन्म जो झालाय, तो व्यर्थ न ठरता सर्व जगच इश्वरमय झाल्याने, तो त्याच्या वाट्याला आलेलं सर्व कर्तव्य इश्वराशी बांधून अतीव प्रेमाने करू लागतो.

आत्मज्ञानाचे यथार्थ दर्शन म्हणजेच व्यक्तीचे निष्काम कर्म होय.

श्लोक ५

उद्धरेदात्मनाऽत्मानं नात्मानमवसादयेत् ।
आत्मैव ह्यात्मनो बन्धुरात्मैव रिपुरात्मनः ।।५।।

मनुष्याने आपणहून आपला उद्धार करावा. आपणच स्वतःला खचू देऊ नये. कारण प्रत्येक जण आपणच आपल्या स्वतःचा बंधू म्हणजे, मदत करणारा किंवा आपला शत्रू म्हटला आहे.

स्पष्टीकरण – मनुष्य देह = प्रकृती (देह) परमात्म्याचा अंशही असतो.

आणि देहामुळे देहाच्या प्रेरणा
निर्माण होतात. त्यामुळे + आत्म्याच्या प्रेरणा असतात.

↓ ↓

१) इंद्रियांचे विषय उपयोग येतात.	१) उत्तम कर्म करण्याची प्रेरणा मिळते.
२) सतत काहीना काही भौतिक गोष्टी मिळवण्याचा हव्यास असतो.	२) नितीधर्माला अनुसरून योग्यकर्मे करण्याची सूचना मिळत असते.
३) स्वार्थपूर्ण कर्मे हवीशी वाटतात.	३) निरपेक्ष कर्म करण्याची प्रेरणा मिळते.

प्रत्येक मनुष्याला जीवनामध्ये कर्म स्वातंत्र्य आहे. मी कोणते कर्म करू ? हे त्याला प्रत्येक वेळेला स्वातंत्र्य मिळत असतं. एकाच कर्माचे अनेक मार्ग दिसत असताना त्यामध्ये निवड करून योग्यच मार्गाने जायचा निर्णय आपल्याला नेहमीच घेता येतो. पण माझा नाईलाज झाला म्हणून मी हे पापकर्म केलं अशी वरवरची खोटी कारणे आपण देऊन, केलेल्या पापांचे समर्थन करतो. प्रत्येकालाच खरं तर त्याचा अंतरात्मा, पाप-पुण्याची जाणीव, चांगल्या-वाईटाच्या सूचना देत असतो. असं असूनही पापं का घडतात ? तर -

देह त्रिगुणात्मक आहे, तसेच मन आणि बुद्धीही त्रिगुणात्मक आहे.	आत्मा निर्गुण आहे.
↓	↓
(सत्व + रजो + तमो) मिश्रण आपल्यामध्ये असतं.	आत्म्याला केवळ सात्विक गुणच अभिप्रेत असतात.
(अ) देह प्रेरणा कशा असतात ?	(ब) आत्म्याच्या प्रेरणा कशा असतात?
देह प्रेरणा	**आत्मप्रेरणा**
बुद्धीच्या व मनाच्या प्रेरणाही मिश्र असल्याने सात्विक शुद्ध प्रेरणा दबल्या जातात. कुवासनांचं प्राबल्य होतं. म्हणून बुद्धी शुद्ध होण्यासाठी काय करायचं ?	सुचना, प्रेरणा ह्या सात्विकच असतात. हेतू केवळ शुद्ध, सात्विक असतो. आत्म्याचा हेतू शुद्धच असतो. त्यामुळे नेहमीच सात्विक विचार येतात.

↓

बुद्धी सात्विक व्हावी लागते.
(तेव्हाच तिची आत्म्याशी जोड होईल.
त्यासाठी इंद्रिय निग्रह हवा, संयमन हवं)
असं केल्याने,

↓

आता देहबुद्धीच्या प्रेरणा शुद्ध सात्विक कर्मच करू लागतील.	आता देहप्रेरणा आणि आत्मप्रेरणा ह्या दोन्ही एकच होतील.	आत्मप्रेरणा ही नेहमीच योग्य सुचना देते.

मनुष्य जन्म दुर्लभ आहे. पुर्नजन्मावर विश्वास असू दे अगर नसू दे, पण हा मिळालेला जन्म सार्थकी लावावा. जीवन क्षणाक्षणाला संपत असतं हे लक्षात येऊन योग्य तेच वागावे आणि त्यासाठी आपली बुद्धी स्थिर, शांत असेल तरच ती सारासार विचार करून योग्य निर्णय घेऊ शकेल.

मोहाचे, वासनांचे, बाह्य आकर्षणांचे जग तर नेहमीच आपल्याला साद घालतं असतं. पण आपण पापांच्या दलदलीत फसायचं की नाही हे आपल्याच हातात असतं. म्हणून प्रथमपासूनच आयुष्याला काही शिस्त लावावी लागते. ह्या श्लोकावर प्रत्येकानं चिंतन करावं, असा हा अर्थगर्भ श्लोक आहे.

सदैव भानावर असणं म्हणजेच तर अध्यात्म.

आपण आपली संपत्ती काळजीपूर्वक वापरतो. मग खुद्द आयुष्यसुद्धा किती जपून विचार पूर्वकच वापरायला हवं आपल्याला. आहे ह्याच समाजात घट्ट पाय रोवून जगायचाय. उपभोग नाकारायचा नाही, तर त्यावर अंकुश ठेवला की पापवासना मनात येऊच शकत नाहीत.

श्लोक १०

योगी युंजीत सततमात्मानं रहसि स्थितः ।
एकाकी यत्चित्तात्मा निराशीर-परिग्रहः ।।१०।।

अर्थ : ज्याने मन आणि इंद्रिये या सहित शरीर जिंकले, जो वासना रहित आणि संग्रह रहित झाला, त्या योग्याने एकटेच एकांत स्थानी बसून नेहमी आपल्या मनाला परमेश्वराच्या ध्यानात लावावे.

स्पष्टीकरण : ध्यानाभ्यास करायचा असेल तर मनुष्याने काय करावं ह्याचं मार्गदर्शन इथे केलेलं आहे.

यत्चितात्मा म्हणजे ज्याने मन, इंद्रिये व शरीर जिंकलेलं आहे, हे ध्यानाची पूर्वतयारी म्हणून आवश्यक आहे. जो निराशी म्हणजे आशारहित झालेला आहे. त्याने नेहमी एकांतात रहावे, मौन पाळावे, मिताहारी असावे. संग्रह करून ठेवण्याची वृत्ती नसावी. अपरिग्रही असावे. अंतःकरण शुद्ध होण्यासाठी ध्यानाचा उपयोग होतो.

श्लोक २६

यतो यतो निश्चरति मनश्चंलमस्थिरम् ।
ततस्ततो नियम्यैतदात्मन्येव वशं नयेत ।।२६।।

अर्थ : हे चंचल आणि अस्थिर मन ज्या ज्या विषयांकडे धाव घेते, त्या त्या विषयांपासून त्याला मागे फिरवून आत्मस्वरूपात स्थिर करावे. मनाची प्रमुख वैशिष्ट्ये म्हणजे –

१) ते एकाग्र होऊ शकत नाही.

२) ते नेहमी भरकटत रहाते.

३) मनामध्ये सतत कामना/इच्छा निर्माण होतात. त्यानुसार मन विषय उपभोगांचा विचार करते.

४) घडून गेलेले प्रसंग, राग द्वेष भावनांची उजळणी, असंख्य विचारांनी मन सुसंघटित होऊ शकत नाही.

ह्या चंचल मनाला आवर घालण्यासाठीच ध्यानाचा उपाय सातत्याने करावा लागतो. मनुष्याला विषय-वस्तू जगतातून बाहेर आणून, इश्वरीतत्त्वाची ओढ लागावी हा ध्यानाचा मुख्य उद्देश असतो.

म्हणून त्या चंचल मनाचे वैशिष्ट्य हेरून त्याला फक्त आत्मतत्त्वाचेच चिंतन करायला लावायचे.

प्रथम मन सवयीने भरकटेल, पण तेव्हा चिकाटीने त्याला पुन्हा पुन्हा आत्मस्वरूपाकडे वळवले, की हळूहळू प्रयत्नाने हे साध्य होईल असा भगवंत उपाय सांगत आहेत.

श्लोक ३५

असंशयं महाबाहो मनो दुर्निग्रहं चलम् ।
अभ्यासेन तु कौंतेय वैराग्येण च गृह्यते ।।३५। ।

अर्थ : श्री भगवान म्हणाले, मन चंचल आणि आवरण्यास कठीण आहे. हे निःसंशय आहे. हे कौन्तेय पण अभ्यासाने आणि वैराग्याने ते नियंत्रणात आणले जाऊ शकते.

स्पष्टीकरण : भगवंत 'मन हे जात्याच चंचल असतं' हे मनाचं विश्लेषण मान्य करतात, पण तेवढ्यावरच न थांबता ते अर्जुनाला मनावर ताबा मिळवण्याचे उपायही सांगतात.

अभ्यासाने मनावर ताबा मिळवता येतो म्हणजे काय ? तर मनाचे सर्वप्रथम नीट परिक्षण केल्यावर लक्षात येतं की, बऱ्याचदा आपल्या विचारांचा एक ढाचा ठरून गेलेला असतो. सवयीनेच बऱ्याच वेळेला आपण चिडतो, विचारांचा क्षोभ

होतो. म्हणून हे लक्षात येऊनच आपली अभ्यासाची दिशा ठरवावी लागते. विचार एका विशिष्ट मार्गावरून धावू लागले की सैरभैर होण्याआधीच त्यांच्यावर पकड ठेवून त्यांना शांत करायचं. अभ्यास करायचा ह्यात सातत्य हवं, चिकाटी हवी. सतत प्रयत्नशील रहाणं, मनाप्रती सावध रहाणे म्हणजे अभ्यास.

वैराग्याने तर मनातले बरेचसे गोंधळ संपुष्टात येतात. मन सैरावैरा पळण्याचं प्रमुख कारण म्हणजे सदैव हे हवं, ते हवंचा जो आक्रोश चालू असतो ती हाव. अग्नीमध्ये तूप ओतून अग्नी जसा प्रज्वलीत व्हावा तशाच ह्या वासनांचा अग्नी, हवं हवं ने कधीच तृप्त होत नाही. इथे वैराग्य वृत्ती हा प्रभावी इलाज ठरतो. वैराग्य हे एका दिवसात नाही येणार. छोट्या मोठ्या गोष्टींचा मोह नाकारण्याची सवय करावी लागते. पण सवयीने हे जमू शकतं. वैराग्य प्राप्त करण्यासाठी, हे करावं लागेल.

अनावश्यक वस्तूंना / खरेदीला

↓

ठामपणे नाकारणं

↓

प्रथम दुःख होईल पण नंतर मनाला सवय होऊन विचारांचे,
विषयांचे आक्रमण थांबून
मन शांत/स्थिर होऊ लागेल.

(अ) विषयासक्तीमुळे बाह्य वस्तूंच्या वासनांच्या प्रदेशात मनुष्य गोल गोल फिरत राहून त्याची सारी उर्जा आयुष्य खर्ची पडते.

(ब) विषयासक्त न होता निश्चयपूर्वक वागण्याने श्रेष्ठ वासनेचा जर ध्यास घेतला तर, प्राणउर्जेचं संवर्धन होऊन आयुष्य अत्यंत साधं पण अतिशय अर्थपूर्ण बनेल.

म्हणून आत्मसंयमनाने आयुष्य सोपं होतं आणि हे संयमन किंवा स्वतःवर लादून घेतलेले निर्बंध आपल्याला नवीन नसतातच. परिक्षा जवळ आली की आपण सर्व गोष्टी बंद करून खोलीत स्वतःला कोंडून घेऊन परिक्षा उत्तमप्रकारे जावी ह्याचाच फक्त ध्यास घेतोच ना ?

तसंच काही मिळवायचं असेल तर बऱ्याच गोष्टींचा त्याग आपण स्वखुशीनं करतो. हेच वैराग्य स्वेच्छेने इथे वापरायचाय. अशक्य असं काहीच नसतं आणि खरं सांगायचं तर वैराग्यामध्येच सुखच सुख आहे हे लक्षात येतं. जेवढ्या भौतिक गोष्टींचा अट्टाहास सुटेल तेव्हढा मनाचा त्रास कमीच होईल ना.

अध्यात्मिक होणं म्हणजे दुःखी कष्टी नाही व्हायचंय तर, आपला जगण्याचा

वैचारिक स्तर वाढवत नेऊन आयुष्य संपन्न करायचाय.

ज्या आवश्यक गरजा आहेत त्या पूर्ण करायच्याच आहेत. स्वतःला क्लेश देऊन काहीच साध्य होत नाही. विवेकपूर्ण विचार, वैराग्य हे समग्र जीवनासाठी म्हणूनच आहेत पारमार्थिकासाठी काही वेगळे गुण म्हणून त्याकडे न बघता आयुष्य अर्थपूर्ण करण्यासाठीच्या ह्या एक-एक पायऱ्या आहेत. आपल्या रोजच्या जगण्यामध्येच पारमार्थिक तत्त्व मिसळून जायला हवीत.

श्लोक ४५

प्रयत्नाद्यतमानस्तु योगी संशुद्धकिल्बिशः ।
अनेक जन्मसंसिद्धस्ततो याति परां गतिम् ।।४५ ।।

अर्थ – याप्रमाणे प्रयत्नाने उद्योग करताना पापापासून मुक्त होऊन योगी अनेक जन्मानंतर सिद्धी पावून अखेर उत्तम गतीस पोचतो.

स्पष्टीकरण – भगवंत असं सांगताहेत की, सर्वप्रथम मनुष्याने कर्मयोग करायला सुरुवात तर करावी. माणूस सत् कर्मातूनच हळूहळू शुद्ध बुद्धीने निष्काम कर्मे करू लागतो. अशा रितीने जरी भले एका जन्मात मनुष्याला सिद्धी प्राप्त झाली नाही तरी आपण स्वप्रयत्नाने आपली संपत्ती कशी वाढवत नेतो. तसेच ही पुण्यरूप संपत्ती कधी फुकट जात नाही, जी पुढील जन्मामध्ये उपयोगी पडून अखेर कर्मयोगीला सिद्धी मिळते.

आधी मनुष्य बहुतेक करून काम्यबुद्धीनेच कर्म करतो. काम्य कर्मे ह्यांना शब्द आहे शब्दब्रह्म. शब्दब्रह्म म्हणजे वैदिक काम्य कर्मे. ह्या सकाम सत्कर्मानीच मनुष्य हळूहळू निष्कामतेकडे ओढला जातो आणि त्याच्या हातून निष्काम कर्मे घडतात.

म्हणजेच →
आधी काम्य कर्मे मग → निष्काम कर्मे म्हणजे →
↓ ↓
आधी शब्दब्रह्म → निर्गुण ब्रह्म
आधी काम्य सत्कर्मे मग लोककल्याणार्थ सत्कर्मे होतात.

भगवंतांनी अशा रितीने निष्काम कर्म योगीचा प्रवास रेखाटलेला आहे. उत्तम गती म्हणजे काय? तर –

इहलोकी जे

१) जे पुण्यकर्म / सत्कर्म करतात → मृत्यूनंतरची गती → स्वर्ग
२) जे सदैव पापकर्मच करतात → मृत्यूनंतरची गती → पशू पक्षी नीच योनी

३) जे पाप आणि पुण्य अशी मिश्र कर्मे करतात. → मृत्यूनंतरची गती → मनुष्ययोनी

४) आत्मज्ञानी निष्काम कर्मयोगी → मृत्यूनंतरची गती → परब्रह्मात विलीन होतो. आणि आत्मज्ञानी कर्म संन्यासी (ह्यांना पुन्हा जन्म मरणाचा फेरा नाही)

श्लोक ४६

तपस्विभ्योऽधिको योगी ज्ञानिभ्योऽपि मतोऽधिकः ।
कर्मिभ्यश्चाधिको योगी तस्मोद्योगी मवार्जुन ।।४६।।

अर्थ – कर्मयोगी हा तपस्वी लोकांपेक्षाही श्रेष्ठ, तसेच ज्ञानी पुरुषांपेक्षाही श्रेष्ठ आणि कर्मठांपेक्षाही श्रेष्ठ समजतात. म्हणून हे अर्जुना, तू कर्मयोगी हो. इथे ह्या श्लोकात भगवंतांनी कर्मयोग मार्गाचे श्रेष्ठत्व पुन्हा एकदा आग्रहाने मांडले आहे.

१) तपस्वी – म्हणजे जे लोक हठयोगीक साधनांचा उपयोग करतात, तसेच ते जंगलामध्ये एकांतवासात शारीरिक क्लेशकारक उपाय करून सिद्धी मिळवतात.

२) ज्ञानी – जे ज्ञानाने म्हणजे सांख्य मार्गाने कर्मत्याग करून सिद्धी मिळवतात.

३) कर्मठ – काम्य कर्मे करून स्वर्गप्राप्तीची इच्छा धरणारे.

ह्या तीनही प्रकारच्या लोकांपेक्षा निष्काम कर्मयोगाचा मार्ग हा श्रेष्ठ आहे. म्हणजे ह्यात भगवंतांनी ह्या मार्गाचा गौरव करून अर्जुनाला तू 'कर्मयोगी' हो असा उपदेश केला आहे.

अजूनही काही – ध्यान धारणेसाठी

१) साधकाने ध्यानासाठी शक्यतो एक ठरावीक वेळ, ठरावीक जागा, नीट घातलेले आसन अशी तयारी ठेवावी.

२) डोळे शांतपणे बंद करून (अथवा आपली नजर नाकाच्या शेंड्यावर स्थिर करून) बसावे.

३) मन एकाग्र शांतचित्त करावे.

४) ध्यानाप्रित्यर्थ भगवंताचे स्मरण करावे.

५) त्यामुळे चंचल मन ताब्यात येऊन मनःशांती प्राप्त होते.

६) मन हळूहळू आत्म्याच्या स्वरूपामध्ये स्थिर होऊन अवर्णनिय सुखशांतीची प्राप्ती होते.

७) निष्काम कर्मयोगी हा त्याच्या जीवनशैलीमध्ये दोन्ही तत्त्वे म्हणजे संन्यास तत्त्व आणि कर्मयोग तत्त्व ह्यांचे पालन करत असतो.

कर्मयोगी, निष्काम कर्म करताना,

↓

तो फलाशेचा संन्यास आणि आपली कर्तव्यकर्म सतत करतो.

३) आत्मा जेव्हा प्रकृतीच्या गुणांनी बद्ध झालेला असतो. तेव्हा त्याला क्षेत्रज्ञ म्हणतात.

आत्मा हा परमात्म्याचाच अंश आहे.

परमात्मा म्हणजेच = आत्मा होय.

देहातील आत्मा जेव्हा → दैहीक गुणांपासून मुक्त होतो.

↓ तेव्हा तो परमात्मा होतो.

(निर्गुण) परमात्मा → हाच निर्गुण आत्मा होय.

समारोप – मनुष्याच्या आत्मविकसनाच्या मार्गात काम, क्रोध, लोभ वगैरे विकार, सतत अडचणी उभ्या करत असतात. हे टाळण्यासाठी मनुष्याने रोज काही वेळ तरी ध्यानधारणा करून मनःशांती प्राप्त करून घ्यावी.

इथे भगवंतांनी, आपल्याला योगाचा खरा अर्थ समजून सांगितला आहे. मनातील सर्व संकल्पांचा, आसक्तीचा त्याग, म्हणजे 'योग' असं ते म्हणतात.

अष्टांग योग, मन स्वास्थ्यासाठी, शरीर धारणेसाठी जरी महत्त्वपूर्ण असला तरी तो केवळ यांत्रिकतेने करू नये. आपण श्रद्धेने केलं, की, सर्व काही गोड होतं

सूत्र –

आत्मविकसनासाठी →

१) मनःशांतीसाठी – ध्यानधारणा करणे आणि

२) उद्योगशील राहून प्रयत्नांची पराकाष्ठा करणे.

ज्ञानविज्ञान योग – अध्याय सातवा

प्रस्तावना : मागील अध्यायामध्ये, भगवंतांनी, आत्म-संयमन आणि विकसन, ह्यावर भर दिला. आता, त्यांनी परमात्म्याची निर्गुण आणि सगुण अशी दोन रूपे उलगडून दाखवली.

परमेश्वर, जगताच्या उत्पत्ती, स्थिती आणि प्रलयाचे कर्ते आहेत, हे सुद्धा आपल्याला इथे समजून येईल. केवळ त्यांना शरण गेल्यानेच आपल्याला हा मायारूपी भवसागर पार करता येईल.

कथा – 'विवेकानंद'

स्वामी विवेकानंदांचे कार्य अजोड आहे. ते अमेरिकेला १८९३ मध्ये, 'विश्वधर्म परिषदेमधे सहभागी होण्यासाठी गेले आणि त्यांच्यामुळे उपनिषदांमधील, सखोल तत्त्वज्ञानाचे, जगाला दर्शन घडले.

ते, रामकृष्ण परमहंसांचे शिष्य! एकदा, ते घरच्या गरीबीनं, मातेच्या आजारपणाने, व्यथित झाले आणि त्यांनी रामकृष्ण परमहंसांना चिडून विचारलं, ह्या अध्यात्माचा काय उपयोग आहे? तेव्हा परमहंस म्हणाले, अरे तू कालीमातेजवळ, तुला काय हवं असेल ते माग, मी तुला निराश करणार नाही. विवेकानंद, तीन वेळा मंदिरामधे गेले तर खरे, काही मागण्यासाठी म्हणून, पण तिनही वेळेला, ते काहीही न मागताच परत आले. मग त्यांना जाणवलं की तत्त्वज्ञान, काय किंवा निःस्सीम भक्ती सुद्धा, आपल्याला आतून सक्षम कणखर बनवण्यासाठी सिद्ध असते, काही याचना करण्यासाठी म्हणून नाही.

त्यांनी रामकृष्णांना एकदा विचारलं, ह्या जगामधे देव आहे हे तुम्ही खात्रीपूर्वक सांगू शकता का ? तेव्हा त्यांनी फार सुंदर उत्तर दिलं, हो, परमेश्वर आहे, आणि तो आपल्या सर्वांच्या हृदयामधे विराजमान आहे आणि तो आपल्या संस्कार, विचार आणि वर्तनाने सिद्ध होतो. आणि अगदी तसंच स्वामी विवेकानंदांनी, त्यांच्या स्फुर्तीदायी विचारांमधून, 'इश्वरीतत्व' सिद्ध केलं.

ह्या अध्यायामधील एकूण श्लोक – ३०

निरूपणासाठी घेतलेले श्लोक – २, ४, ५, ६, ७, १२, १३, १४, १९, ९

श्लोक २

ज्ञान तेऽहं सविज्ञानमिदं वक्ष्याम्यशेषतः ।
यज्ज्ञात्वा नेह भूयोऽन्यज्ज्ञातव्यमवशिष्यते ।।२।।

अर्थ आणि स्पष्टीकरण – मी तुला हे ज्ञान/तत्त्वज्ञान, विज्ञानासहित पूर्णपणे सांगतो की, जे जाणले असता जगात पुनः आणखी काहीही जाणवायचे रहात नाही. एका परमेश्वराचे ज्ञान- विज्ञान कळल्यानंतर अजून काही माहीत करून घ्यायचे शिल्लक रहात नाही. कारण जगाचे जे मूळ चैतन्य तत्त्व आहे ते एकच आहे आणि ब्रह्मांडामधील सारी विविधता म्हणजे त्या मूळ अधिष्ठानावरच सर्व नामरूपांचा आविष्कार आहे. आपण ज्ञान आणि विज्ञान ह्या संकल्पना नेमक्या काय आहेत आणि त्यामध्ये काय समाविष्ठ होतं ते पाहू –

ज्ञान म्हणजे काय ?	विज्ञान म्हणजे काय ?
१) परमेश्वर ज्ञानाचे समष्ठीरूप म्हणजे ज्ञान आहे.	परमेश्वर ज्ञानाचे व्यष्ठीरूप = विज्ञान आहे.
२) दृष्य सृष्टीच्या मागील मूलतत्त्व म्हणजे ज्ञान आहे.	अवघी दृष्य सृष्टी, म्हणजे विज्ञान आहे.
३) पंचेद्रियांच्या अतीत आहे.	पंचेंद्रियांद्वारे समजते.
४) ज्ञान अव्यक्त आहे.	विज्ञान व्यक्त आहे.
५) आत्मज्ञान, ज्ञान-सिद्धांत हे तत्त्वज्ञान आहे.	ब्रह्मांडाचे ज्ञान, म्हणजे विज्ञान, हे प्रत्यक्ष अनुभव गम्य आहे.
६) सर्व पदार्थांमध्ये एकच मूळ चैतन्य तत्त्व भरलेलं आहे. हे जाणणे म्हणजे ज्ञान होय.	एकाच चैतन्य तत्त्वापासून अनेक विविध पदार्थ कसे तयार होतात ते समजून घेणे म्हणजे विज्ञान होय.

अज्ञान म्हणजे दृष्य सृष्टीला सत्य समजणे.

विज्ञान म्हणजे ब्रह्मांडाचे ज्ञान, ज्ञान म्हणजे आत्मज्ञान होय.

म्हणून विज्ञान शिकून घेतल्यावर आपण आपले अज्ञान नष्ट करून ज्ञानाकडे झेप घ्यायची असते. म्हणजेच सारं विश्व, त्याचे ज्ञान आणि त्याबरोबरच ब्रह्मांडामागील सत्य तत्त्वाच्या ज्ञानाने अज्ञान नष्ट होते. परमेश्वर स्वरूपाचे संपूर्णपणे ज्ञान होऊन जीवनाला अनुभवण्याची नजर बदलून जाते. हे सामर्थ्य केवळ आत्मज्ञानमध्ये आहे.

श्लोक ४

भूमिरापोऽनलो वायुः खं मनोबुद्धिरेव च ।
अहंकार इतीय मे भिन्ना प्रकृतिरष्ठधा ।।४।।

अर्थ व स्पष्टीकरण – पृथ्वी, पाणी, अग्नी, वायू, आकाश ही पाच सूक्ष्म भूते. मन, बुद्धी आणि अहंकार मिळून आठ प्रकारे माझे प्रकृतीचे घटक आहेत. एकाच मूळ परमतत्त्वाच्या म्हणजे परमेश्वराच्या दोन विभूती आहेत. त्यापैकी –

	अ)	ब)
१)	अपरा प्रकृती म्हणजेच कनिष्ठ प्रकृती निर्माण झाली.	परा प्रकृती म्हणजेच श्रेष्ठ प्रकृती निर्माण झाली.
२)	ही जड़ प्रकृती आहे.	ही चैतन्यमय प्रकृती आहे.
३)	ही परमेश्वराच्या सत्तेखाली जड सृष्टी निर्माण करते.	हिच्यामुळे जड सृष्टी निर्माण होते.

ही अष्ठधा प्रकृती सर्व विश्वाचे (त्यातील घटकांचे प्रतिनिधीत्व करते. ह्यामधेच भौतिक विज्ञान, रसायन शास्त्र, जीवशास्त्र, भूगोल वगैरे विज्ञानाचे प्रकार येतात.

अपरा प्रकृती म्हणजेच सर्व विज्ञान आहे. ह्याच संदर्भातील काही व्याख्या –

१) प्रकृती – सर्वांचे आदिकारण आहे. पण तसं असूनही कोणाचेच कार्य नसलेली म्हणजे प्रकृती (मूळ / अव्यक्त) आहे.

२) विकृती – काही तत्त्वे स्वतः कार्य करतात पण, ती कुणालाही निर्माण करत नाहीत. त्यांना विकृती म्हटलं जातं
– ५ ज्ञानेंद्रिये + ५ कर्मेंद्रिये + ५ महाभूते + मन = १६ तत्त्वे. ह्यांना विकृती म्हटलं जातं.

३) प्रकृती – विकृती – काही तत्त्वे कार्य आणि कारण अशा दोन्ही रूपात असतात. त्यांना प्रकृती – विकृती म्हणतात.
– बुद्धी + अहंकार आणि शब्द स्पर्श रूप, रस, गंध ह्या ५ तन् मात्रा.

४) न प्रकृती न विकृती – काही तत्त्वे कार्यही नसतात किंवा कारणही नसतात. आत्मा ह्यामध्ये येतो. आत्मा हे २५ वे तत्त्व आहे.

शरीरातील एकूण तत्त्वे २५ आहेत. परब्रह्म हे २६ वे तत्त्व, मूळतत्त्व आहे.
↓ ↓

१) २५ वे तत्त्व हे आत्मा (चैतन्याचा अंश) आहे.

२) बाकीची प्रकृतीची २४ तत्त्वे आहेत.

अष्टधा प्रकृती = पंचमहाभूते + बुद्धी + अहंकार + मन = ८ तत्त्वे.

ह्या सर्व प्रकृतीच्या घटकांमध्ये चैतन्य निर्माण करण्याचे कार्य आत्मा करतो आणि त्यामुळे जड प्रकृती चैतन्यपूर्ण होते.

अपरा प्रकृती = म्हणजे जड देह होय.

परा प्रकृती = म्हणजे देहामधील चैतन्य तत्त्व होय.

तोच परमात्म्याचा अंशरूप असा आत्मा होय.

आत्म्याला प्रपंच चिकटला, की शरीर, मन, बुद्धीशी आत्मा जेव्हा एकरूप होतो. तेव्हा तोच जीवात्मा म्हणून ओळखला जातो.

अपरा प्रकृती ही भोग्य पदार्थ आहे. (फळं, फुले, धान्य वगैरे) अणि त्याचा भोक्ता हा जीवात्मा आहे.

श्लोक ५

अपरेयमितस्त्वन्यां प्रकृतिं विद्धी मे पराम् ।
जीवभूतां महाबाहो ययेदं धार्यते जगत् ।।५।।

अर्थ व स्पष्टीकरण – ही अपरा म्हणजे कनिष्ठ दर्जाची प्रकृती आहे आणि जिने ह्या संपूर्ण जगताचे धारण केले जाते, ती परा म्हणजे श्रेष्ठ प्रतीची जीव स्वरूपी माझी दुसरी प्रकृती आहे. केवळ जड घटकांनी बनलेलं आपलं जे शरीर आहे ते चैतन्यरूपी आत्मतत्त्वामुळेच सर्व कार्य करण्यास सक्षम होते. ह्याच्या प्रकाशरूपी चैतन्यात आपण सर्व कार्य करतो. आपल्या शारीरिक, मानसिक, बौद्धीक शक्तींचा आधारस्तंभ हे चैतन्यतत्त्व आहे. आपल्या सर्व जाणिवांचा अनुभूतींचा प्राण म्हणजे चैतन्य आहे. एक प्रकारे खुद्द परमेश्वरी अंशच आपल्या हृदयामध्ये राहून आपल्याला उर्जा देतो, आपला सांभाळ करत असतो. (आत्मा हे शरीरातील चैतन्यतत्त्व आहे)

श्लोक ६

एतद्योनीनि भूतानी सर्वाणी–त्युपधारय ।
अहं कृत्स्नस्य जगतः प्रभवः प्रलयस्तथा ।।६।।

ह्या दोन श्रेष्ठ आणि कनिष्ठ प्रकृती सर्व भूतमात्रांचे उगमस्थान (कारण आहे) असे तू जाण. म्हणून सर्व सृष्टीचे उत्पत्ती स्थान आणि त्यांच्या प्रलयाचे स्थान मीच आहे. प्रकृती आणि परा, अपरा प्रकृती ह्या एकमेकांच्या संयोगामुळे, हे विश्व निर्माण करतात. जड प्रकृतीमध्ये सजीवता परा प्रकृती निर्माण करते. एकटे परा तत्त्व, प्रकृतीविना काहीच करू शकत नाही आणि जड प्रकृती एकटीच निर्जिव होऊन जाते.

चैतन्य तत्त्वाला प्रकृतीचे माध्यम मिळाल्यानंतरच, हे विविधतेने नटलेले जग

रसरशीतपणे उभे रहाते. दोन्ही प्रकृती परब्रह्मापासूनच निर्माण होत असल्याने दोघांचे उत्पत्तीस्थान ते आहे आणि अंती दोन्ही परब्रह्मामध्येच विलीन होतात.

श्लोक ७

मत्तः परतरं नान्यात्किंचिदस्ति धनंजय ।
मयि सर्वमिदं प्रोतं सूत्रे मणिगणा इव ।।७।।

अर्थ व स्पष्टीकरण – हे धनंजया, माझ्याहून पलीकडचे दुसरे काहीही नाही. दोऱ्यात अनेक मणी ओवावे त्याप्रमाणे माझ्या ठिकाणी हे सर्व ओवलेले आहे.

ब्रह्मांडामधील सर्व नामरूपांमध्ये एकच एक आत्मतत्त्व वसत असते आणि हे दाखवण्यासाठी भगवंतांनी कंठीमाळेचे उदाहरण दिले आहे. कंठमाळेतील मोत्यांना जसा त्यांचा एकच धागा, सर्वांना एकत्र बांधून ठेवतो, तसेच परब्रह्म ह्या साऱ्या ब्रह्मांडाला बांधून एकत्र ठेवतो. विश्वाची ही कंठमाळा विविधतेने सजलेली आहे. ह्यामध्ये मोती, रत्न, हिऱ्यांपासून दगडापर्यंत सर्व काही चैतन्य तत्त्वाने गुंफलेले आहे.

हा आपल्या सर्वांना बांधणारा धागा, हा चैतन्य/परम तत्त्वाचा आहे. जो सगुण आहे, निर्गुण आहे, अव्यक्त आहे आणि व्यक्तही आहे. हे विश्व ह्या धाग्यानेच पूर्ण आहे.

म्हणजेच आपण हे भान ठेवायला हवं, की केवळ माझ्यातच ते इशतत्त्व नसून, त्याच तत्त्वानं जगालाही बांधून ठेवलंय. हिच ती विशाल सर्वव्यापी एकत्त्वाची भावना. आपण सर्व सलोख्याने, मैत्रीपूर्ण संबंधानी जेव्हढं एकमेकांना बघू तेव्हढी ही विश्वमाला दिमाखात, तिच्या इश्वरीय वैभवात खूलून दिसेल. पण ह्यातील प्रत्येक मण्याने फक्त स्वार्थकेंद्रित जगायचं म्हटलं, तर तेव्हडीही माला कोमेजून जाईल. आपल्या सर्वांवर हे बंधन आहे की, ह्या इशरूपी धाग्याला आपण नित्य स्मरून जीवन जगायला हवं.

श्लोक १२

ये चैव सात्विका भावा राजसास्तामसाश्च ये ।
मत्त एवेति तन्विद्धि न त्वहं तेषु ते मयि ।।१२।।

जे जे भूतमात्र, सात्विक, राजस आणि तामस स्वरूपाचे आहेत. ते ते सर्व माझ्यापासून उत्पन्न झाले आहेत. पण तरीही मी त्यांच्यात नाही, ते सर्व माझ्यात आहेत.

परब्रह्मापासूनच → त्रिगुणात्मक प्रकृती निर्माण झाली → सर्व सृष्टी निर्माण झाली आहे. म्हणून पदार्थामधील त्रिगुण → हे परब्रह्म पासून निर्माण झाले आहेत.

पण परब्रह्म विश्वाला व्यापूनही त्याची व्याप्ती अमर्याद आहे.

परब्रह्म मुळातले खरं तर निर्गुण, म्हणून ह्या निर्गुण रूपात कोणतेही गुण रहात नाहीत.

मन बुद्धी ह्यांच्यापासून

↓ ↓

विचार कल्पना, भावना निर्माण होतात.

↓ ↓

आणि सात्विक रजो तमो या त्रिगुणांनी → चित्तवृत्ती व अंतःकरण बनलेले आहे.

आपलं सर्व भावविश्व, कृती, कल्पना ह्या अंत:करणातील चित्तवृत्तींवर अवलंबून असतात आणि ह्या चित्तवृत्ती मिश्र स्वरूपाच्या असून सात्विक, राजस आणि तमोचं ते मिश्रण असतं, त्यानुसार आपला व्यवहार ठरत असतो.

प्रकृती → चैतन्य तत्त्वावर अवलंबून असते, पण

चैतन्यतत्त्व → हे प्रकृतीमुळे दुषित होत नाही.

त्याचं चिरस्थायी रूप अविकारी आहे, आणि निर्गुण आहे.

असा याचा अर्थ आहे.

श्लोक १३

त्रिभिर्गुण मयैर्भावैरेभिः सर्वमिदं जगत् ।
मोहितं नाभिजानाति मामेभ्यः परमव्ङ्गम् ।।१३।।

अर्थ – प्रकृतीच्या ह्या त्रिगुणात्मक भावांनी भ्रांत झाल्यामुळे त्यांच्याहून वेगळ्या श्रेष्ठ अशा परमतत्त्वाला म्हणजे मला हे सर्व जगत् जाणत नाही.

स्पष्टीकरण – मनुष्याच्या देहातील जीव म्हणजे आत्मा, हा केवळ आत्मा हा रूपात न रहाता तो देह, मन, बुद्धीशी एकरूळप झालेला असतो त्यामुळे जणू

(अ) ने आपण (अ) आहोत हे विसरून आपण आता (ब) आहोत असे वावरावे तसे,

आत्मा हा आपण (आत्मा) आहोत हे विसरून

↓

आत्माच आता → (आत्मा + देह) म्हणून वावरतो.

आत्मा देहाला चिकटतो आणि देहाची सुखदुःख आपली आहेत असं मानू लागतो.

म्हणूनच आपण केवळ दैहिक स्तरावरच प्रामुख्याने जीवनाची अनुभूती घेत असल्याने आपले विचार, कृती, भावना ह्या देहाच्या वर्तुळापासून बाजूला होत

नाहीत. हा सर्व देह- इंद्रियांचाच सदैव खेळ चालू आहे आणि त्यातून कधीकधी बाहेर पडून तटस्थपणे आपणच आपल्याला बघण्याची गरज असते आणि तेव्हाच ह्या आत्मतत्त्वाची जाणीव आपल्याला व्हायला लागेल. पण तसं घडत नाही असे भगवंत म्हणत आहेत.

श्लोक १४

दैवी ह्येषा गुणमयी मम माया दुरत्यया ।
मामेव ये प्रपद्यन्ते मायामेतां तरन्ती ते ।।१४।।

अर्थ – माझी ही त्रिगुणात्मक माया तरून जाण्यास खूप कठीण आहे. जे माझाच आसरा घेतात म्हणजे मला शरण येतात तेच माया पार करून जातात. जगताच्या दुःखाचे कारण माया आहे. कारण –

आपण आत्मा = (अ) आणि देह = ब असे मानले तर आयुष्य जगताना,
(अ) हाच (अ + ब) होतो.
↓
आत्म्याचे परिवर्तन जीवात्म्यामध्ये होते.
↓ आत्मा - (a) ↓ (b) जीवात्मा = आत्मा + देह

आत्मा स्वतःहूनच आता जीवात्मा म्हणून वावरतो आणि संसारातील सुख दुःख, आघात, संकट ही, देहाप्रमाणेच तो (आत्मा) स्वतःवरही ओढवून घेतो.

ही माया म्हणजे काय ? तर

१) माया ही परब्रह्मानेच निर्माण केलेली त्याची शक्ती आहे.
२) ह्या शक्तीमुळेच विश्वाची निर्मिती होते.
३) ती त्रिगुणात्मक आहे.
४) ती परब्रह्माच्या आधाराने रहाते.

म्हणून ही माया तरून जाण्यासाठी मायापती परब्रह्माला शरण गेल्याशिवाय इलाज नाही. कारण त्याशिवाय मला आत्मतत्त्वाचा प्रत्यय येऊ शकणार नाही. त्यासाठी मला शरीराअंतर्गत चालणारे विचार, संवेदना, कामना ह्यांचे नीट परीक्षण करावं लागेल.

मन, बुद्धी, चित्त, अहंकार = अंतःकरण → ह्या चार घटकांनी अंतःकरण बनतं

↓	↓	↓
सत्व गुण	रजो गुण	तमो गुण
↓	↓	↓
शांत प्रकाशक असतो.	मानसिक प्रक्षोभ होतो.	बुद्धीवर आवरण घालतो.

ह्या त्रिगुणांनी ज्या वृत्ती वेळोवेळी तयार होत रहातात त्याने →

१) माणूस सतत सुखार्थ काहीतरी शोधत रहातो.

२) असमाधानी असतो.

३) मन आणि बुद्धीचा मेळ जमत नाही. परंतु आत्मतत्त्वाच्या जाणीवेसाठी मन शांत करावं लागतं.

त्यासाठी कितीतरी उपाय सांगितलेले आहेत. जसं की यम, नियम, प्रत्याहार सहित अष्टांगयोग किंवा अंर्तमुख होण्याचा अभ्यास करून चित्त वासनांकडे जाऊ न देता आत्मचैतन्यावर लावणे. संसाराची प्रलोभने तर आदळतच रहाणार. त्यातूनच मार्ग काढायचा आहे. मायेचा तडाखा, तिची पकड विलक्षण आहे. ह्यात शंकाच नाही. आपण त्यामध्ये अडकतो कारण ब्रह्म आणि मायेतील असलेला फरक, आपल्याला मायेच्या बंधनात पकडून ठेवतो.

ब्रह्म	माया
ब्रह्म जन्मत नाही	माया निर्माण होते
ब्रह्म मरत नाही	माया नाश पावते
ब्रह्म अविनाशी आहे	माया विनाशी आहे
ब्रह्म अविकारी आहे	माया विकारी आहे
ब्रह्म निगुर्ण, निराकार आहे	माया सगुण साकार आहे
ब्रह्म अनंत आहे	माया मर्यादात्मक आहे

अशा ह्या मायेला जिंकण्याच्या प्रयत्नात रहाण्यापेक्षा साक्षात परमेश्वराला मनःपूर्वक अनन्यतेने शरण जाणे हाच एक गोड, सोपा उपाय उरतो.

श्लोक १९

बहुनां जन्मनामन्ते ज्ञानवान्मां प्रपद्यते ।
वासुदेवः सर्वमिति स महात्मा सुदुर्लभः ।।१९।।

अर्थ – अनेक जन्मानंतर ज्ञानी महात्मा जे काही आहे ते वासुदेवच आहे. त्याचे ज्ञान होऊन माझ्यापर्यंत पोहोचतो. असा महात्मा अत्यंत दुर्मीळ होय.

स्पष्टीकरण – आत्मसाक्षात्कारी महात्म्याचे अंतःकरण पूर्णपणे परमात्म्याला वाहिलेले असते. त्याच्या नजरेतून आता कुणीच परका रहात नाही. प्रत्येकातील हृदयस्थ परमेश्वराची त्याला लख्ख जाणीव झालेली असते म्हणून तो कुणाहीबद्दल कसलेही राग, द्वेष न बाळगता अत्यंत निर्मळ मनाने वागतो.

सर्व काही वासुदेवच आहे. म्हणजे सर्व भूतमात्रात हृदयस्थ स्थित असणारा, सर्वांना चैतन्य देणारा तो वासुदेव. त्याची साक्षात प्रचिती ह्या महान पुरुषाने घेतलेली असते. अशा भावनेने जगणं, जगाकडे बघणं हे अतिशय लोभस असलं तरी खूप

दुर्मीळ आहे. ही त्या महात्म्याची अनंत जन्मांची पुण्याई असते. म्हणून हे इश्वरीयत्व त्याच्यामध्ये भिनलेलं असतं.

तो अत्यंत सहजपणे साऱ्या विश्वाला प्रेमाची साद घालतो. अतीव प्रेमानं, करुणेनं, त्याचा मन-झरा वहात असतो. त्याच्या नुसत्या अस्तित्वाने सारा आसमंत गंधरूप होतो. असा ज्ञानी निःसंशयपणे जीवन जगत असतानाही परमेश्वरामध्ये विलीन झालेला असतो. त्यामुळे मृत्यु पश्चात वेगळी मुक्ती त्याच्यासाठी असत नाही. जो सदा सर्वदा परमेश्वराचाच होऊन राहिला आहे. त्याचे श्रेष्ठत्व कितीही गायलं तरी कमीच. साक्षात भगवंत इथे ग्वाही देतात की, तो महापुरुष माझ्यापर्यंत पोहोचतो.

अजूनही काही –

भगवंत ह्या चराचरामध्ये भरून राहिलेले आहेत. ह्याच्या स्पष्टीकरणासाठी काही उदाहरणे देतात जसे की ते म्हणतात –

१) पाण्यामध्ये रस मी (भगवंत) आहे.

२) चंद्र सूर्यामधील प्रभा (तेज) मी आहे.

३) सर्व वेदांमधील ॐ मी आहे.

४) आकाशात शब्द मी आहे.

५) सर्व भूतांचे सनातन बीज मी आहे.

२) भगवंत म्हणतात की चार प्रकारचे भक्त त्यांची भक्ती करतात.

१.	२.	३.	४.
आर्त भक्त जे दुःखाने रोगाने पिडलेले असतात.	जिज्ञासू भक्त जे ज्ञान प्राप्तीची इच्छा धरणारे असतात.	अर्थार्थी भक्त जे काम्य, वासना इच्छा ठेवणारे असतात.	ज्ञानी भक्त जे परमेश्वराचे ज्ञान झालेले निष्काम कर्मयोगी किंवा कर्म संन्यासी असतात.

३) अनेक प्रकारच्या इच्छा बाळगून अनेक जण वेगवेगळे उपासनेचे नियम पाळून निरनिराळ्या देवतांची उपासना करतात आणि भगवंताच्याच इच्छेने त्यांची काम्य फळे भक्तांना मिळतात. वेगवेगळ्या देवतांची उपासना जरी केली, तरी ती परमेश्वराचीच पूजा असते.

समारोप – ज्ञान म्हणजे परमेश्वर स्वरूपाबद्दलचे यथार्थ योग्य ज्ञान आणि विज्ञान म्हणजे ह्या प्रत्यक्ष दृष्य विश्वाशी संबंधित विषयांचे ज्ञान.

विज्ञानाचे महत्त्व अनन्य साधारण आहे. कारण त्यायोगे मनुष्याचा भौतिक विकास व्हायला मदत होते. परंतु त्याचबरोबरीने माणसाने अंर्तमुख होऊन परमेश्वराचं स्वरूप जाणून घेणं हे महत्त्वाचे आहे.

समारोप – ह्या अध्यायामध्ये आपण 'माया' ह्या संकल्पनेचा विचार केला. तसेच, आपण परा प्रकृती आणि अपरा प्रकृती म्हणजे काय, ते जाणले. ज्ञान कशाला म्हणतात, विज्ञान म्हणजे काय तेही आपण बघितले.

अध्यात्मज्ञान वेगळं, आणि आपलं जीवन वेगळं असं नसतं? आपण जीवन जगत असतानाच, त्यामधे, गीता – सिद्धांतांचे रंग मिसळत आयुष्य अर्थपूर्ण करायचं आहे.

सूत्र – विज्ञानाची कास धरून मानवाने आत्मप्रचितीची इच्छा मनात ठेवून मार्गक्रमण करावे.

अक्षर ब्रह्म योग – अध्याय आठवा

प्रस्तावना : मागील अध्यायामध्ये, भगवंतांनी काही संज्ञा सांगून विषयाची सांगता केली होती. आता आपण ह्या संज्ञांचा अर्थ इथे जाणून घेणार आहोत, जसं की, ब्रह्म म्हणजे काय? अध्यात्म, अधिभूत म्हणजे काय?

तसेच, भगवान इथे म्हणतात की, अविनाशी परब्रह्माचे स्वरूप हे एकाक्षरी ऊँकार रूप असते.

आपण, ह्या अध्यायात ज्ञानीची मृत्यूनंतरची गती आणि इतरांची मृत्यूनंतरची गती, ह्यामधील फरकही जाणून घेऊ.

कथा 'स्वामी विद्यारण्य'

विद्यारण्य स्वामींचा जन्म, हंपी येथील पंपाक्षेत्र ह्या गावी, १२९६ मध्ये जन्म झाला. त्यांचे गुरू स्वामी शंकरानंद ह्यांच्याकडून त्यांनी वेदांताचे शिक्षण घेतले. त्या काळी परकीय सत्तेच्या आक्रमणांपासून आपले देव, धर्म आणि देश कसा वाचवायचा हा गंभीर प्रश्न उभा राहिला होता. पण विद्यारण्य स्वामींना, अन्यायासमोर, मान तुकवणे मान्य नव्हते. त्यांना अन्यायाचा प्रतिकार करायचा होता, त्यासाठी सशस्त्र सेनेची गरज होती. त्यांच्या अथक प्रयत्नामुळेच, बलशाली विजयनगर साम्राज्य उभे राहिले. स्वामी, स्वतः संन्यासी असूनसुद्धा, 'राष्ट्र-धर्म' पाळण्यासाठी, ते साम्राज्याचे मंत्रीसुद्धा झाले. बरेच काळ, राष्ट्र सेवा करून मग ते, शृंगेरी इथे शारदापीठाचे पीठाधीपती झाले. त्यांचे अनेक आध्यात्मिक ग्रंथ प्रसिद्ध आहेत.

अध्यायामध्ये एकूण श्लोक – २८

निरूपणासाठी घेतलेले श्लोक – १, २, ३, ४, ५, ६, ७, १७, २१, २३, २४, २५, २६ = १३

श्लोक १

किं तद्ब्रह्म किमध्यात्मं किं कर्म पुरुषोत्तम ।
अधिभूतं च किं प्रोक्तमधि-दैवं किमुच्यते ।।१।।

अर्थ – हे पुरुषोत्तमा, ते ब्रह्म म्हणजे काय आहे? अध्यात्म म्हणजे काय ? कर्म म्हणजे काय ? अधिभूत कशाला म्हणतात आणि अधिदैव कशाला म्हणतात?

श्लोक २

अधियज्ञः कथं कोऽत्र देहे ऽस्मिन्मधुसूदन ।
प्रयाणकाले च कथं ज्ञेयोऽसि नियतात्मभिः ।।२।।

अधियज्ञ कसा असतो? आणि ह्या देहात. हे मधुसूनदना, कोण अधिदेह आहे? आणि मरण समयी मनोसंयमी पुरुषांनी तुला कसे जाणावे ?

श्लोक ३

अक्षरं ब्रह्म परमं स्वभावोऽध्यात्ममुच्यते ।
भूतभावोद्भवकरो विसर्गः कर्मसंज्ञितः ।।३।।

अर्थ – सर्वांहून परम असे जे अक्षर, म्हणजे कधीही नाश न पावणारे तत्त्व ते म्हणजे ब्रह्म होय. आणि प्रत्येक वस्तूचा जो स्वतःचा मूळ स्वभाव, ते म्हणजे अध्यात्म. अक्षरब्रह्मापासून पुढे सृष्टीची उत्पत्ती करणारे ते म्हणजे कर्म.

श्री भगवान म्हणाले –

१) ब्रह्म = सर्व ब्रह्मांडाचे मूळ एकमेव चिरंतन चैतन्य तत्त्वाला ब्रह्म असे म्हणतात.

२) अध्यात्म = म्हणजे काय ? तर

१) प्रत्येक व्यक्तीमध्ये मूळ परमतत्त्वाचा चैतन्यरूपी अंश असे जे आत्मतत्त्व वसत असते ते म्हणजे अध्यात्म. तसेच, अध्यात्म म्हणजे
२) प्रत्येक व्यक्तीचा स्वतःचा जो मूळ स्वभाव, त्यालाही अध्यात्म म्हणतात.
३) कर्म = मूळ अव्यक्त परमात्म्यापासून जी व्यक्त सृष्टी निर्माण झाली त्याचा व्यापार म्हणजे कर्म.
४) अधिभूत = पंचमहाभूतात्मक नाशिवंत सृष्टी.
५) अधिदैवत = प्रत्येक प्राणीमात्रामध्ये जे चैतन्यदायी तत्त्व (म्हणजे पुरुष/जीवात्मा) ते म्हणजे अधिदैवत होय.
६) अधियज्ञ = प्रत्येक जीवातील कर्मांचे अधिष्ठान रूपाने रहाणारा परमात्मा म्हणजे अधियज्ञ.
७) अधिदेह = प्रत्येक देहामध्ये वास करत असलेले आत्मतत्त्व.

श्लोक ४

अधिभूतं क्षरो भावः पुरुषश्चाधिदैवतम्।
अधियज्ञो ऽ हमेवात्र देहे देहभृतां वर ।।४।।

अर्थ – सर्व भूतांची नाशिवंत स्थिती म्हणजे अधिभूत होय आणि ह्यांच्यातील चैतन्यरूप अधिष्ठान, म्हणजे अधिदैवत होय. अधियज्ञ म्हणजे सर्व यज्ञाचे अधिष्ठान होय आणि मीच सर्व देहांमध्ये अधिदेह आहे.

श्लोक ५

अन्तकालेच मामेव स्मरन्मुकत्वा कलेवरम् ।
यः प्रायति स मद्भावं याति नास्त्यत्र संशयः ।।५।।

अर्थ – जो अंतकाली माझेच स्मरण करतो आणि देह सोडतो तो माझ्या स्वरूपाला येऊन मिळतो यात संशय नाही.

श्लोक ६

यं यं वापि स्मरन्भावं त्यजत्यन्ते कलेवरम् ।
तं तमैवैति कौन्तेय सदा तद्भावभावितः ।।६।।

अर्थ – किंवा हे कौतेय, मनुष्य ज्या भावामध्ये जीवन जगण्यात व्यग्र असतो त्या त्या भावाचे स्मरण करीत देह सोडतो आणि त्याच भावाला तो पुढे जाऊन मिळतो.

स्पष्टीकरण – भगवंतानी प्रत्येकाला परमेश्वराचे स्मरण त्याच्या अंतकाळी केल्याने तो माझ्याच स्वरूपाला येऊन मिळेल असं आश्वासन दिलं खरं, पण ह्यात खोल अर्थ भरलेला आहे.

आपण जन्मलो त्या क्षणापासून ते मरणकाल हा साधारणपणे बराच मोठा काळ असतो. मी जर आयुष्यभर पापकर्मे केली, लोकांशी वाईट वागले तर अर्थातच अचानकपणे फक्त मृत्यूच्याच क्षणी माझ्या मनामध्ये इश्वराचे स्मरण येणं शक्य नाही. त्यासाठी माझ्या हातून सत्कर्म घडायला हवीत. मी काही चुकीचं वागले असेन तर त्याची खंत मला वाटायला हवी.

माझे विचार, आचार, कृती ह्या सर्वांनी मिळून माझ्या आयुष्याची प्रत ठरते. जन्मभराची उपासना, सत्कर्म आणि परमेश्वराचं स्मरण ठेवून इश्वरार्पण बुद्धीने केलेली कर्तव्ये यांनीच देवाची खरीखुरी पूजा होते आणि ह्यालाच त्याचं नित्य स्मरण म्हणायचं अशीच व्यक्ती निश्चितपणे भगवंताच्या स्वरूपाला जाऊन मिळेल ह्यात शंका नाही. म्हणून भगवान पुढे म्हणताहेत की, मनुष्याची जीवन प्रणाली, त्याची रूपरेखा, विचारांची पद्धत याने त्याच्या व्यक्तिमत्त्वाचा एक साचा तयार होतो.

त्या आयुष्यभर चालत आलेल्या मार्गावरूनच कुठेतरी एका क्षणी तो मार्ग मृत्यूने संपणार असतो, तेव्हा अर्थातच नविनच विचारांचा प्रवाह निर्माण करणं शक्य नसतं. मग आत्तापर्यंतचे विचारच त्याचा अंतिम भाव/अखेरची इच्छा ठरवणार ह्यात शंका नाही. म्हणून त्याचं जसं एकत्रितपणे आत्तापर्यंतचं वैचारिक भावनिक आणि कर्मांचं मिळून जीवन गेलं त्याच दृष्टिकोनातून त्याचा अंतकालीन भाव ठरणार आणि त्यानुसार तो त्या भावाला जाऊन मिळेल. म्हणून मरताना उत्तम संस्कार रहायला हवे असतील तर जीवनभराची तशी तपस्या हवी. भगवंताशी अनुसंधान लागेल असा ह्या श्लोकाचा खोल अर्थ आहे.

श्लोक ७

तस्माप्सर्वेषु कालेषु मामनुस्मरष्य युध्य च ।
मय्यर्पित-मनोबुद्धी -र्मा-मे-वैष्यस्य-संशयम् ।।७।।

अर्थ – म्हणून सर्व काळी माझे स्मरण करीत जा आणि युद्ध कर. मला मन आणि बुद्धी अर्पण करून युद्ध केलेस तर युद्ध करूनही मलाच येऊन मिळशील ह्यात संशय नाही.

स्पष्टीकरण – ह्यामध्ये अर्जुनाला दोन सुचना दिल्या आहेत; पण त्या एकेकट्या नाहीएत, तर दोघांची जोड करूनच त्या पूर्ण करायला हव्यात. त्या अशा-

१) सर्व काळी माझे स्मरण कर – तर मग श्रद्धायुक्त मनाने भगवंताना आठवत रहावं, आयुष्यभर दुसरे काही करण्याची गरजच नाही का? तर तसं नाही. मग दुसरी सूचना सांगताहेत. तू युद्ध कर. अंह तसही नाहीए. मग कसं आहे? दोन्ही विचारधारांचा संगम करायचाय. एक-एकच सुचना पाळायची नाहीए.

युद्ध कर – ह्याचा आपण सामान्यांनी अर्थ घ्यायचा संकटांशी सामना कर. पळून जाऊ नकोस. आपलं हे जे व्यावहारिक, लौकीक जीवन आहे. त्याला तुच्छ न मानता संकटांना तोंड द्यायचाय. पण कसं? तर इश्वरीय अधिष्ठान मनामध्ये सतत जागृत ठेवून, नीतीधर्माला धरून चोख वागणं आणि आपण व्यवस्थित वागूनही जर समोरचा माझ्या आत्मसन्मानाला धक्का लावत असेल तर शत्रूसमोर पळपुटेपणा न करता, इश्वराच्या स्मरणाने त्याचा प्रतिकार करणं, त्याचं स्मरण फक्त संकटकाळीच नाही तर माझ्या आयुष्याचा केन्द्रबिंदू परमेश्वर असायला हवा. तरच मी सदैव योग्य तेच वागेन.

मनुष्याच्या वर्तनाचे पशूव्रत अधःपतन व्हायला वेळ नाही लागत. कष्ट लागतात ते जाणिवपूर्वक मनुष्यत्त्वातील इश्वरीयत्व साकारायला. इश्वराचे नित्य स्मरण हे भान देतं आणि आपली सुयोग्य स्वकर्तव्य त्या त्या वेळेला उत्कृष्टरित्या बजावून

आपण सार्थकतेचा बिंदू गाठतो. हेच आत्मविकसन आणि निर्भयता. भक्ती आणि {Zï H$m H$_m©Mmg§_ hdmVmM kmZàmárMmÐm _m@AmhoAg§^Jd§ gm§Vmho.

H$mi ñdV.À`mM AmË_gmj`mV _¾ ahmbm§^Jd§mZmAmhoV Zmhr`o _mR§ñ_aU H$am ^° $ H$amnU Ë maraaM Smo oCKSaRmÐ$Z ø mOJVmVmb ñdH$M© nU {Z^mdU§hol m _hÎdmM§Amho ZgVo^° $_Ü bM a§$Z Omb§`m¼ Zmhr.

श्लोक १७

सहस्त्रयुगपर्यन्त-महर्यद्ब्रह्मणो विदुः ।

रात्री युग-सहस्त्रान्तां ते ऽ हो-रात्र-विदोजनाः ।।१७।।

अर्थ – ज्या लोकांनी ब्रह्मदेवाचा १ दिवस हा १००० युगांनी संपतो आणि ब्रह्मदेवाची रात्र ही सुद्धा १००० युगांनी संपते हे पूर्णपणे जाणले तेच अहोरात्रवेत्ते लोक दिवस आणि रात्र जाणतात. आता इथे आपण प्रथम अहोरात्रवेत्ते म्हणजे कोण ते समजाऊन घेऊ.

स्पष्टीकरण – तर हे असे ज्ञानी की ज्यांच्या विशाल नजरेने केवळ मनुष्याच्या मर्यादित आयुष्याच्या आविष्काराकडेच नजर न देता, ह्या ब्रह्मांडातील काल परिमाणांची व्याप्ती लक्षात घेऊन आपल्या मर्यादित, क्षणभंगूर आयुष्याला सुअर्थही देतात.

ब्रह्मदेव म्हणजे केवळ देवता, ही संकल्पना नसून, प्रत्येक कालखंडामध्ये आख्या सजीव सृष्टीला निर्मित करून, समष्टीच्या म्हणजे अवघ्या सृष्टीच्या अंतरंगाचे मन बुद्धीचे तो प्रतिनिधीत्व करतो. आता हे अर्थ समजून घेतल्यावर आपण ब्रह्मदेवाचा १ दिवस व १ रात्र म्हणजे काय ते समजून घेऊ.

१) माणसांचे एक वर्ष म्हणजे – देवांचा १ दिवस

२) माणसांची ३६० वर्ष म्हणजे – देवांचे ३६० दिवस

३) एकूण ४ युगे (सृष्टीची) मानलेली आहेत आणि प्रत्येक युगाची वर्षे खालीलप्रमाणे–

अ) कृत युग – ४००० वर्षे

ब) त्रेता युग – ३००० वर्षे

क) द्वापर युग – २००० वर्षे

ड) कलि युग – १००० वर्षे

ई) यामधील संधीकाळ – २००० वर्षे

एकूण – १२,००० वर्षे

४) देवांची एकूण वर्षे १२,००० वर्षे, ही ४ युगांसाठी मिळून होतात.
तर माणसांसाठी ती वर्षे होतील →
१२००० वर्षे x ३६० = ४३,२०,००० वर्षे

५) अशी ७१ युगे मिळून १ मन्वंतर होते. अशी १४ मन्वंतरे मिळून देवांची १००० युगे होतात. देवांची १००० युगे मिळून, ब्रह्मदेवाचा १ दिवस होतो आणि पुन्हा तसली १००० युगे मिळून ब्रह्मदेवाची १ रात्र होते. म्हणजे या गणनेप्रमाणे. ब्रह्मदेवाचा १ दिवस = म्हणजे माणसाची ४ अब्ज ३२ कोटी वर्षे होतात. ह्यालाच कल्प असे म्हणतात. ब्रह्मदेवाच्या ह्या कल्पास किंवा दिवसाला सुरुवात झाली म्हणजे सृष्टीनिर्मितीला प्रारंभ होतो आणि ब्रह्मदेवाच्या रात्रीला सुरुवात झाली, की सर्व सृष्टीचा लय होतो. (संदर्भ - गीता रहस्य) अशा प्रकारे जो कल्प आणि कल्पक्षयाला जाणतो त्याला अहोरात्रविद् म्हटलं जाते.

आता हे जाणायचं म्हणजे काय ? तर निव्वळ शब्दांनी नाहीए जाणायचं, तर त्यामागचं खोल तत्त्वज्ञान जाणून अंर्तमुखतेनं 'आयुष्य' ह्या अमूल्य गोष्टीचं मूल्यमापन करायचं. आता कालरूपी भव्य ब्रह्मांडपट आपल्यासमोर उभा करून, इथे भगवंतांना नेमकं काय सुचवायचाय ?

हे निव्वळ आकड्यांचे भव्य प्रदर्शन नाहीए किंवा आपल्या क्षुद्र मानवी जीवनाची काही चिमूटभर वर्ष, हेच काय ते आयुष्य असं नैराश्यपूर्ण चित्र पण उभे नाही करायचाय. तर -

१) शरीर मनाच्या पातळीवर जेमतेम १०० वर्षांचच का असेना हे आयुष्य, त्यातला क्षण अन् क्षण यथाशक्ती अर्थपूर्ण करणं हे आपल्या हातात आहे.
२) शरीराच्या पातळीवर भले मी अत्यंत मर्यादित काळ जीवन जगेनही, पण माझं खरं स्वरूप हे ब्रह्म आहे. जगाचे मूळ जाणीव चैतन्य तत्त्व, ज्याला आदि नाही अंत नाही हे आंतरिक सामर्थ्याने -जाणून प्रत्यक्ष जीवनातही त्याच उदात्त निरपेक्ष वृत्तीने वागून आयुष्याचे सार्थक करणे होय.
३) मनुष्य आपल्या अपूर्ण वासनांच्या ओझ्यामुळे पुन्हा पुन्हा जन्म मरण चक्र अनुभवत असतो. तीच सुखं, तीच दुःखं सर्व काही तेच, तसेच, म्हणून ह्या चक्राला भेद देऊन कालातीत होणं म्हणजे मोक्षप्राप्ती.

ज्ञानी ह्या काल परिमाणाचे मर्म जाणतात, म्हणूनच ते निर्मिती आणि प्रलयाच्या निरंतर सृष्टी खेळाकडे गांभीर्याने पाहतात आणि त्यातील आपल्या वाट्याला आलेल्या जीवनाची जबाबदारी प्रगल्भतेने स्विकारतात.

आपण आयुष्य फक्त मौजमजेपुरतच सीमित ठेवलं तर अंती आपण फार

निरर्थकपणे जगलो असं वाटण्याची शक्यता खूप असते. त्यामुळे सजग हवं ह्या अवाढव्य कालरूपी प्रवासात माझी पावलं सक्षमतेनच पडायला हवीत, ही काळजी घ्यायला हवी.

श्लोक २१

अव्यक्तोऽक्षर इत्युक्तस्त-माहुः परमां गतिम् ।
प्राप्य न निवर्तन्ते तद्धाम् परमं मम ।।२१।।

अर्थ – ज्या अव्यक्ताला अक्षर असेही म्हणतात तोच परम म्हणजे उत्कृष्ठ किंवा अखेरची गति म्हटली आहे आणि ज्याला जाऊन पोचले असता परत जन्माला येत नाही असे माझे परम स्थानही तेच होय.

स्पष्टीकरण – शाश्वत अविनाशी असे एकच मूलतत्त्व आहे तो म्हणजे परमात्मा. साऱ्या ब्रह्मांडाचे जे अधिष्ठान आहे ते काल होते. आज आहे आणि असणार आहे ते मूलतत्त्व स्वतःच कालाचा निर्माता असल्याने तो कालातीत आहे. ब्रह्मांड निर्माण होतं विकसित होतं आणि नष्ट होतं पण त्याचं आधार स्थान जे परमतत्त्व ते चिरंतन आहे. त्यामुळे अव्यक्त हा शब्द दोन अर्थांनी वापरला जात असतो. एक अव्यक्त म्हणजे मूळ प्रकृतीचा निर्देश करते आणि त्या अव्यक्त प्रकृतीला निर्माण करणारा परमतत्त्व हे ही अव्यक्तच आहे. म्हणून अव्यक्तापलिकडचे अव्यक्त असेही परमात्म्याचे वर्णन केले जाते.

परमात्मा (अव्यक्तापलीकडचे अव्यक्त)
↓ पासून
प्रकृती (अव्यक्त) निर्माण होते.

परमतत्त्व अव्यक्त असून ते मन, बुद्धीला आकलन होत नाही, एका परमतत्त्वाला जाऊन मिळाल्यावर कोणतच स्थान शिल्लक रहात नाही. चैतन्य तत्त्वात विलीन होणं हीच परमगती होय. कारण त्यानंतर जीवात्मा/जीवाला जन्म-मरणाचे फेरे नष्ट होतात. आधी अवघं आयुष्य इश्वरार्पण करून अंती त्यात लीन होणं म्हणजे परम उत्कृष्ठ गती. कारण सत्कर्मांनी जरी स्वर्गलोक किंवा ब्रह्मलोक जरी प्राप्त झाला तरीसुद्धा पुण्यांश संपल्यावर पुन्हा जन्म घ्यावाच लागतो. त्यामुळे त्या एका निर्गुण (अव्यक्त प्रकृतीचा निर्माता म्हणून त्या नात्याने अव्यक्त पलीकडचे परमतत्त्व जे अव्यक्त आहे त्याला विलीन झाल्यावरच मग मात्र अगदी कधीही पुर्नजन्म संभवत नाही). नाहीतर प्रलयकाळी किंवा सृष्टीचा पूर्ण संहार जरी झाला तरी, प्रत्येकाचे कर्म परिणाम बीजरूपाने शिल्लक रहातात आणि पुनः सृष्टीचा आरंभ झाला की त्याच कर्मबीजांमुळे प्रत्येकाने पूर्वीच्या सृष्टीत जी जी कर्मे केली असतील ती ती त्याला

प्राप्त होतात. म्हणून अत्यंत सजगतेने आपल्या कर्मांचे परिणाम लक्षात घेऊनच जीवन जगावं.

श्लोक २३

यत्र काले त्वनावृत्तिमावृत्तिं चैव योगिनः ।
प्रयाता यान्ति तं कालं वक्ष्यामि भरतवर्षभ ।।२३।।

अर्थ – आता योगी ज्या काळी मरण पावले असता पुन्हा ह्या लोकी जन्माला येत नाहीत आणि ज्या काळी ते मृत्यू पावले असता परत जन्म घेतात तो कालसमय हे भरतश्रेष्ठा तुला सांगतो.

श्लोक २४

अग्निर्ज्योतिरहः शुक्लः षण्मासा उत्तरायणम् ।
तत्र प्रयाता गच्छन्ति ब्रह्म ब्रह्मविदो जनाः ।।२४।।

अग्नि, ज्योती (ज्वाळा), दिवस, शुक्लपक्ष, उत्तरायणाचे सहा महिने या काळात मृत्यूमुखी पडलेले ब्रह्मवेत्ते लोक मेल्यावर ब्रह्मास पोचतात (पुनः जन्म नाही)

मूत्यूनंतरचा मार्ग – हा मार्ग ज्ञानींसाठी आहे. (मार्ग – एक) ह्यालाच देवयान मार्ग असे म्हणतात. ह्याला अर्चिरादी मार्गही म्हणतात.–

देवयान मार्गाचा प्रवास →

ज्ञानीचा प्रवास – (मृत्यूनंतर) असा–प्रथम अग्नि → मग ज्योती → मग दिवसा शुक्ल पक्षात उत्तरायणामध्ये हा देवयान मार्गाचा प्रवास होतो.

ज्ञानी अंतिमतः ब्रह्मलोकामध्ये पोचतो. ज्ञानीला पुन्हा जन्म मरण नाही. म्हणजे ज्ञानीला मोक्षप्राप्ती होते.

श्लोक २५

धूमो रात्रिस्तथा कृष्णः षण्मासा दक्षिणायनम्।
म तत्र चान्द्रमसं ज्योर्तियोगी प्राप्य निवर्तते ।।२५।।

अग्नीमुळे धूर, रात्र, तसेच कृष्णपक्ष, दक्षिणायनाचे सहा महिने यामध्ये मृत्यू पावलेला योगी चंद्रलोकास जाऊन पुण्यांश संपल्यावर परत येतो. (पुन्हा जन्म होतो)

मृत्यूनंतरचा मार्ग (मार्ग – दुसरा) हा मार्ग कर्मठ लोकांसाठी (म्हणजे ज्यांना आत्मज्ञानं झालेले नाही) आहे. ह्यालाच पितृयाण मार्ग असे म्हणतात. ह्याला धूम्रादी मार्ग म्हणतात. पितृयाण मार्गाचा प्रवास –

अग्नि (धूर) → मग – रात्री – कृष्ण रात्री – कृष्ण – पक्षात – दक्षिणायनमध्ये हा प्रवास होतो. आत्मज्ञान न झालेल्या माणसाला पुन्हा जन्म आणि मरण आहे.

आत्मज्ञान न झालेला अंतिमतः चंद्रलोकास जाऊन पोचतो. त्याचा पुण्यांश संपल्यावर त्याला पुन्हा मनुष्यलोकी जन्म घ्यावा लागतो.

श्लोक २६

शुक्लकृष्णे गती ह्येते जगतः शाश्वते मते ।
एकया यात्यनावृत्तिमन्ययावर्तते पुनः ।।२६।।

याप्रमाणे शुक्ल आणि कृष्ण म्हणजे प्रकाशमय आणि अंधःकारमय अशा मृत्यूनंतरच्या मार्गाने गेले दोन शाश्वत गती आहेत. एका मार्गाने गेले असता पुर्नजन्म नाही आणि दुसऱ्या मार्गाने गेले असता पुनः जन्म घ्यावा लागतो. माणसाने ज्या प्रकारचे आयुष्य व्यतीत केलं आहे त्या अनुसार त्याला मृत्यूनंतर गती प्राप्त होते.

ह्या दोन्ही मार्गांमध्ये जो प्रवास सांगितला आहे त्यातील टप्पे कालवाचक आहेत. जसे की दिवसा, शुक्ल पक्ष वगैरे. म्हणजे मनुष्याचा मरण समयीचा काळ महत्त्वाचा असून तो मनुष्याची मृत्यूनंतरची गती ठरवतो असे मानले तर मग ज्ञानाचे महत्त्वच रहाणार नाही. (गी.र. पृष्ठ – १७८) म्हणून हा कालवाचक अर्थ पुढे सुटून जाऊन मनुष्याच्या मरण कालची वेळ कोणतीही असो. ज्ञानी, प्रकाशमय देवयान मार्गाने ब्रह्मलोक प्राप्त करेल आणि आत्मज्ञान नसलेले पण सत्कर्म करणारे पिर्तृयाण मार्गाने चंद्रलोक प्राप्त करेल.

देवयान मार्ग हा आत्मज्ञानाचा, आत्म साक्षात्काराचा मार्ग आहे. म्हणजेच ज्ञानीने पूर्ण आयुष्यभर तपस्या पूर्वक संयमित जीवन जगून, स्वस्वरूप जाणून, त्याप्रमाणे आपली इश्वरीय वृत्ती ठेवून वर्तणुक ठेवली आहे. तर ह्या उलट ज्याला आत्मज्ञान झाले नाही, पण तरीही त्याने आयुष्यभर सत्कर्म केलेली आहेत, असा मृत्यूनंतर, चंद्रलोकास जाऊन त्याचा पुण्यक्षय झाल्यावर पुन्हा जन्म घेतो पण जे सदैव कुकर्मच करतात त्यांना मृत्यूनंतर तिर्थक योनी (पशू/पक्षी), योनी किंवा नरकवास प्राप्त होतो. म्हणजेच देवयान मार्गानेच मोक्ष मिळतो आणि पिर्तृयाण मार्गाने जन्म मरणाचा फेरा सुरू रहातो. हे तत्त्व ज्याने ओळखले तो वासनामय जीवन, जे पुर्नजन्माचे बीज कारण होते, ते टाळून शाश्वत आत्मस्वरूपामध्ये लीन होऊन आपल्या दिव्य कर्मांनी मोक्ष प्राप्त करून घेईल.

अजूनही काही –

१) जे साधक/वेदवेत्ते/ज्ञानी आहेत ते ॐ (ॐ हा ब्रह्मांडांचा आरंभरूपी शब्द असल्याने त्याला शब्दब्रह्म असेही म्हटले जाते) ओंकार साधना / ॐ उपासना करतात. ॐ उपासना म्हणजेच अक्षर परब्रह्माची उपासना असेही मानले जाते. कारण ॐ हे अक्षर परमेश्वराचे प्रतिक मानले जाते. ह्या साधनेमुळे किंवा ॐ उपासनेत साधक मन बुद्धीवर नियंत्रण ठेवून ध्यानधारणेतून समाधी अवस्थेप्रत जातो. असा जो कोणी

ॐ जप करत भगवंतांचे नित्य स्मरण हृदयात जागतं ठेवून देह सोडून जातो त्याला उत्तम परमगती प्राप्त होते.

समारोप – ह्या अध्यायामधे भगवंतांनी अक्षरब्रह्म, तसेच काळाची भव्य संकल्पना स्पष्ट केली आहे.

आपल्याला आता हे समजू लागतं की, आपणा सर्वांचेच 'जीवन-नृत्य' हे केवळ त्याच्या पायावर, त्याच्यामुळे होत असतं. पण आपण जेव्हा, आपलं 'जीवन नृत्य' त्याच्यासाठी म्हणून समर्पित भावनेनं करायला लागू, तेव्हाच आपलं जीवन सार्थकी लागेल. भगवान स्वतःहून कृपाळूपणे आपल्याला हिताच्या गोष्टी सांगताहेत, तर आपणही पावलं पुढे-पुढे टाकत रहावीत की काय?

सूत्र – आपल्यासमोर कल्पक्षयच्या संकल्पनेने काळाचा अति भव्य पट उभारला गेला. पण त्यानं अंर्तमुख होऊन असा विचार करायला हवा की वाळूच्या कणाएवढं क्षुल्लक अस्तित्व जरी माझं असलं तरी केवळ आणि केवळ सत्कर्मानीच परमेश्वराची आराधना करून जीवन सार्थकी लावावं. केवळ अशा वागण्यानेच, माझं आयुष्य परिपूर्ण होऊ शकेल.

राजविद्या योग – अध्याय नववा

प्रस्तावना : मागील अध्यायामध्ये, भगवंतांनी 'अक्षर ब्रह्म' समजावून सांगितले आता ह्या अध्यायात ते आपल्याला ग्वाही देतात की, अनन्य भक्तीद्वारे, आपल्याला निश्चितपणे, परमात्म्याचे ज्ञान होतेच होते. आपल्या सारख्या सर्वसामान्य साधकासाठी 'अनन्य शरणता', हा सोपा मार्ग आहे, हे नक्कीच.

कथा – 'श्री रामानुजाचार्य'

रामानुजाचार्यांचा जन्म तामिळनाडूमधे १०१७ साली झाला. त्यांनी भक्तीच्या महात्म्यावर, भर दिला. त्यांनी भगवान श्रीकृष्णांना, आपले आराध्य दैवत मानले. महापूर्ण स्वामींकडून त्यांना वैष्णव धर्माची दीक्षा मिळाली. त्यांच्या, असामान्य प्रतिभेमुळे, त्यांचा जनमानसावर विलक्षण प्रभाव पडत असे. शिवाय त्यांच्या ठिकाणी कोणताही व्यक्तिगत स्वार्थ नसल्याने, लोकं, स्वतःहून त्यांचे अनुयायी बनत. अर्थात, त्यामुळे अनेक पंडीतांना, त्यांचा द्वेषही वाटत असे. त्या द्वेषापोटीच, ह्या ऋषी तुल्य, आचार्यांवर अनेक वेळा प्राणघातक हल्ले सुद्धा झाले, पण ते सुदैवाने त्यातून वेळोवेळी बचावले.

त्यांनी जातीभेद नष्ट करण्याचा जीवापाड प्रयत्न केला. त्यांनी भक्तीपूर्ण वैष्णव संप्रदायाचा प्रचार,पार उत्तरेपर्यंत केला.

अध्यायामध्ये एकूण श्लोक श्लोक – ३४

निरूपणासाठी घेतलेले श्लोक – २, ४, ५, ९, २२, २६, ३२, ३४ = ८

श्लोक २

राजविद्या राजगुह्यं पवित्रमिद-मुत्तमम् ।
प्रत्यक्षावगमं धर्म्यं सुसुखं कर्तुमव्ययम् ।।२।।

अर्थ – राजविद्या म्हणजे गुह्य (म्हणजे गहन) असून ती सर्व विद्यांमधे श्रेष्ठ, पवित्र, उत्तम, कळण्यास सुलभ असून ती प्रत्यक्ष आचरणामध्ये आणता येईल अशी सुखद, अव्यय आणि धर्म्य आहे.

स्पष्टीकरण – राजविद्या म्हणजे आत्मज्ञान. आत्मसाक्षात्कारासाठी व्यक्त परमेश्वराची उपासना करणे म्हणजे राजविद्या. उपनिषदांमधे इश्वर प्राप्तीच्या साधनांस विदा असे म्हणतात. अत्यंत सोपा असा भक्ती मार्ग ह्यामध्ये अनुस्यूत आहे.

इतर सर्व ज्ञान, जसं की भूगोल, विज्ञान हे सर्व आवश्यकच आहेत. हे जरी खरं असलं तरी ती सर्व शास्त्रं ही आपल्या सृष्टीशी, प्रपंचाशी, प्रकृतीशी निगडीत आहेत. परंतु राजविद्या ही आपल्याला साक्षात चैतन्य तत्त्वाशी जोडते. तिचा प्रत्यय येऊ शकतो. भगवंत सांगताहेत की, ही विद्या फलदायी (मोक्षदायी) आहे. सर्वश्रेष्ठ सर्वोत्तम अशी ही राजविद्या आहे. अप्राप्य अशा एकमेव परब्रह्माला सुलभ रितीने प्राप्त करण्याचा हा राजमार्ग आहे.

श्लोक ४

मया ततमिदं सर्वं जगदव्यक्तमूर्तिना ।
मत्स्थानि सर्वभूतानि न चाहं तेष्व-वस्थितः ।।४।।

अर्थ – हे सर्व ब्रम्हांड (विश्व) मी माझ्या अव्यक्त रूपाने व्यापले आहे. सर्व प्राणिमात्र माझ्या ठिकाणी वसतात, पण मी त्यांच्या ठिकाणी रहात नाही.

परब्रह्म (स्वतः निर्गुण) अव्यक्त आहे.

↓ त्याच्यापासून

त्रिगुणात्मक प्रकृती निर्माण होते.

↓

म्हणून सर्व सृष्टीत त्रिगुण येतात. त्रिगुणात्मक सृष्टी असते.

↓

परब्रह्म अव्यक्ताचा व्यक्त होतो हीच त्याची माया (शक्ती) होय. प्रत्येक प्राणीमात्रामधे

↓

आत्मतत्त्व आहे.

अ) हे आत्मतत्त्व जेव्हा ↔ प्रकृतीशी / देहाशी एकरूप होते,
तेव्हा आत्मा त्यांच्यातच असल्याने तो ही दुःखरूप होतो.

ब) हे आत्मतत्त्व जेव्हा ↔ प्रकृतीशी एकरूप होत नाही तेव्हा
मी परमात्मा असून त्यांच्या ठिकाणी नाही. ह्याचा अर्थ काय घ्यायचा?

सोन्याचे जसे वेगवेगळे अलंकार बनतात किंवा बीजाचेच पुढे झाड निर्माण होते तसे विश्वाचा हा पसारा म्हणजे परब्रह्माचाच विस्तार आहे. म्हणजेच मूळचे निर्गुण, निराकार अव्यक्त परब्रह्म हे साधकांसाठी, भक्तांसाठी, उपासनेसाठी सगुण रूपात पूजले जाते. एकमेव परब्रह्माच्या आपण बहुविध व्हावे ह्या निश्चयात संकल्पामध्ये

सर्व प्राणीमात्र आहेत. मुळातल्या निर्गुण परमात्म्याला आपण सगुणही मानतो म्हणून हा विरोधाभास होतो.

श्लोक ५

न च मत्स्थानी भूतानि पश्य मे योगमैश्वरम्
भूतभृन्न च भूतस्थो ममात्मा भूतभावनः ।।५।।

अर्थ – प्राणीमात्रे खरे पाहिले असता माझ्यामध्ये रहात नाहीत. माझा ईश्वरी योग पहा. सर्व प्राणीमात्रांचा आधार मी आहे, परंतु मी त्यांच्यामध्ये असत नाही, मी सर्वांचे निमित्त कारण आहे.

स्पष्टीकरण – भगवंतांनी प्रकृतीच्या आश्रयाने ही त्रिगुणात्मक सृष्टी निर्माण केली. सर्व जगताचे अधिष्ठान भगवंत आहेत असे जरी असले, तरी त्यांनी प्रकृतीला आपलं माध्यम करून तिच्या मार्फत ईशतत्त्व प्राणीमात्रांमध्ये वसलेलं आहे. पण परमात्मा स्वतः निर्गुण, असंग आणि सृष्टी निर्माता असला तरी अलिप्त आहे. आपण जेव्हा दैहीक पातळीवरच उभं आयुष्य जगतो तेव्हा आपण प्रकृतीमध्येच विलीन होऊ शकतो. पण जे आत्मीक पातळीवर जगतात तेच केवळ परब्रह्मात विलीन होतात.

परब्रह्म (२६ वे तत्त्व) निर्गुण आहे.
↓
२६ वे तत्त्व हे परमात्मा आहे.

२५ वे तत्त्व म्हणजे पुरुष (जीवात्मा) होय

देहामध्ये २४ तत्त्वे आहेत. ती प्रकृतीची आहेत, एक २५ वे तत्त्व हे आत्म्याचे आहे.

देह = (म्हणजेच आत्मा + प्रकृती)

आपला देह २५ तत्त्वांनी मिळून बनलेला आहे, जो प्रकृतीशी बांधलेला आहे. ह्या २४ तत्त्वांच्याच रिंगणात फिरत राहिलो तर चैतन्यतत्त्व परब्रह्माशी आपले अंतर कायमच राहिल म्हणून प्रकृतीच्या अतीत २६ व्या तत्त्वाकडे झेपावणे म्हणजे परब्रह्मात विलीन होणे. त्यासाठी आपल्यातील आत्मतत्त्वाला जाणणं हाच उपाय आहे.

श्लोक ९

न च मां तानि कर्माणि निबध्नन्ति धनंजय ।
उदासिन–वदासीनमसक्तं तेषु कर्मसु ।।९।।

अर्थ – हे धनंजया, मी प्राणीमात्रांच्या कर्मांशी उदासिन आणि अनासक्त असल्यामुळे मला ती कर्मे बंधनकारक होत नाहीत.

स्पष्टीकरण – ब्रह्म हे शक्तीदाता असून प्रकृती ही त्याची शक्ती आहे आणि सर्व सृष्टी ही प्रकृतीमधे स्थित असते. सारे कर्तृत्व म्हणजे सृष्टी निर्मितीचे प्रत्यक्ष कार्य प्रकृतीचे असते. त्यामुळे परब्रह्माच्या ठिकाणी कर्तुत्वाभिमान असत नाही. परब्रह्माकडून प्रकृतीला सूचना किंवा प्रेरणा मिळते. त्यानुसार प्रकृती सर्व जग निर्माण करण्याचे कर्म करते. कर्म म्हणजेच प्रकृती. त्यामुळे परमात्मा कर्मांना जबाबदार रहात नाही.

सूर्य सर्व जगताला लख्ख प्रकाश देतो; पण त्या लख्ख उजेडात कुणी पापकर्म करतील, तर कुणी पुण्यकर्म करतील. म्हणून सूर्य ह्या सगळ्याला जबाबदार असत नाही. प्रत्येकजण आपापल्या कर्मानुसार पाप-पुण्य भोगतो. परमात्मा ही जणू जगताच्या विविधरंगी भाव भावनांच्या आविष्काराला, निव्वळ साक्षीत्वाच्या दृष्टिकोनातून आधारभूत असलेली रंगभूमी आहे.

प्रत्येकजण आपापल्या पूर्व संस्कारानुसार, विविध कामना आणि इच्छांच्या बेरजेनुसार त्याच्या आयुष्याचे नृत्य करत असतो. त्या साऱ्यांचे अधिष्ठान परब्रह्म आहे. आपल्या सर्वांचच जीवनाचे सादरीकरण त्याच्या पुढे होत असतं. आपल्या सर्वांच्या नृत्यनाट्याचा परमात्मा केवळ साक्षी आहे. आपलं कर्ममय जीवन आपण त्याला सादर करत असतो.

श्लोक २२

अनन्याश्चिन्तयन्तो मां ये जनाः पर्युपासते ।
तेषां नित्याभियुक्तानां योगक्षेमं वहाम्यहम् ।।२२।।

अर्थ – जे अनन्य भावाने, माझे निरंतर चिंतन करून मला भजतात त्या योगयुक्त पुरुषांचा योगक्षेम मी चालवतो.

योग म्हणजे न मिळालेली (पण हवी असलेली) वस्तू मिळणे आणि क्षेम म्हणजे मिळवलेल्या वस्तूंचे संरक्षण करणे. योगक्षेम म्हणजे प्रापंचिक उदरनिर्वाहाची सोय. आता ही सोय प्रत्यक्ष भगवंत बघतात असे आश्वासन त्यांनी दिले आहे. पण अर्थातच त्या साठीच्या अटींची पूर्तता करणं हे असामान्य महात्म्यांनाच जमू शकतं.

अनन्यतेनं म्हणजे संपूर्णपणे केवळ एका भगवंतांनाच शरण जाऊन, आपलं सारं आयुष्य समर्पित करणं, म्हणजे अनन्यता. ह्यात ईश्वराला आपण प्रखर तपस्या, निष्काम कर्म, सर्व जगाप्रती विलक्षण कळवळा, सर्वांभूती एक आत्मा ह्या दृढ निश्चयाने सर्वत्र सम, प्रेमळ दृष्टी लोककल्याणाचे मंगल व्रत आपल्या प्रत्यक्ष कृतींनी अर्पण करतो.

अशा उदात्त हेतूंनी भारलेल्या महात्म्यांचा विषय वासनांवर पूर्ण संयम असतो, त्यामुळे त्यांची प्राण उर्जा, क्षुद्र गोष्टींवर खर्च न होता ते पूर्ण सक्षमतेने आपली उर्जा लोक कल्याणासाठी पणाला लावतात. हे तर प्रत्यक्ष ईश्वरी कार्य! अर्थातच त्यामुळे त्यांचा योगक्षेम भगवंत बघतात. ह्याचा अर्थ असा की, अशांच्या तेजस्वी कार्यापुढे इश्वरी शक्तीही नतमस्तक होते, त्यांना आशीर्वाद देते आणि कितीही अडीअडचणी, संकटं जरी अशा निष्काम कर्मयोगींच्या जीवनात आली तरी ते न डगमगता शांतचित्त मनाने, धीराने तोंड देतात. त्यांच्या ह्या सत्कृत्यांना इश्वरी कृपाप्रसादच लाभतो.

श्लोक २६

पत्रं पुष्पं फलं तोयं यो मे भक्त्या प्रयच्छति ।
तदहं भक्त्युपहृतमश्नामि प्रयतात्मनः ।। २६ ।।

अर्थ – एखादे पान, फुलं, फळ किंवा थोडे पाणी हे जो मला भक्तीने अर्पण करतो त्या नियमचित्त भक्ताची ती भेट मी आनंदाने सेवन करतो.

स्पष्टीकरण – यज्ञयाग किंवा पूजाअर्चा कर्मकांडांना, काही साहित्य, वेळ आणि धन लागते. प्रत्येकाला ते शक्य होईलच असे नाही. पण एव्हढच फक्त महत्त्वाचं असतं का ? तर नाही. म्हणून भगवंत इथे, आपल्याकडून निरपेक्ष, समर्पित प्रेमाची अपेक्षा करत आहेत.

कर्माच्या मागची प्रेरणा, हेतू हे जास्त महत्त्वाचे ठरतात. शुद्ध निर्मळ अंतःकरणाने आपण परमेश्वराला पाणी अर्पण केले तरी, भक्ताने मला काय दिले? त्या वस्तूकडे न पहाता, त्यापाठीमागची भावना त्या गोष्टींचे मूल्य ठरवते. सारं काही ईश्वरमय आहे. ह्या सजगतेने आपण आपली कर्म त्याला समर्पित केली की त्या उत्कटतेने प्रत्यक्ष परमेश्वराला जिंकल जाऊ शकतं...!

श्लोक ३२

मां हि पार्थव्यपाश्रित्य येऽपि स्युः पापयोनयः ।
स्त्रियो वैश्यास्तथा शूद्रास्तेऽपि यान्ति परां गतिम ।।३२।।

अर्थ – हे पार्था, माझा आश्रय करून स्त्रिया वैश्य आणि शुद्र तसेच पापयोगीचे कुणी असतील तर तेही उत्तम (परम) गति प्राप्त करतात.

स्पष्टीकरण – महाभारत काली स्त्रिया, शुद्र, वैश्य यांना वेद श्रवणाचा अधिकार नसल्यामुळे त्या आत्मज्ञानापासून वंचित राहून त्यांना मोक्षप्राप्ती होऊ शकणार नाही, याची जाणीव मनात ठेवून भगवंतांनी ही वेदकालीन उणीव भरून काढण्यासाठी, सर्वांसाठी भक्तीमार्गाचे द्वार, भगवद्गीतेच्या रूपातून खुले करून दिले.

त्यांनी, 'कर्मयुक्त भक्तीमार्ग' हे ज्ञानप्राप्तीचे साधन सर्वांना देऊ करून, माझ्या

दृष्टीने माणसांमाणसात भेद नाही हे स्पष्ट केले. माणसाची योग्यता ही त्याच्या व्यवसाय, जात, वर्ण यावर ठरत नसून त्याच्या मनाच्या निर्मळ शुद्ध भक्तीवर ठरते. कुणीही असो, तो अन्यन्यतेने जेव्हा भगवंतांना शरण जातो, तेव्हा त्याला परमगती प्राप्त होते.

पापयोनीचे कुणी असतील, म्हणजे जे गुन्हेगार असतील, ज्यांनी कुकर्म किंवा पापकृत्ये केली असतील असे लोकही जर भक्तीभावाने भगवंताला शरण जातील तर त्यांनाही आश्वस्त केले आहे. म्हणजेच जात, वर्ण, स्त्री-पुरुष, श्रीमंत-गरीब असा कोणताही भेदभाव भगवद्गीतेनं न करता सर्वांना आपल्यात सामावून घेतले आहे.

श्लोक ३४

मन्मना भव मद्भक्तो मद्याजी मां नमस्कुरु ।
मामेवैष्यासि युक्तत्वैवमात्मानं मत्परायणः ।।३४।।

अर्थ – तुझे मन माझ्या ठिकाणी स्थिर कर, माझी भक्ती कर, माझे भजन कर, मला नमस्कार कर याप्रमाणे मला सर्वश्रेष्ठ ध्येय मानून तुझा आत्मा माझ्याशी युक्त करून तू माझ्याकडे येशील.

स्पष्टीकरण – भक्तीमार्गाचे सर्व मर्मच ह्या श्लोकामध्ये उतरले आहे. परमात्म प्राप्तीसाठी करायच्या गोष्टी इथे सांगितल्या आहेत. श्री भगवान म्हणताहेत, तू माझी भक्ती कर, तुझ्या डोळ्यासमोर फक्त माझेच ध्येय, चिंतन असू दे. तू जे जे कर्म करशील, ते इश्वरार्पण बुद्धीने केलस की त्याचे बंधन न लागता तू माझ्याकडे येशील.

सर्वांना सूमधूर सुलभ भक्तीची ही महती इथे सांगितली आहे. भक्तांच्या रोमरोमात जणू ईश्वर भरायला हवा. त्याच्या कृतीतून, त्याच्या श्वासातून, त्याच्या वागण्यातून ईश्वर भक्तीचा सुगंध दरवळेल आणि अत्यंत सहज सोप्या मार्गाने परमेश्वर प्राप्ती होईल असं आश्वासन भगवंतांनी सर्वांना दिलं आहे.

अजून काही –

१) ह्या अध्यायात भगवंतांनी अर्जुनाला त्यांचे स्वरूप उलगडून दाखवले आहे. ते म्हणतात, मी (भगवंत स्वतः) सर्व जगताचा स्वामी प्रभू, साक्षी, सखा आहे. मी सर्व ऋतूंचा निर्माता असून, मीच अमृत आहे. मृत्यूही आहे. मीच सतही आहे आणि असतही आहे.

२) परमेश्वर अखंडपणे सर्वत्र एकच एक असला तरी कोणी देवतांचे पूजन करतात, कुणी पितर, कुणी गुरूंची सेवा करतात. पण कोणत्याही देवतेची उपासना केली तरी ती भगवंतास पोचते हे मर्म लक्षात ठेवायला हवं आणि प्रत्येकाची

जशी भावना व उपासना त्याप्रमाणे ज्याला त्याला त्याचे फळ (भगवंताकडून) मिळत असते. म्हणून देवांचे व्रत/तपस्या करणारे देवास, पितरांचे पूजन करणारे पितरांस आणि भगवंतांचे पूजन करणारे भगवंतास येऊन पोहोचतात.

समारोप – आपण परमेश्वर चरणी चित्त स्थिर करून आपापली कर्तव्ये, नीट पार पाडावीत आणि हे लक्षात घ्यायचं आहे की, स्वतः भगवंतांनाच, जर कोणत्याही प्रकारचे भेद-भाव मान्य नाहीत तर आपण सुद्धा हे जातीभेद, श्रीमंत गरीब, वगैरे सर्व प्रकारचे भेदाभेद करणं टाळलं पाहिजे.

सूत्र – परमेश्वरावर अनन्य भक्ती करणं म्हणजे आपला क्षण अन् क्षण प्रत्येक कर्म उत्कृष्ट सुनीतीपूर्वक करून त्याच्या पायी अर्पण करण, होय.

विभूती योग – अध्याय दहावा

प्रस्तावना : मागील अध्यायामध्ये आपण भगवद् भक्तीचा विचार केला, आता, ह्या अध्यायामध्ये, आपण भगवंतांच्या विभूती म्हणजेच, त्यांची दिव्य शक्ती, त्यांचे महात्म्य त्यांचे भव्य आविष्कार बघणार आहोत. ते म्हणतात तसं, त्यांच्या ह्या विभूतींना अंतच नाही. कारण हे आख्खं ब्रह्मांडच जर, त्यांच्या केवळ एक अंशाने झालेलं प्रकटीकरण आहे तर, मग आपली मतीच कुंठीत होते, ह्यात काही आश्चर्य नाही.

कथा – 'शंकरदेव'

त्यांचा जन्म इ.स. १४४९ ला, विजयादशमीला ब्रह्मपुत्रेच्या किनारी वसलेल्या एका लहानशा गावी झाला. त्यांनी संसाराच्या जबाबदाऱ्या पार पाडल्या आणि ते तीर्थयात्रेला निघाले. त्यांनी आख्खा उत्तरेकडचा प्रदेश पालथा घातला.

त्यांनी विखुरलेल्या समाजाला एकत्र आणलं त्यांनी, वेदांत भागवत पुराण वगैरेसर्व संस्कृत ग्रंथांचा, सोप्या आसामी भाषेमध्ये प्रचार केला, आणि मुठभर लोकांच्या हातामधे बंदिस्त झालेलं ज्ञान, त्यांनी जनसामान्यांसाठी खुलं केलं.

त्यांनी आसामी भाषा, संस्कृती, समाजकरण यांना एकत्रितपणे, सामंजस्याच्या पायावर उभं केलं. त्यांच्या दिव्य अलौकिक व्यक्तीमत्वामुळे राजे-महाराजे, प्रभावित होऊन, त्यांच्या समोर नतमस्तक होत असत.

परमेश्वर कृपेने ह्या श्रेष्ठ संत शिरोमणीला १२० वर्षांचे प्रदीर्घ आयुष्य लाभलं.

अध्यायामधील एकूण श्लोक श्लोक – ४२

निरूपणासाठी घेतलेले श्लोक – ६, ७, १६, २०, २२, ४१, ४२ = ७

परब्रह्म/परमात्मा हा सर्वव्यापी असून तो चराचरात भरलेला आहे हे जरी शब्दांनी किंवा तत्त्वत: समजलं तरी, भगवंत इथे या अध्यायात अर्जुनासाठी आपल्या

व्यक्त विविध रूपांचे वर्णन करीत आहेत. विभूती म्हणजे, भगवंताची तेजोमय शक्ती, त्यांची विविध अलौकिक रूपे. तेच साक्षात विश्वाच्या निर्मितीचे कारण असल्याने, त्यांच श्रेष्ठत्व किंवा सामर्थ्य इथे बघायला मिळते.

श्लोक ६

महर्षयः सप्त पूर्वे चत्वारो, मनवस्तथा ।
मद्भावा मानसा जाता येषां लोक इमाः प्रजाः ।।६।।

अर्थ – सात महर्षी, पूर्वीचे चार तसेच मनू ज्यांच्या पासून ही प्रजा उत्पन्न झाली, माझेच मानस म्हणजे मनाने निर्माण केलेले भाव आहेत.

मनू = एकूण मन्वंतरे ही १४ मानलेली आहेत आणि ह्या १४ मन्वंतरांचे प्रत्येकी एक ह्याप्रमाणे १४ मनू असून त्यांचे सात-सातांचे असे दोन वर्ग पाडले आहेत खालीलप्रमाणे-

पहिल्या सात मनूंची नावे :-

स्वायंभुव, स्वरोचिष, औत्तमी, तामस, ऐवत, चाक्षुण आणि वैवस्वत. यांना स्वायंभुवादि मनू असं म्हणतात. ह्यापैकी सहा मनू संपून हल्ली (सध्याचा) सातवा म्हणजे वैवस्वत मनू चालू आहे. त्यामुळे मनू म्हणजे हे सात मनू असा अर्थ घ्यायचा आहे.

सात महर्षी – वैवस्वत म्हणजे सध्याच्या मन्वंतरामधील सात महर्षी

मरिची, अंगरस, अत्रि, पुलस्य, पुलह, ऋतू आणि वसिष्ठ ऋषी हे सात महर्षी आहेत.

पूर्वीचे चार म्हणजे भागवत धर्मामध्ये सृष्टिच्या उत्पत्तीची कल्पना ही खालीलप्रमाणे होती. ह्या वरील सप्तर्षींच्या पूर्वी भागवत धर्मानुसार खालील संकल्पना होती-

१. वासुदेव (आत्मा)
२. संकर्षण (जीव)
३. प्रद्युम्न (मन)
४. अनिरूद्ध (अहंकार)

ह्या चार मूर्ती उत्पन्न झालेल्या होत्या. या चार मूर्तीना चतुर्व्यूह असे नाव असून भगवद्गीतेनुसार हे चारही व्यूह एकाच परमेश्वराचे म्हणजे सर्वव्यापी वासूदेवाचे भाव आहेत असे इथे म्हटले आहे.

अशा प्रकारे भगवंताच्या मनाने निर्माण केलेले हे भाव आहेत. (गीता रहस्य, पान ४७२) असा इथे अर्थ घ्यायचा आहे.

श्लोक ७

एतां विभूतिं योगं च मम यो वेत्ति तत्वतः ।
सोऽविकम्पेन योगेने युज्यते नात्र संशयः ।।७।।

माझी ही विभूती (किंवा दिव्य शक्ती) विविध रूपे आणि योग म्हणजे, दिव्यत्वाची शक्ती. जो जाणतो त्याला स्थिर कर्मयोग प्राप्त होतो ह्यात संशय नाही.

आपण बहुतेक जणं आपल्या मर्यादित शरीर, मन आणि बुद्धीच्या माध्यमातून आपले आसपासचे जग ह्यांना अनुभवीत असतो. आपल्या जाणीवांच्या कक्षाही त्यामुळे खूप तोटक्या असतात. परमेश्वर सर्वव्यापी आहे हे फक्त शब्दांनीच कळतं. पण हे मनामध्ये साठवून, चिंतनशील मन जेव्हा ह्याची आंतरिक अनुभुती घ्यायचे ठरवतो, तेव्हा आपल्याला उत्स्फुर्तपणे त्याची खात्री लागते. सर्वत्र परमेश्वर भरलेला आहे, ह्या जाणीवेने आपण आपल्या संकुचित जगातून आपल्या स्वार्थी कोषामधून बाहेर पडून त्याच्या पाऊलखुणांची नोंद घ्यायला लागतो.

कर्मयोगी ह्या धकाधकीच्या समाजजीवनात वावरतानाही त्याची ईश्वरी तत्त्वावरची श्रद्धा अढळ रहाते आणि सर्वभूती एक आत्मा हा विचार त्याच्या वागणुकीतून सदैव दिसत रहातो. कारण तो त्या दिव्यत्त्वाच्या सर्वव्यापकतेला मनात दृढ धारण करून जगत असतो.

श्लोक १६

वक्तुमर्हस्यशेषेण दिव्या ह्यात्मविभूतयः ।
याभिर्विभूतिभीर्लोकानिमांस्त्वं व्याप्य तिष्ठसि ।।१६।।

अर्थ – तुमच्या ज्या दिव्य विभूती आहेत, ज्यांनी तुम्ही हे सर्व विश्व व्यापून राहिले आहात, त्या आपणच मला पूर्णपणे सांगाव्यात.

विभूती म्हणजे भगवंताचे दिव्य प्रगटीकरण, तेजाचे प्रत्यक्ष दर्शन. ब्रह्मांडामध्ये भगवंताच्या दिव्य प्रकाशमय तेजाने लखलखणाऱ्या विभूती, विविध रूपे अनंत आहेत, हे अर्जुनाने जाणून, भगवंतांना विनंती केली की आपणच मला विभूतींचे दर्शन द्यावे.

श्लोक २०

अहमात्मा गुडाकेश सर्वभूताशय – स्थितः ।
अहमादिश्च मध्यं च भूतानामन्त एव च ।।२०।।

अर्थ – हे गुडाकेशा सर्व भूतांच्या अंतरी असणारा आत्मा मी आहे आणि सर्व भूतांचा आदि, मध्य व अंतही मी आहे.

स्पष्टीकरण – मी सर्व प्राणीमात्रांचे चैतन्यरूप सारभूत तत्त्व आहे. मी आत्मा,

सर्व प्राणीमात्रांच्या हृदयात रहातो. जे उर्जेचे स्त्रोत आहे. ह्या जाणीव तत्त्वामुळेच किंवा ह्याच्या ज्ञानमय प्रकाशातच/प्रकाशामुळेच सर्व जीवन प्राणउर्जेने भरले जाते. तसेच सर्वांचा आदि, मध्य आणि अंतही मीच आहे.

श्लोक २२

वेदानां सामवेदाऽस्मि देवानामस्मि वासवः ।
इन्द्रियाणां मन मनश्चास्मि भूतानामस्मि चेतना ।।

१) वेदांमध्ये सामवेद मी आहे. ह्याचे कारण सामवेद गायला जातो आणि सुरांमध्ये नेहमीच शब्दांपेक्षा जास्त सामर्थ्य असते. जिथे प्रेमपूर्वक गायन केले जाते ते भगवंतांना प्रिय होते.

२) देवांमध्ये इंद्र मी – इंद्र हा देवांचा राजा असून तो अत्यंत पराक्रमी आहे. इंद्र ही सर्वश्रेष्ठ वैदिक देवता आहे. म्हणून 'मी इंद्र आहे' असं भगवंत म्हणतात.

३) इंद्रियांमध्ये मन मी – मन हे अत्यंत बलवान मानले जाते. मनामुळेच संकल्प, इच्छा, कामना होतात. मनच इन्द्रियांच्या व्यवहारावर प्रभुत्व गाजवते. म्हणून भगवंत मी मन आहे असं म्हणतात.

४) चेतना मी – चेतना म्हणजे चैतन्यरूपी उर्जा. प्राणीमात्राला जीवंत ठेवणारी श्रेष्ठ शक्ती. ती शक्ती म्हणजे भगवंत आहेत.

श्लोक ४१

यद्यद्विभूतिमत्सत्त्वं श्रीमदूर्जितमेव वा ।
तत्तदेवावगच्छ त्वं मम तेजोऽशसम्भवम् ।।४१।।

अर्थ – ज्या ज्या गोष्टी वैभवाने, लक्ष्मीने युक्त आहेत त्या सर्व माझ्या तेजोमय अंगापासून झाल्या आहेत असंच तू समज.

श्लोक ४२

अथवा बहुनैतैन किं ज्ञातेन तवार्जुन ।
विष्ठभ्याहमिदं कृत्स्नमेकांशेन स्थितोजगत् ।।४२।।

अर्थ – अथवा अर्जुना तुला हा सर्व विस्तार माहिती करून काय करायचं आहे ? मी माझ्या केवळ एकाच अंशाने हे सर्व जग व्यापून राहिलो आहे.

भगवंत अर्जुनाला मध्येच प्रेमाने अडवून असं म्हणत आहेत की, बाबारे या साऱ्या ब्रह्मांडांचे विभूती वर्णन करून काय होईल? कारण हे सारं विश्वच जर तू कल्पिलस ना, तर तेच माझ्या निव्वळ एका अंशानेच केवळ व्यापलेलं आहे.

म्हणजे या साऱ्याचा अर्थ काय घ्यायचा ?

१) तर आपली दृष्टी जी निव्वळ स्वार्थापुरती, जगाकडे काही ना काही

अपेक्षेने बघत असते त्याचा हेतू आता बदलायचा. अध्यात्माचा अंतिम हेतू तरी काय आहे? तर माणसाची नजर व्यापक व्हावी, त्यानं फक्त आपलं आणि इनमीन काही जणांपुरतंच बघू नये. सर्वत्र तोच परमात्मा आहे, ह्या श्रद्धेनं मन मोठं करावं. दया, प्रेम, करूणा याची कक्षा वाढवत नेऊन, विशाल हृदयानं जगामध्ये वावरावं. अन् यासाठी हा सारा विभूती योग! नाहीतर जगताच्या स्वामींना त्यांच्या श्रेष्ठत्वाचं प्रदर्शन करायची गरज कशाला भासेल ? माणसानं आपला संकुचितपणा टाकून देऊन, ईश्वरनिर्मित जगाकडे बघावं, आपल्या स्वतःमध्येही सुधारणा करत करत परमात्म्याच्या तेजोमय अंशाची प्रार्थना करावी नी आयुष्य सुफळ संपन्न करावं, हा सारा खटाटोप आहे परमेश्वराचा!

अजुनही काही –

भगवंत म्हणतात –

१) ह्या विशाल जगताचं मूळ कारण हे परब्रह्म/परमेश्वर असून, तो अजन्मा, अनादि, अंतहीन असून, त्याच्यापासूनच पुढे अवघी सृष्टी निर्माण झाली आहे. हे जो माझं खरं स्वरूप जाणतो (परब्रह्माचं स्वरूप) तो सर्व बंधनांपासून/पापांपासून मुक्त होतो.

२) जे भक्त सर्वस्वी भगवंताचंच नित्य स्मरण करून, भजन व किर्तन करून त्यांचे मन भगवंतांच्या ठिकाणी वहातात, त्यांच्यावर अनुग्रह करण्यासाठी भगवंत त्यांच्या अंतःकरणामधे शिरून ज्ञानदीप प्रज्वलीत करतात.

३) भगवंत त्यांच्या काही विभूतींचे इथे वर्णन करतात. ते म्हणतात –

१) सर्व वृक्षांमध्ये पिंपळ वृक्ष मी आहे.
२) सर्व देवर्षींमध्ये नारद मी आहे.
३) सर्व गंधर्वांमध्ये चित्ररथ मी आहे.
४) सर्व सिद्धांमध्ये कपिलमुनी मी आहे.
५) सर्व गाईंमध्ये कामधेनू मी आहे. वगैरे वर्णन केलेलं आहे.

समारोप – भगवंतांनी, आपल्या विभूती वर्णन करण्यामागचा उद्देश काय? तर आपण आपल्या संकुचित नजरेने, जे जगाकडे बघत असतो, तसं न करता, ह्या सर्वव्यापी चैतन्यमय ईश्वरी तत्त्वाचा, आपल्याला परिसस्पर्श होऊन, आपणही विशाल अंतःकरणाने, जगाकडे बघावं, ह्यासाठीही त्यांचा खटाटोप! नाहीतर सर्वश्रेष्ठ ईश्वराला स्वतःच्या महात्म्याचं प्रदर्शन थोडंच करण्याची गरज लागते? ते तर आहेच, स्वयंसिद्धच आहे की...

सूत्र – ईश्वरी सत्तेचं श्रेष्ठत्व मान्य करून, आपण पोकळ गर्व आणि वृथा अभिमानाचा त्याग करावा, हे ह्या अध्यायाचे सारभूत मर्म आहे.

विश्वरूप दर्शन योग – अध्याय अकरावा

प्रस्तावना : मागील अध्यायामध्ये, अर्जुनाने, भगवंतांच्या काही विभूतींना जाणले. आता, अर्जुनाला, त्यांचे संपूर्ण, सामर्थ्य संपन्न स्वरूप बघण्याची, जिज्ञासा उत्पन्न झाल्यामुळे, भगवंतांनी, आपल्या प्रिय भक्ताची ही इच्छा पूर्ण करण्यासाठी, त्याला विश्वरूप दर्शन दिले.

कथा – 'लोकमान्य बाळ गंगाधर टिळक'

इ.स. १८९८ मध्ये, लोकमान्यांवर, राजद्रोहाचा खटला झाला, तेव्हा टिळक, दाजीसाहेब खरे यांच्याकडे उतरले होते. त्यांच्यावर वॉरंट आले, तेव्हा टिळक, शांतपणे पोलीसांबरोबर जाऊ लागले. पण खरे, ह्यांच्या आग्रहामुळे टिळकांनी, तेव्हा जामीनावर सुटका करून घ्यायची हे मान्य केले. जामीनाचा व्यवहार पूर्ण करायला वेळ लागणार होता नी तेव्हा दुपार झाली होती. टिळक, दुपारी थोडावेळ विश्रांती घेत असंत.त्यांनी त्या अशाही बिकट प्रसंगी थोडावेळ झोप घेतली, तेव्हा तेथिल इंग्रजी अधिकाऱ्याने, न राहवून, त्यांना विचारले, तुमच्यावर वॉरंट काढलाय, नी अशा स्थितीमधे तुम्हाला झोप कशी लागली? तेव्हा टिळक म्हणाले, माझी झोपेची वेळ झाली होती म्हणून झोपलो.

शत्रुचा अन्याय सहन नाही करायचा. पण त्याचा प्रतिकार करताना, केवळ कर्तव्य बुद्धीने चित्ताच समत्व कायम ठेवून, वागणारे निष्काम निःस्पृह कर्मयोगी म्हणजे लोकमान्य टिळक ज्यांनी केवळ गीता रहस्यासारखा अद्वितीय ग्रंथ लिहिलाच असं नाही तर ते भगवद् गीता साक्षात जगले.

अध्यायामधील एकूण श्लोक – ५५

निरूपणासाठी घेतलेले श्लोक – ३, ८, ९, १६, ३२, ३३, ५५ = ७

मागील अध्यायात भगवंतांनी आपल्या दिव्यात्मक विभूतींचे दर्शन अर्जुनाला करून दिले त्यावरून भगवंतांचा महिमा किती सर्वव्याप्त आहे ह्याची त्याला जाणीव झाली, आणि म्हणून त्याने भगवंतांजवळ आर्जवाने विनंती केली की आपण मला विश्वरूप दर्शन द्यावे.

श्लोक ३

एवमेतद्यथात्थ त्वमात्मानं परमेश्वर ।
द्रष्टुमिच्छामि ते रुपमैश्वरं पुरुषोत्तम ।।३।।

अर्थ – आता हे परमेश्वरा आपण मला, तुम्ही जसे वर्णन केले आहे तशा प्रकारचे तुमचे विश्वरूप स्वरूप मला प्रत्यक्षपणे पहायची इच्छा आहे.

श्लोक ८

न तू मां शक्यसे द्रष्टुमनेनैव स्वचक्षुषा ।
दिव्यं ददामि ते चक्षुः पश्य मे योगमैश्वरम् ।।८।।

अर्थ – परंतु, तू मला तुझ्या प्राकृत दृष्टीने पाहू शकणार नाहीस, तुला मी दिव्य दृष्टी देतो तिने तू माझे योग सामर्थ्य आणि प्रभाव पहा.

स्पष्टीकरण – परमेश्वर सर्व ब्रह्मांडात पूरेपूर भरलेला आहे. सोन्याच्या विविध दागिन्यांमधे सोने हा मूलधातू आहे हे समजू शकतं, पण आता दुसऱ्या बाजूनेही परमेश्वराच्या सर्वव्यापी अस्तित्वाची चाहूल जाणून घ्यायचेय. म्हणजे सोन्याच्या मोठ्या लगडीमध्ये विविध दागिने सुप्तपणे सामावलेले आहेत. ह्यासाठी प्रगल्भ बुद्धिची आवश्यकता आहे. परमेश्वर अर्जुनाला दिव्य दृष्टी प्रदान करतात. दिव्य दृष्टी ही आपल्याकडे एक सिद्धी मानली गेलेली आहे.

श्लोक ९

एवं एवमुक्त्वा ततो राजन् महायोगेश्वरो हरिः ।
दर्शयामास पार्थाय परमं रुपमैश्वरम् ।।९।।

अर्थ – संजय यावर धृतराष्ट्रास म्हणाला, हे राजन्, महायोगेश्वर साक्षात भगवान श्रीकृष्ण ह्यांनी अर्जुनाला आपले श्रेष्ठ विश्वरूप दाखवले.

स्पष्टीकरण – भगवंतांनी ब्रह्मांडाला प्रकाशित करून टाकणारे त्यांचे स्वसामर्थ्य अर्जुनाला दाखवले. भगवंत मायेचे म्हणजे प्रकृतीचे शक्तीदाता असून त्यांच्या बळाने सृष्टीचे प्रगटीकरण होत असते. त्यांचेच दिव्यत्व अर्जुन आता बघतो आहे.

श्लोक १६

अनेक बाहूदवक्त्रनेत्रं पश्यामि त्वां सर्वतोऽनन्तरूपम्।
नान्तं न मध्यं न पुनस्तवादिं पश्यामि विश्वेश्वर विश्वरूप ।।१६।।

अर्थ – हे संपूर्ण विश्वाचे स्वामी, आपणांला अनेक हात, उदरे, मुखे व नेत्र असलेले, सर्व बाजूंनी अनंत असलेले असा मी पहात आहे. हे विश्वरूपा आपला न अंत आहे, न मध्य आहे, न आदि आहे असे आपणाला मी पहातो आहे.

स्पष्टीकरण – भगवान अनंत आहेत. त्यामुळे त्यांचा थांग लागणं शक्य नाही. म्हणून अर्जुन म्हणतो की मला तुमचा आदि, मध्य आणि अंत काहीच शोधता येत नाही.

श्लोक ३२

कालोऽसिम लोकक्षयकृत्प्रवृद्धो लोकान्समाहर्तुमिह प्रवृतः ।
ऋतेऽपि त्वां न भविष्यति सर्वे येवस्थिताः प्रत्यनिकेषु योधाः ।।३२।।

अर्थ व स्पष्टीकरण – जिथे जीवन आहे तिथे अपरिहार्यपणे मृत्यू आहे. प्रारंभामध्येच विनाश दडलेला असतो हे सृष्टीचे सूत्र आहे. पहिल्याचा नाश झाल्याशिवाय नवीन गोष्टींचा जन्म होत नाही. हा झाला प्रत्यक्ष शारीरिक मृत्यू, पण त्याचबरोबर समाज धारणेसाठी अन्यायकारी प्रवृत्ती असलेल्यांचा ही विनाश करणं क्रमप्राप्त ठरतं. म्हणून भगवान इथे म्हणताहेत–

मी लोकांचा क्षयकारी वाढलेला महाकाळ आहे. या वेळी मी लोकांना नष्ट करण्यासाठी प्रवृत्त झालो आहे. म्हणून तू काहीही केले नाहीस तरी हे योद्धे नाहीसे होणार आहेत.

श्लोक ३३

तस्मात्वमुत्तिष्ठ यशो लभस्व जित्वा शत्रून्भुंक्ष्व राज्यं समृद्धम् ।
मयैवेते निहताः पूर्वमेव निमित्तमात्रं भव सव्यसाचिन् ।।३३।।

म्हणून तू उठ. यश मिळव आणि शत्रूंना जिंकून समृद्ध राज्याचा उपभोग घे. मी ह्यांना पूर्वीच मारलेले आहे म्हणून हे सव्यसाची अर्जुना तू निमित्तला मात्र पुढे हो.

प्रचंड हिंसा घडवणारं युद्धसुद्धा कधीकधी करावच लागतं. इच्छा नसतांना सुद्धा हा संहार समर्थनीय ठरतो. कारण अर्जुन हे युद्ध अन्यायाचा प्रतिकारार्थ करणार होता. त्यामुळे ते नीतीधर्माला धरून होतं. म्हणून भगवंत ज्याला सांगताहेत की, उठ... आयुष्यात पुढे ठाकलेल्या संकटाला खणखणीतपणे प्रतिकार कर आणि विजय मिळव. अधर्माने वागणारी माणसं, त्यांच्या दुष्ट कर्मानीच मरण ओढवून घेत असतात. त्यामुळे तू फक्त त्यांच्या मृत्यूचं निमित्त मात्र कारण होणारेस हे लक्षात घेऊन युद्धाला उभा रहा.

श्लोक ५५

मत्कर्मकृन्मत्परमो मद्भक्तः संगवर्जितः ।

निवैरः सर्वभूतेषु यः स मामेति पांडव ।।५५।।

अर्थ – सर्व कर्मे माझी म्हणजे परमेश्वराची आहेत. या समरसतेने कर्म करणारा, मत्परायण, संगरहीत आणि सर्वांच्या ठिकाणी निर्वैर असा जो भक्त, तो मलाच येऊन मिळतो.

स्पष्टीकरण – प्रत्येकाने आपण ह्या जगामध्ये परमेश्वराच्या सेवेकरता सुयोग्य कर्मे करण्याकरता जन्माला आलोय हे समजून परमात्माच हा कर्ता आणि करवता असून माझी सर्व स्वकर्तव्य ही त्याच्या प्रित्यर्थ त्याला स्मरून करावीत, म्हणजे अशा समर्पित भावनेनं कर्म केल्यास त्याचे बंधन लागत नाही आणि असा समर्पित भक्त मला येऊन मिळतो.

असा भक्त सर्वांभूती एक आत्मा ह्या ईश्वरीय बुद्धीने जगाकडे बघत असल्याने त्याच्यासाठी कुणीही शत्रू किंवा परका असत नाही. पण तरीसुद्धा समाजामध्ये अन्याय होत असेल, दुष्टांचं वर्चस्व वाढून ते घातकारक ठरत असेल तर निष्क्रियपणे समोरच्याचा अन्याय सहन न करता, त्याला प्रतिकार करणं भाग पडतं आणि तो आपले कर्तव्य पार पाडणं ही ईश्वरेच्छाच आहे असं समजून तो परमेश्वराला अत्यंत श्रद्धायुक्त अंतःकरणाने स्मरून, सर्व कर्मे करतो. ज्ञानी अन्यायाला जो प्रतिकार करतो, तो मनामध्ये कोणतीही वैरभावना, सूडबुद्धी न ठेवता करतो. हे इथे लक्षात घ्यायला हवं.

अजूनही काही

भगवंतांनी इथे अर्जुनाला विश्वरूप दर्शन दिले आहे. भगवंतांच्या दिव्य रूपाला अनेक तोंडे व डोळे होते. अनेक दिव्य अलंकार होते. परमेश्वराच्या ह्या दिव्य शरीरात सर्व विभागलेले विश्वच सामावलेले होते.

अर्जुन त्यांना म्हणाला, तुम्हीच ह्या विश्वाचा एकमेव आधार असून, तुम्हाला आदि, मध्य आणि अंत नसून तुम्हीच सर्वशक्तीमान आहात. तसेच तुमचं हे अक्राळ विक्राळ अवाढव्य रूप पाहून मला भिती वाटते आहे. तुमच्या ह्या भयंकर तोंडामध्ये कौरव व पांडवांचे वीर शिरत आहेत. जणू तुमच्या जबड्यात हे सर्व मरण्यासाठी वेगाने आत शिरत आहेत. तुमचा हा महिमा न ओळखून मी तुमचा अपमान केला असेन तर मला क्षमा करा. आपण मला क्षमा करावी असं अर्जुन भयकंपित होऊन भगवंतांना प्रणाम करतो आहे.

आणि भगवंता, आपण आपलं हे उग्र भितीदायक रूप त्यागून मला पूर्वीचच तुमचं सौम्य आश्वासक मोहक रूप दाखवा अशी अर्जुनाने त्यांना विनंती केली.

समारोप – भगवंतांचे साक्षात विश्वरूप दर्शन घडवणारा हा अध्याय परमेश्वराचे

भव्यत्व प्रगट करतो. त्याशिवाय एक महत्त्वाचा पैलुसुद्धा इथे उलगडला गेलेला आहे.

युद्ध तर करायचे आहेच, पण कसे? तर केवळ अन्यायाच्या प्रतिकारार्थ, एक स्वकर्तव्य ह्या उद्देशाने, ती जबाबदारी पूर्ण करायची आहे त्यामधे वैयक्तिक सूडाची, द्वेषाची, त्वेषाची भावना आणता कामा नये.

वैयक्तिक क्रोध, राग, वगैरे विकार टाळून ही निर्लेपता यायला हवी.

सूत्र – आपण मानव जात, खरंतर सर्व सृष्टीमधील एक नगण्य हिस्सा असूनही त्या परमेश्वरी सत्तेकडे पूर्ण दुर्लक्ष करून सृष्टीमध्ये विनाशक कृत्ये करून आघात करत असतो. ह्या विशाल ब्रह्मांडाच्या निर्मात्याचे सामर्थ्यशील विश्वरूप आठवून आपण आपल्या राक्षसी महत्त्वाकांक्षांना आवर घालायला हवा, मीच सर्वश्रेष्ठ आहे, असा पोकळ अहंभाव नष्ट करायला हवा.

भक्ती योग – अध्याय बारावा

प्रस्तावना : मागील अध्यायामध्ये, अर्जुनाला भगवंतांचे विराट विश्वरूप दर्शन घडले तर खरे, पण त्या दिव्य रूपाचे तेज सहन न होऊन, अर्जुनाने, भगवंतांना परत त्यांच्या सौम्य, सगुण, मनुष्य रूपाने प्रगट व्हायची विनंती केली, तसेच भगवंतांनी पुन्हा एकदा निर्मळ भक्तीची महती गाईली आहे. म्हणून ह्या अध्यायामध्ये सगुण, साकाराच्या व्यक्तोपासनेचे महत्त्व सांगितले गेले आहे.

कथा – 'संत कवयित्री आंदाळ'

ही सातव्या शतकामधील गोष्ट आहे. मदुराईमधील वेलीपुत्तर ह्या गावामध्ये, विष्णूचित्त अळवार रहात होते. ते, तेथील श्रीकृष्णमंदिराचे, प्रमुख पुजारी होते. त्यांना एकदा, मंदिराच्या अंगणामध्ये, एक तान्हे बाळ मिळालं, तिचं ही आंदाळ. विष्णूचित्तांनी तिला 'कन्या' मानून, प्रेमानं तिचा सांभाळ केला. आंदाळच्या अगदी बालपणापासूनच, श्रीकृष्ण-भक्ती मनामध्ये घट्ट रुजली होती, अन् त्याचच रूपांतर असं झालं की, तिनं आपलं अवघं आयुष्य, भगवंतांच्या चरणी अर्पण करण्याचं निश्चित केलं आणि तिनं, तिच्या वडिलांना म्हणजे विष्णू चित्तांना आपला निर्धार सांगून अटकल, की मी फक्त आणि फक्त श्रीकृष्णांबरोबरच विवाह करेन. तिच्या वडिलांनी तिला खूप समजावण्याचा प्रयत्न केला, पण तिच्या निश्चयापुढे त्यांचं काही चाललं नाही. शेवटी, तिचं मंदिरामध्ये, विधीपूर्वक लग्न लावण्यात आलं, आणि तिनं भगवंतांच्या मूर्तीच्या चरणापाशी प्राणत्याग केला. आंदाळचे हे भक्तीमय समर्पित जीवन!

अध्यायामधील एकूण श्लोक श्लोक – २०

नेरूपणासाठी घेतलेले श्लोक – १, २, ९, १०, ११, १२, १९, २० = ८

मागील अध्यायात भगवंतांचे प्रत्यक्ष विराट रूप अर्जुनाने बघितले होते. तेच चैतन्य साक्षात साकार सगुण रूप आहे. ह्याचीही अनुभूती त्याला आली होती.

म्हणून ह्यात अर्जुन असं विचारतोय की, साकाराची उपासना करणारे योगी श्रेष्ठ आहेत की, निरासकाराची उपासना करणारे श्रेष्ठ ? भगवान सांगताहेत की अनन्य शरणतेनं, प्रेमभावाने जे भगवंतांवर भक्ती करतात तो उत्तम होत.

श्लोक १

एवं सततयुक्ता ये भक्तास्त्वां पर्युपासते ।
ये चाप्यक्षरमव्यक्तं तेषां के योग-वित्तमाः ।।१।।

अर्थ – जे सतत स्थिरचितं भक्त अशा प्रकारे तुझी भक्ती करतात ते, आणि जे अविनाशी अव्यक्त तत्त्वाची उपासना करतात ते व त्या दोघांपैकी अधिक श्रेष्ठ योगी कोण आहे ?

स्पष्टीकरण – काही जण अनंत चैतन्य तत्त्वाच्या अव्यक्तपणाचे चिंतन करतात, तर काही जण त्याच्या साकार रूपाची आराधना करतात. तत्त्वतः परमतत्त्व हे मन, बुद्धी आणि इंद्रियांच्या अतीत आहे. म्हणजेच त्याचे ज्ञान केंद्रिये ग्रहण करू शकत नाहीत. म्हणून जे साधक व्यक्त रूपाची प्रेमाने भक्ती करतात आणि जे अव्यक्तावर चिंतन करतात ह्यापैकी श्रेष्ठ कोण आहे ? असं अर्जुन, भगवंतांना विचारतो आहे.

श्लोक २

मय्यावेश्य मनो ये मां नित्ययुक्ता उपासते ।
श्रद्धया परयोपेतास्ते मे युक्ततमा मताः ।।२।।

अर्थ – श्री भगवान म्हणाले, आपले मन माझ्या ठिकाणी लावून सतत युक्तचित्त होऊन जे अत्यंत श्रद्धापूर्वक माझी उपासना करतात ते माझ्या दृष्टीने श्रेष्ठ योगी आहेत.

स्पष्टीकरण – मन माझ्यामधे स्थिर करून, मन आणि बुद्धीने सतत परमेश्वराचा विचार करून, त्याचे चिंतन करून, त्याची प्रत्यक्ष अनुभूती येण्याचा सतत प्रयत्न करत राहिलं पाहिजे.

आणि त्यासाठी काय काय हवं ? तर

१) आत्मसंयमन हवं	३) अत्यंत श्रद्धापूर्ण अंतःकरणाने परमेश्वराला शरण जाणे
२) मनावर ताबा हवा नाहीतर मन भरकटत जाते. पूर्ण एकाग्रता हवी ↓	
भक्तीमार्ग हा ↓	**ज्ञानमार्ग हा ↓**
१) अतिशय सुलभ आहे.	कष्टदायक आहे.

२) अंतःकरणाचा ओलावा आहे, माधुर्य आहे. — पूर्णपणे अनासक्त होऊन धारणा करणे अभिप्रेत आहे.

३) व्यक्तोपासना आहे — अव्यक्तोपासना आहे.

श्लोक ९

अथं चित्तं समाधातुं न शक्नोषि मयि स्थिरम् ।
अभ्यास-योगेन ततो मामिच्छाप्तुं धनंञ्जय ।।९।।

अर्थ – तुला आपले मन माझ्या ठिकाणी स्थिर करता येणे शक्य नसेल तर हे धनंजया अभ्यास योगाच्या सततच्या प्रयत्नाने माझी प्राप्ती करून घे.

स्पष्टीकरण – चित्ताची स्थिरता साधण्यासाठी सतत न कंटाळता प्रयत्न करणे म्हणजे अभ्यास होय. चिकाटीने आपले ध्येय साध्य करण्यासाठी प्रयत्नशील रहाणे म्हणजे अभ्यास होय. हा अभ्यास दीर्घकाळ चालू ठेवला तरच तो फलदायी ठरतो. वारंवार प्रयत्न हवेत. चित्त भगवंतापासून दूर गेले तरी निराश न होता, पुनः पुनः ते ईश्वरचरणी आणणे म्हणजे अभ्यास. मन चंचल असल्याने ते सदैव भरकटत रहाते म्हणून भक्ताने नेहमी खालीलप्रमाणे करावे.

सैरभैर मनाला ताब्यात ठेवून

↓

विषय - वासना दूर करून

↓

भक्ताने चित्त एकाग्रतेने परमात्म्यावर केंद्रित करणे
म्हणजे अभ्यास योग होतो.

ह्यामध्ये सातत्य हवे, खंड नको आणि वैराग्य हवे
अभ्यास योगामध्ये

↓

दीर्घकाळ तपस्या हवी. कठोर संयम हवा.
विवेक बुद्धीने मनावर आरूढ होणे, शिस्तबद्धता हवी,
नियम हवेत. व्रतस्थ जीवन हवं. हे सर्व मिळून अभ्यास योग होतो.

श्लोक १०

अभ्यासे ऽप्यसमर्थोऽसि मत्कर्मपरमो भव ।
मदर्थमपि कर्माणि कुर्वन्सिद्धिमवाप्स्यसि ।।१०।।

अर्थ – अभ्यास योगाचीही तपस्या/साधना करणे तुला शक्य नसेल, तर माझ्यासाठी कर्म करणारा हो. माझ्यासाठी कर्म केल्याने तू सिद्धी प्राप्त करशील.

अभ्यासासाठी अटी - १) मन स्थिरचित्त हवे
२) मनावर ताबा हवा
३) शिस्त हवी

पण जर मन जात्याच सदैव चंचल असेल, एकाग्रपणे ध्यान धारणा करणं शक्य होत नसेल तर मग भगवंत इथे दुसरा मार्ग सुचवत आहेत. तो असा की-

१) प्रत्येक कर्म ईश्वरसाक्ष करणे.
२) समर्पित भावनेने प्रत्येक कर्म करावे.
३) अनन्य भावाने आपण ईश्वराला शरण जावे.
४) भक्त सारं तन, मन, धन आपल्या जीवनाचा भार, कर्म, त्याची फळं सारं सारं त्याच्या इच्छेवर सोपवून दोघांमधील भेदच संपवून टाकून ईश्वरमय होणे.
५) शुद्ध निर्मळ भक्तीने जीवनातील क्षण अन् क्षण त्याच्या निरंतर स्मरणात कर्म करणे.
६) सर्व कर्मे ईश्वराप्रित्यर्थ करणे असा हा जणू समर्पण यज्ञ इथे भगवंतांनी सांगितलेला आहे.

श्लोक ११

अथैतदप्य-शक्तोऽ सि कर्तु मद्योगमाश्रितः ।
सर्वकर्मफलत्यागं ततः कुरू यतात्म-वान् ।।११।।

अर्थ – हे सुद्धा करण्यास जर तू असमर्थ असशील तर माझा आश्रय करून आत्मसंयमाने सर्व कर्मांच्या फलाचा त्याग कर.

स्पष्टीकरण – कर्मफलाची आसक्ती ठेवल्यामुळेच कर्माचे परिणाम किंवा कर्मफळ निर्माण होते आणि ते फळ संचितामध्ये जमा होते आणि ह्याच कारणामुळे भविष्यातील पुर्नजन्माचे बीज आकाराला येत असते. ह्या आसक्तीचे मूळ कारण म्हणजे -

१) जीवात्मा स्वतःला मीच देह आहे असे मानतो - देहाभिमान निर्माण होतो.
२) अहंकारामुळे - सर्व कर्म मी करतो -हा झाला कर्तृत्वाचा अहंकार
३) त्यामुळे फलांचाही भोग मी घेणार म्हणून कर्मातील आसक्ती टाकून निर्लेप मनाने केवळ कर्तव्य म्हणून कर्म करीत राहून फलाचा विचार मनात न आणता, कर्म आणि कर्मफलही त्यालाच अर्पित करून समग्र जीवनच ईश्वरी कर्ममय करून टाकायचे.

पूर्ण ब्रह्मांड हीच जर ईश्वराचीच अभिव्यक्ती आहे. तो जर अणूरेणूमध्ये भरलेला आहे, तर ही समोरच्या प्रत्येक व्यक्तीतील ईश्वरतत्त्व जाणून सर्वांशी समचित्ताने, प्रेमाने वागणे ही सहाजिकच त्याची परिणीती होते. म्हणून निष्कामत्व हे सहृदयी

भक्ताच्या आतूनच सहजपणे घडतं. कारण सर्वांभूती एक आत्मा आहे ह्याची यथार्थ जाणीव त्यापाठीमागे असते.

श्लोक १२

श्रेयो हि ज्ञानमभ्यासा ऽ ज्ज्ञानाव्यानं विशिष्यते ।
ध्यानात्कर्म-फलत्याग-स्त्यागाच्छान्तिरनन्तरम् ।।१२।।

अर्थ – अभ्यासापेक्षा ज्ञान श्रेष्ठ, ज्ञानापेक्षा ध्यान श्रेष्ठ, ध्यानापेक्षा कर्मफल त्याग श्रेष्ठ आहे. कर्मफल त्यागाने तत्काळ शांती प्राप्त होते. ह्या श्लोकाद्वारे भगवंतांनी अगदी निर्विवादपणे सर्वकर्मफल त्याग म्हणजेच निष्काम कर्मयोगाचे इतर सर्व मार्गांपेक्षाचे श्रेष्ठत्व मांडले आहे. कसे ते आपण बघूया –

इथे भगवंतानी परमेश्वर प्राप्तीचे ४ मुख्य मार्ग सांगून, त्या सर्वांमध्ये निष्काम कर्मयोगाची श्रेष्ठता सांगितली आहे.

१) अभ्यास मार्ग ह्यामध्ये

१) आपले चित्त इतर सर्व विषयांमधून काढून घेऊन, फक्त एका परम ब्रह्मावर स्थित करणे म्हणजे अभ्यास.

२) मनाची एकाग्रता हवी असते.

३) अखंड प्रयत्न हवेत.

२) ज्ञान मार्ग ह्यामध्ये

१) मी कोण आहे ह्याचा तत्वतः विचार करणे. हा मार्ग खडतर, कष्टप्रद आहे.

२) श्रवण, मनन चिंतनाद्वारे

   १) मी आत्मा आहे हे ओळखणे.

   २) सर्व जग नाशिवंत आहे ह्याची जाणीव ठेवणे.

३) ध्यान मार्गात

मनाला बाह्य जगतापासून बाजूला करून फक्त चैतन्य तत्त्वामधेच चित्त स्थिर करणे. अशा ध्यानाद्वारे आत्ममग्न स्थितीमध्ये प्रत्यक्ष आत्म-तत्त्वाचा प्रत्यय घेणे. म्हणजेच ध्यान धारणेचा मार्ग होय.

४) निष्काम कर्म (सर्वकर्मफलत्याग) मार्ग

सर्वांभूती एक आत्मा हे तत्त्व मनी मानसी भिनल्यामुळे योगी कोणताही भेदभाव लोकांमधे करू शकतच नाही म्हणूनच तो निष्काम मनाने लोक कल्याणाची कामे अंतःस्फूर्तीने करतो. अशा कर्मयोगीमध्ये ज्ञान आणि प्रत्यक्ष जीवनातील वागणूक ह्यामध्ये अंतर रहात नाही. हे ह्या मार्गाचे वैशिष्ट्य आहे.

म्हणून कर्मफल त्याग रूपी लोकहितार्थ झटलेले जीवन हे साक्षात परमेश्वर स्वरूपी होऊन ते महात्मे अंती मोक्ष पावतात. निष्काम कर्मयोगातच ज्ञान, दया, करुणा सर्वांप्रती समभाव या सर्वांचा समावेश असल्यामुळे हा योग सर्वश्रेष्ठ होय.

श्लोक १९

तुल्य-निंदा स्तुति मौंनी सन्तुष्ये येन केनचित् ।
अनिकेतः स्थिर-मतिर्भक्तिमान्मे प्रियो नरः ।।१९।।

अर्थ – ज्याला निंदा आणि स्तुती सारखीच असते, जो मौनी आहे, जो मिळेल त्यामधे समाधानी आहे, जो अनिकेत आहे, जो स्थिरचित्त आणि भक्तीभावाने पूर्ण आहे असा पुरुष मला प्रिय आहे.

स्पष्टीकरण – निंदा, स्तुती, मान-अपमान, क्रोध, शांती ही सर्व बद्ध मनाने निर्माण केलेली असतात. हे सर्व भावभावनांचे कल्लोळ निर्माण करून त्यामध्येच अडकून पडणं मनाला आवडतं, तेच त्याचं वैशिष्ठ्य आहे. योगीला निंदा, स्तुती झालेली कळतच नाही असं आहे का? तर नाही. त्याला सर्व कळतं, पण मनाच्या ह्या क्षुद्र खेळांकडे लक्ष द्यायचं नाही, असा त्याचा निश्चय झालेला असतो. त्यामुळे त्याच्यासाठी हे सारखच असतं.

२) तो मौनी असतो म्हणजे निव्वळ तो जास्त बोलत नाही म्हणून नाही, तर तो माफक, योग्य, आवश्यक तितकेच बोलतो. तो जास्त करून मननशील असतो.

३) तो जे मिळेल त्यामध्ये समाधानी असतो. हे ज्ञानी महात्म्याचे वैशिष्ट्य फार महत्त्वाचं आहे. माणसाला किती मिळायला हवं, म्हणजे ते त्यांला पुरेसं होईल? तर या प्रश्नाचं उत्तर सर्वसाधारणपणे, अमर्यादित मिळू दे असंच असेल. खूप खूप साऱ्या इच्छांचा डोक्यावर भार, मंगे त्या पूर्ण करणं आलं. ह्या चक्रातच पूर्ण आयुष्य निघून जाईल, पण तरीही मन अतृप्तच राहील. हे गणित योगीला माहिती असल्याने आवश्यक तेव्हढे मिळताय ना, मग तो आपली प्राण-उर्जा, इच्छांमागे व्यर्थ न घालवता, शांतचित्त राहून समाधानपूर्वक आपलं आयुष्य अर्थपूर्ण करण्यासाठी उर्जेचं व्यवस्थापन करतो.

४) जो अनिकेत आहे- योगीचा घरामधे ममत्वभाव चिकटून राहिलेला नसतो. ह्या अर्थाने तो अनिकेत असतो. घराप्रती कुटुंबाप्रती जी आवश्यक कर्तव्य आहेत ते ती पूर्ण करतो, त्यांच्यावर प्रेमही करतो. पण तो आसक्तीपूर्ण त्यामधे बांधला जात नाही.

५) जो स्थिरचित्त आहे- ज्याचे मन श्रद्धा आणि निर्मळ भक्तीने पुरेपूर भरून गेले आहे, जो भगवंतांना पूर्णपणे शरणागत झाला आहे असा स्थिर चित्त बुद्धीचा

(म्हणजे ज्याच्या सर्व शंका कुशंका मिटल्या आहेत.) भक्त मला प्रिय आहे, असे भगवंतांचे सांगणे आहे.

श्लोक २०

ये तु धर्म्यामृतमिदं यथोत्कं पर्युपासते ।
श्रद्धधानाभ मत्परमा भक्तास्ते ऽ तीव मे प्रियाः ।।२०।।

अर्थ – जे श्रद्धावान भक्त मला परमश्रेष्ठ मानून ह्या अमृत धर्माचे अनुकरण करतात, ते मला अतिशय प्रिय आहेत.

स्पष्टीकरण – हा जो अमृत अविनाशी असा धर्म आहे त्याचे पालन करून प्रत्येकानं आत्म तत्त्वाचा साक्षात्कार करून घ्यायचा आहे. आणि इथवरच न थांबता, त्या आत्मज्ञानाच्या अधिष्ठानावर आता मनुष्याच्या मनबुद्धीमध्ये आमुलाग्र परिवर्तन होऊन त्यानं जीवनात, प्रत्यक्ष वागण्या बोलण्यात, विचारांत त्याच्या संस्कारात ते प्रकाशित करून आपलं आणि इतरांचही जीवन धन्य केलं पाहिजे. असे भक्त मला अतिशय प्रिय आहेत. असं भगवंत म्हणताहेत.

अजून काही –

जे साधक अव्यक्त निर्गुण परमेश्वराची उपासना करतात, त्यांचा मार्ग खूप कठीण, कष्टसाध्य असतो. कारण मनुष्याला नेहमीच सगुण व्यक्त साकार ईश्वर उपासना सुलभ सोपी ठरते. परंतु दोन्ही प्रकारचे साधक भक्त अंती मलाच येऊन मिळतात. असं भगवंत म्हणत आहेत.

भगवंतांना जे भक्त निरपेक्षपणे, कोणतीही काम्य वासना मनात न धरता दक्षतेने आपले कर्तव्य पार पाडत असतात ते अत्यंत प्रिय होतात.

समारोप – इथे सर्वसामान्य माणसाला, सगुण साकार इश्वराची उपासना करणं नेहमी सुलभ जातं. भक्ती ही मुळचीच रसपूर्ण, सुखशांत करणारी विलक्षण उत्कट भावना आहे. ईश्वराशी अनुसंधान करण्याचा तो एक प्रभावी मार्ग आहे.

समारोप – प्रत्येकजण, आपापल्या स्वभावानुसार इश्वराची उपासना करतो. कुणी निर्गुण - भक्ती करेल, कुणी भजन - किर्तनामध्ये रंगेल, कुणी निष्काम कर्मयोग करेल. मार्ग कोणताही असो, त्यामध्ये भक्तीचा गोडवाही येऊ दे. नुसतंच रुक्ष, कोरडं नको. साखरेची नुसती, मीमांसा करत बसण्यापेक्षा, ती थोडीशी चाखली जरी, तरी आपण तिचा गोडवा अनुभवतो. तसाच हा गोडवा आहे भक्तीचा.

सूत्र – साधकाने निव्वळ भक्ती रसामध्येच रममाण न होता, निष्काम वृत्तीने कर्म करत रहाणे हे आवश्यक आहे.

इथे भगवंतांनी पुन्हा ज्ञानयुक्त, भक्ती पूर्ण निष्काम कर्मयोगाची महती स्पष्ट केली आहे.

क्षेत्र क्षेत्रज्ञ विभाग योग – अध्याय तेरावा

प्रस्तावना – आपण मागील अध्यायामध्ये सुमधुर अशा भक्ती मार्गाने, ईश्वराला शरण जाऊन, आपण त्याची प्राप्ती करून घेऊ शकतो हे बघितले. आता आपण आपल्या शरीरातील दोन मुख्य तत्त्व बघणार आहोत. एक आहे विनाशी देह आणि दुसरे आहे अविनाशी आत्मतत्त्व.

कथा – मुंडक उपनिषदामधील कथा, 'दोन पक्षी'

एका वृक्षावर दोन पक्षी रहात असतात. एक कनिष्ठ पक्षी, तर दुसरा होता. श्रेष्ठ पक्षी. तो श्रेष्ठ का? तर, तो झाडाच्या टोकावर अगदी शांत चित्त वृत्तीने, स्थिर बसलेला आहे.

तर, कनिष्ठ पक्ष्याचे ह्याच्या सर्व उलट ! तो झाडावरून इकडे तिकडे जातोय, मधेच कडू गोडं फळं मिळताहेत, त्यामध्ये तो मग्न आहे. त्याची नजर एकदा, त्या टोकाशी बसलेल्या श्रेष्ठ पक्ष्याकडे जाते नी त्याच्या अलौकिक, दिव्य, शांत रूपाकडे बघतच रहातो, पण किती वेळ? क्षणमात्र ! त्याला लगेच, फुला पानांचे वेध लागतात नी तो परत, त्याच्या जीवनामधे व्यग्र रहातो. पण मग कधीतरी एकदा, तो कनिष्ठ पक्षी अंतर्मुख होऊन विचार करू लागतो, तेव्हा त्याला साक्षात्कार होतो की, तो श्रेष्ठ पक्षी मीच आहे.

इथे वृक्ष म्हणजे आपलं शरीर असून, जीवात्मा, म्हणजेच ज्याच्या देह मनामध्ये, आत्म्याचं प्रतिबिंब पडलेलं आहे तो, जीव, तुम्ही आम्ही तो आहे कनिष्ठ पक्षी, जो देहमानाच्या स्तरावर आयुष्य उपभोगतोय तो.

अन् श्रेष्ठ पक्षी आहे आपल्या प्रत्येकाच्या देहातील आत्मा आणि ही एकरूपता होणं म्हणजे, मी म्हणजे केवळ देह आणि मन नसून माझं खरं रूप हे आत्मरूप आहे, ह्याची लखलखती अनुभूती येणं

अध्यायातील एकूण श्लोक – ३४

निरूपणासाठी घेतलेले श्लोक – १, २, ५, ६, ११, १२, १४, १६, १९, २०, २१, २२, २३, २७ = १५ आणि ३४

श्लोक १

इदं शरीरं कौन्तेय क्षेत्र–मित्यभिधीयते ।
एतद्यो वेत्ति तं प्राहुः क्षेत्रज्ञ इति तद्विदः ।।१।।

अर्थ – हे कुंतीपुत्रा ह्या शरीरास क्षेत्र असे म्हटले जाते आणि जो ह्या क्षेत्राला जाणतो, त्याला क्षेत्रज्ञ असे म्हणतात.

स्पष्टीकरण – शरीर हे जड प्रकृतीपासून बनलेले आहे. बाह्य जगताशी व्यवहार, विचार, आचार ह्या सर्व गोष्टी शरीराअंतर्गत असणाऱ्या चैतन्यरूपी जाणीव तत्त्वामुळे शक्य होतात. म्हणजेच परमतत्त्व हे प्रकृतीच्या जड देहाच्या माध्यमातून जगत्, अनुभव, सुखदुःख वगैरे अनुभवते.

ह्या शरीराला म्हणजे क्षेत्राला जाणणारे चैतन्य तत्त्व हे क्षेत्रज्ञ ह्या नावाने ओळखलं जातं.

श्लोक २

क्षेत्रज्ञं चापि मां विद्धि सर्वक्षेत्रेषु भारत ।
क्षेत्र–क्षेत्रज्ञ योर्ज्ञानं यत्तज्ज्ञानं मतं मम ।।२।।

अर्थ – सर्व क्षेत्रांमध्ये ते ते क्षेत्र जाणणारा मी आहे असे तू निश्चितपणे जाणू शकतोस. हे अर्जुना, क्षेत्र आणि क्षेत्रज्ञ याविषयींचे जे ज्ञान तेच ज्ञान होय असे मी समजतो.

स्पष्टीकरण – आपला प्रत्येकाचा विनाशी, नुसता विनाशीच नाही तर सतत बदलत जाणारा जड देह, त्याची अंतर्गत मांडणी किंवा व्यवस्थापन आणि त्या देहाला कार्यक्षम करणारे चैतन्य तत्त्व अशा दोन्हींचे नीट पूर्ण ज्ञान असणे आवश्यक आहे. सर्व क्षेत्र म्हणजे शरीर, ही अर्थातच वेगवेगळी आहेत, पण त्या सर्वांतील क्षेत्रज्ञ मात्र एकच आहे कारण –

१) क्षेत्रज्ञ हा परमात्म्याचा अंश असल्यामुळे तो निर्गुण आहे आणि निरनिराळे क्षेत्रज्ञ त्यामुळे असू शकत नाही, कारण वैविध्य असणे हा अहंकाराचा गुण आहे. पण क्षेत्रज्ञाच्या ठिकाणी हे गुण असू शकत नाही.

परमात्मा (निर्गुण) त्याचाच अंश

↓

म्हणजे क्षेत्रज्ञ (निर्गुण, अविकारी) हा क्षेत्रज्ञच

↓

तोच सर्वत्र/सर्व क्षेत्रात स्थित असतो.

२) अविभक्त विभक्तेषु– म्हणजे विविध विभक्त वेगवेगळ्या पदार्थांनी ही सृष्टी जरी भरलेली आहे तरी अंती त्या सर्व विविध गोष्टींचं मूल तत्त्व, द्रव्य हे अव्यक्त प्रकृती आहे असं आपण मांडतो, त्याचप्रमाणे अनंत क्षेत्रज्ञ न मानता त्यांचं मूलतत्त्व म्हणजे अंती एकच परमात्मा आहे असे मानतो. कारण प्रकृतीमध्ये, विविधतेचा गुण आहे, परमात्म तत्त्व निर्गुण आहे, म्हणून त्यात विविधता येत नाही.

प्रकृतीपासून	परमात्म्यापासून
↓	↓
देह/शरीर / क्षेत्र निर्माण होते.	त्याचा अंशरूप म्हणजेच क्षैत्रज्ञ होय.
↓	↓
ते विकारी आहे	अविकारी आहे
ते नाशिवंत आहे	अविनाशी आहे
ते बदलणारे आहे	अपरिवर्तनीय आहे

अशी दोन तत्त्व आपल्या शरीरात असून हे जाणणे म्हणजे ज्ञान. ह्याने शरीराबद्दलची, विषय उपभोगांबद्दलची आसक्ती सुटते. नाहीतर मी म्हणजे सर्वकाही फक्त शरीरच आहे. अशा निव्वळ दैहीक स्तरावरच माणूस जगत रहातो. पण जेव्हा चैतन्य स्त्रोत्राचे ज्ञान होते तेव्हा हळूहळू आपण अनासक्त व्हायला लागतो.

श्लोक ५

महाभूतान्यहंकारो बुद्धिरव्यक्तमेव च ।
इन्द्रियाणि दशैकं च पंचेन्द्रीय गोचराः ।।५।।

श्लोक ६

इच्छा द्वेषः सुखं दुःखं संधातश्चेतना धृतिः ।
एत्क्षेत्रं समासेन सविकारमुदाहृतम् ।।६।।

पंचमहाभूते, अहंकार, बुद्धी, अव्यक्त प्रकृती तसेच १० सूक्ष्म इंद्रिये, मन, पंच तन्मात्रे (म्हणजे ५ इंद्रियांचे ५ विषय–शब्द, स्पर्श, रूप, रस, गंध हे विषय) असे क्षेत्राचे, म्हणजे देहाचे घटक/वर्णन केले आहे.

श्लोक ६

इच्छा, द्वेष, सुख, दुःख संघात, चेतना आणि धृती अशा एकूण ३१ तत्त्वांच्या समुदायास सविकार क्षेत्र म्हटले आहे. इथेही क्षेत्राचेच घटक सांगितले आहेत.

क्षेत्र एकूण ३१ घटकांनी निर्माण होते ते असे –

	घटक	श्लोक ५ मध्ये	संख्या	घटक	श्लोक ६ प्रमाणे संख्या
१)	पंचमहाभूते	५	५	इच्छा	१
२)	अहंकार	१		द्वेष	१
३)	बुद्धी	१		सुख	१
४)	अव्यक्त प्रकृती	१		दुःख	१
५)	दहा इंद्रिये	१०		संघात (समुह)	१
६)	मन	१		चेतना (जीवन व्यापार)	१
७)	तन्मात्रा	५		धृती (धैर्य)	१
	श्लोक ५ मधील घटक =	२४		श्लोक ६ मधील घटक =	७

क्षेत्राचे घटक = एकूण घटक २४ + ७ = ३१

म्हणजे क्षेत्र (शरीर) हे एकूण ३१ घटकांचे असते. आता क्षेत्रज्ञ ही ह्याच शरीरात वसलेला असतो. तो कसा कोणत्या घटकांनी बनतो ते बघू.

'क्षेत्रज्ञ' म्हणून ज्याला संबोधले जाते, तोच इतर नावांनीही ओळखला जातो.

क्षेत्रज्ञ = म्हणजेच = पुरुष = म्हणजेच = जीवात्मा आणि

क्षेत्रज्ञ = म्हणजेच = जीव, अशा नावांनीही, क्षेत्रज्ञला ओळखले जाते.

क्षेत्रज्ञ = शुद्ध परमात्मा + मन + शुद्ध परमात्म्याचे प्रतिबिंब

क्षेत्रज्ञ = परमतत्त्व + चिदाभास

आत्मतत्त्व शरीर, मन आणि बुद्धी ह्या घटकांशी जोडले गेल्यामुळे, ते मन बुद्धीशी एकरूप होते. मनरूपी आरशात, शुद्ध आत्म्याचे पडणारे/पडलेले प्रतिबिंब म्हणजे क्षेत्रज्ञ होय. (किंवा जास्त करून अहंकार रूपी आरशामधे आत्म्याचे पडलेले प्रतिबिंब म्हणजे क्षेत्रस होय.) आत्म्याचा इथे शरीराशी संबंध येतो.

श्लोक ११

अध्यात्मज्ञान-नित्यत्वं तत्त्वज्ञानार्थ-दर्शनम ।
ति एतज्ज्ञानमिति प्रोक्तमज्ञानं यदतोऽन्यथा ।।११।।

अर्थ – अध्यात्मज्ञान नित्य आहे अशी बुद्धी होणे आणि तत्त्वज्ञानाच्या सिद्धांताचे मनन हे ज्ञान आहे. याच्याव्यतिरिक्त जे दुसरे ते अज्ञान होय.

स्पष्टीकरण – ज्ञान म्हणजे आत्म्याबद्दलचे ज्ञान. पण हे ज्ञान केवळ तत्त्वज्ञान पातळीवरच न रहाता ते माणसाच्या स्वभावामध्ये, अंतरंगामध्ये स्वच्छ दिसायला हवे, जाणवायला हवे. ज्ञानीचं मन दया, क्षमा, करुणेनं काठोकाठ भरलेलं असायला हवं. साऱ्या जगताचं कल्याण होऊ दे ही विश्वात्मक सद्भावना जागवली गेली तर ते खरं आत्मज्ञान.

परमेश्वर स्वरूपाची खरी खुरी ओळख होणे म्हणजे ज्ञान. मग ती ओळख काय आहे? तर प्रत्येक माणसामाणसात परमेश्वर भरलेला आहे. असं जर आहे, तर जातीधर्माची, भेदभावाची असंख्य कुंपणे घालून जर ज्ञानी फक्त तोंडानेच पोपटपंची करत असेल तर ते आत्मज्ञान नाही असं म्हणावं लागेल. ज्ञानानेच म्हणजे निष्कामत्वाने, ज्ञानीने लोक-कल्याणार्थ झटणे म्हणजे आत्मज्ञान.

श्लोक १२

ज्ञेयं यत्तत्प्रवक्ष्यामि यज्ज्ञात्वाऽमृतमश्नुते ।
अनादिमत्परं ब्रह्म न सत्तन्नासदुच्यते ।।१२।।

अर्थ – आता जे जाणल्याने अमृत म्हणजे मोक्ष मिळतो ते तुला सांगतो. ते अनादि, सर्वांच्या पलीकडले ब्रह्म होय. त्याला सत् म्हणत नाहीत आणि असत् ही म्हणत नाहीत.

स्पष्टीकरण – परब्रह्म हे सर्व ब्रह्मांडाचे प्रकाशक आहे. त्याचा विचार आपल्याला बुद्धीने करता येत नाही. सत् म्हणजे असणे, अस्तित्वरूपी असणे, पण ही संज्ञा परब्रह्माला लावता येत नाही. कारण ते इंद्रियातीत असल्याने आपण परब्रह्माला 'एखादी गोष्ट' याकडे निर्देश करतो, तसा निर्देश करता येत नाही. असत् ही नाही – ते अस्तित्वात नाही म्हणावं, तर तेच सृष्टीच्या रूपाने अभिव्यक्त होत असतं.

सत् आणि असत् ही विशेषणं आपल्या बुद्धीचे तर्क किंवा अनुमान आहेत. ब्रह्म ह्या सर्व कक्षांच्या अतीत आहे.

ब्रह्म जर सारं काही प्रकाशित करतं तर, अर्थातच प्रकाशक आणि प्रकाशित होणाऱ्या गोष्टी ह्या वेगवेगळ्या असायला हव्यात. परब्रह्माला जन्म नाही आणि मृत्यूही नाही. असा अजन्मा, हा अनादि आहे. काळ ही संकल्पना समाजामध्ये तुकड्या-तुकड्यांनी पुर्नजिवीत होत असते. पण कालाचाही निर्माता आणि भक्षक असं जे ब्रह्मतत्त्व त्याला केवळ अनादिच म्हणावं लागत.

तेच केवळ अंतिम आहे, निर्गुण आहे. पण आपल्याला त्याचा बोध व्हावा म्हणून आपण आपल्या सोयीसाठी ब्रह्माचे दोन स्तर पाडले आहेत.

निर्गुण ब्रह्म म्हणजेच	**सगुण ब्रह्म म्हणजे**
परब्रह्म हे मायेविना एकटे अखंड असते.	अपरब्रह्म म्हणजेच ईश्वर (सगुण ईश्वर) त्याची शक्ती माया आहे. तिच्या साथीने तो सगुण होतो. ईश्वर होतो.

श्लोक १४

सर्वेन्द्रिय-गुणाभासं, सर्वेंद्रिय-विवर्जितम् ।
असक्तं सर्वभृच्चैव निर्गुणं गुणभोकतृच ।।१४।।

क्षेत्रज्ञ सर्व इंद्रियांच्या विषयांना जाणणारे आहे, पण ते स्वतः मात्र इंद्रिय रहित आहे. ते असक्त असूनही सर्वांचे धारण करणारे आहे आणि निर्गुण असूनही गुणांचा उपभोग घेणारे आहे.

स्पष्टीकरण – परब्रह्माचे दोन प्रकार पडतात. एक सगुण आणि निर्गुण. त्यामुळे हा विरोधाभास जाणवतो.

निर्गुण ब्रह्म म्हणजेच पर ब्रह्म होय.	**सगुण ब्रह्म म्हणजेच अपर ब्रह्म होय.**
↓	↓
निर्गुण ब्रह्माची वैशिष्ट्ये	सगुण ब्रह्माची वैशिष्ट्ये
१) इंद्रिय रहित आहे. इंद्रिय प्रकाशित करत नाही. हे इंद्रियातीत आहे.	मायेशी ऐक्य होऊन सगुण ईश्वर निर्माण होतो. तो जगताचा कर्ता-धर्ता आहे. म्हणून तो जगताचे धारण करतो. सगुण ईश्वर, मानवी शरीरात असल्याने ते मन आणि बुद्धीच्या माध्यमातून सर्व गुणांचा भोक्ता होते.

आपल्याला म्हणून हे असं जाणवतं असतं.

श्लोक १६

अविभक्तं च भूतेषू विभक्तमिव च स्थितम् ।
भूतभर्तृ च तज्ञेयं ग्रसिष्णू प्रभविष्णु च ।। १६ ।।

अर्थ – संपूर्ण सृष्टी ही विविधतेने सजलेली आहे. असंख्य नामरूपात्मक गोष्टींचे इथे वैपुल्य असलं तरी, जसे दागिने अनेक असले तरी त्यामधील मूलद्रव्य जसं एकच 'सोनं' आहे, तशीच ह्या विश्वातील अनंत विविध गोष्टींचं मूलभूत एकच असं परमतत्त्व ब्रह्म आहे.

म्हणजे विविधतेमध्ये एकत्व पहाणे म्हणजे 'अविभक्तं विभकतेषू' आणि हेच ज्ञान म्हणजे ब्रह्मज्ञान होय. ब्रह्म हे बाह्य जगाचे अधिष्ठान आहे. तेच जगताच्या

निर्मितीसाठी, धारणेसाठी आणि विनाशासाठी कारण आहे.

जसं सागरामधे लाटा निर्माण होतात, काही काळ त्या विकसित होतात अन् अखेर सागरामधेच लय पावतात. त्याप्रमाणे ब्रह्मरूपी रंगमंचावर जगताचे नाट्य निर्माण होते, धारण होते आणि नष्ट होते.

परब्रह्म निर्गुण आहे. पण ते जेव्हा शरीराने वेढले जाते, तेव्हा विविध शरीरे, म्हणजे शरीरे अनंत असल्याने ते ही विभागीत होऊन अनंत आहे. विभागलेले आहे असे वाटते. ही विविधता प्रकृतीमुळे आलेली आहे, हे लक्षात ठेवायला हवे.

श्लोक १९

प्रकृति पुरुषं चैव विद्ध्यनादि उभावपि ।
विकारांश्च गुणांश्चैव चैव विद्धी प्रकृति सम्भवान् ॥१९॥

अर्थ – प्रकृती आणि पुरुष हे दोन्हीही अनादि आहेत असं तू जाण. तसेच विकार आणि गुण प्रकृतीपासून निर्माण झाले आहेत असे समज.

स्पष्टीकरण – **परब्रह्म पासून**

↓

↓	↓
परब्रह्मपासून	परब्रह्मापासून
↓	↓
पुरुष/क्षेत्रज्ञ/जीवात्मा (निर्गुण) निर्माण होतो.	प्रकृती निर्माण होते. ती (त्रिगुणात्मक) असते. (सत्व, रजो, तम) हे ३ गुण असतात.
हे चैतन्य तत्त्व आहे.	ती अचेतन असते.
हे अपरिवर्तनशील आहे.	इथे सतत परिवर्तन होते.
रूप, रंग, आकार, गुण नाही.	ती सर्व रूपे, सर्व गुण धारण करते.

परब्रह्म आणि प्रकृतीच्या संयोगाने ही →

१) सृष्टी निर्माण होते, संसार निर्माण होतो हे लक्षात घ्यायला हवं.

पुरुषाच्या सत्तेमुळे →(पुरुष हा जगताचा अधिष्ठाता आहे.)	प्रकृतीकडून जग निर्माण होते.
पुरुष/क्षेत्रज्ञ/जीवात्मा/जीव	प्रकृती/क्षेत्र
↓	↓
जड देहामधील चैतन्य असते.	म्हणजे जड देह किंवा शरीर असते.
अधिष्ठान परब्रह्म आहे.	तिचे अधिष्ठान परब्रह्म आहे.

क्षेत्रज्ञ	प्रकृती
तो परब्रह्माचाच अंश आहे.	ती परब्रह्मापासून निर्माण झाली आहे.
तो म्हणून स्वयंभू नाही.	ती परब्रह्माची शक्ती आहे.
म्हणून तो स्वतंत्र नाही.	ती म्हणून स्वयंभू नाही.
पण अनादि आहे.	म्हणून ती स्वतंत्र नाही.
	पण अनादि आहे.

अशा प्रकारे पुरुष आणि प्रकृतीची ही वरील वैशिष्ट्ये आहेत.

श्लोक २०

कार्यकरण कर्तृत्वे हेतुः प्रकृतिरुच्यते ।
पुरुषः सुख-दुःखानां भोक्तृत्वे हेतुरुच्यते ।।२०।।

अर्थ – कार्य म्हणजे देह आणि करण म्हणजे इंद्रिये यांच्या कर्तृत्वास प्रकृती कारण आहे असे मानले जाते आणि कर्ता नसूनही सुखदुःखांचा उपभोग घेण्यासाठी पुरुष (क्षेत्रज्ञ) कारण आहे असं म्हटलं जातं.

जड प्रकृतीपासून

↓

जड देह बनतो + ह्यामध्ये चैतन्यरूपी क्षेत्रज्ञामुळे क्रिया करण्याची शक्ती येते.

जड देह + चैतन्यरूपी क्षेत्रज्ञ = ह्यांच्या संयोगामुळे सर्व कर्मे घडतात.

करण = म्हणजे साधने

जड देहाची साधने आहेत, ती अशी –

५ ज्ञानेंद्रिये + ५ कर्मेंद्रिये + मन + बुद्धी + अहंकार = एकूण १३ साधने

मन इंद्रियांकडून सर्व कर्मे करवून घेते. कर्मेंद्रियांकडून जी कर्मे घडतात त्याला कर्तृत्व म्हणतात. ही कर्मे एकमेकांच्या सहकार्याने घडतात कसे ते बघूया.

बाह्य विषय येतात.

↓

आपली ज्ञानेंद्रिये ती ग्रहण करून

↓

मनाकडे पोचवतात

↓

मन, बुद्धीच्या सारासार निर्णयाप्रमाणे

↓

कर्मेंद्रियांना कर्म करण्यास आज्ञा देते व कर्म/कर्तृत्व घडते.

कर्तृत्व घडण्यासाठी हे सर्व १३ घटक किंवा साधने ही प्रकृतीची असतात. म्हणून कर्तृत्वाचे निमित्त किंवा कारण प्रकृती मानले जाते.

कार्य ↓	करण ↓	कर्तृत्व ↓
म्हणजे देह होय.	म्हणजे साधने होय.	म्हणजे कर्म होय.
		हे सर्व प्रकृती करते.

आता ह्या सर्व कर्मांचे अनुभव/परिणाम सुख किंवा दुःख, राग, लोभ अशा विविध विकारमय असू शकतात.

क्षेत्रज्ञामुळेच अनुभवांची जाणीव होते. म्हणून पुरुष हा सुखदुःखांचे कारण, भोगतृत्वाचे कारण मानले जाते. शरीराद्वारे क्षेत्रज्ञ स्वतः अभोक्ता असूनही सर्व सुखदुःखे भोगतो, असे म्हटले जाते.

श्लोक २१

पुरुषः प्रकृतिस्थो हि भुंक्ते प्रकृतिजान्गुणान ।
कारणं गुणसंगोऽस्य सदसद्योनिजन्मसु ।।२१।।

अर्थ – कारण प्रकृतीमध्ये पुरुष अधिष्ठित झाला की तो प्रकृतीच्या गुणांचा उपभोग घेतो आणि प्रकृतीच्या गुणांचा हा संयोग पुरुषाला बऱ्या वाईट योनीमधे जन्म घेण्यास भाग पाडतो.

पुरुष हा मुळातला परमात्म्याचा अंश खरा, पण तो जेव्हा देहामध्ये जखडतो, देहाशी संयोग पावतो तेव्हा –

पुरुष, प्रकृतीचे म्हणजे देहाचे त्रिगुणांचे वैविध्य अनुभवतो.

पुरुष हा मुळातला निर्गुण आहे. तो मुळातला असंग आहे. तो मुळातला आसक्तीहीन आहे. तो मुळातला अविकारी आहे.	पण तो देहाशी बांधला गेल्यामुळे हे घडते. तो गुण अनुभवतो. तो सुखदुःख अनुभवतो. तो भौतिक गोष्टींशी आसक्त होतो. तो यश अपयश वगैरे द्वद्वांनी विचलीत होतो.	देहाची/प्रकृतीची वैशिष्ट्ये काय आहेत? देह त्रिगुणात्मक आहे. पुरुष मनाशी तादात्म्य पावतो, म्हणून कारण तो इंद्रियांच्या विषय उपभोगात रमतो. कारण तो बुद्धीशी एकरूप होतो.

म्हणजेच देहाशी घट्ट जवळीकीमुळे तो ही स्वतःचे मूळ स्वरूप विसरून अधिक अधिक आसक्ती वाढवत नेत सर्व अनुभवांचा, सर्व कृत्यांचा, सर्व भावभावनांचा आस्वाद घेण्यामधे रमून जातो आणि हेच त्याचं तन्मय होऊन देहाशी मिसळून जाणे

आहे. ह्यामुळे कर्माचे संस्कार व परिणाम मागे टाकतात, संचित वाढत जातं आणि ते भोगण्यासाठी पुन्हा पुन्हा जन्म घ्यावा लागतो.

मुळातला आनंदरूप, श्रेष्ठरूप, आत्मा हा देहाशी बांधला जाऊन दुःखी, संसारी होतो आणि ह्यालाच जीवात्मा म्हटलं जातं.

श्लोक २२

उपद्रष्टा ऽ नुमन्ता च भर्ता भोक्ता महेश्वरः ।
परमात्मेति चाप्युक्तो देहे ऽस्मिन्पुरुषः परः ।।२२।।

अर्थ – हा प्रकृतीच्या गुणांचा उपद्रष्टा (साक्षी) आहे. तो अनुमोदन देणारा आहे. भर्ता म्हणजे प्रकृतीच्या गुणांमध्ये भर घालणारा आणि उपभोग घेणारा त्यालाच ह्या देहातील परपुरुष, महेश्वर आणि परमात्मा असे म्हणतात.

स्पष्टीकरण – पुरुष (श्रेत्रज्ञ) हा वस्तुतः परमात्म्याचाच अंश असल्याने त्यालाच परमात्मा म्हणूनही संबोधले जाते आणि ह्या त्याच्या श्रेष्ठत्वाच्या दृष्टीने बघितलं तर

१) तो उपद्रष्टा आहे – म्हणजे तो साक्षीभावाने देहाच्या सर्व क्रिया पहात असतो.

२) तो अनुमन्ता आहे म्हणजे तो इंद्रिये, मन आणि बुद्धीच्या सहाय्याने, शरीराच्या व्यापारांना विरोध करत नाही.

३) तो भर्ता आहे, कारण तो देहाचे पोषण करतो.

४) तो भोक्ता आहे, कारण तो देहाशी एकरूप झाल्याने, सुखदुःख रूपी मिश्र अनुभवांचा तो भोक्ता होतो.

तो सर्वश्रेष्ठ स्वामी असल्याने त्याला परपुरुष/परमात्मा/महेश्वर असे म्हणतात.

श्लोक २३

य एवं वेत्ति पुरुषं प्रकृतिं च गुणैः सह ।
सर्वथा वर्तमानोऽपि न स भूयोऽभिजायते ।।२३।।

अर्थ – पुरुष हा मुळातला निर्गुण असून, प्रकृतीच त्रिगुणात्मक आहे या प्रमाणे जो जाणतो. त्या ज्ञानीची वर्तणुक कशीही असली तरी त्याचा पुनर्जन्म होत नाही.

क्षेत्रक्षेत्रज्ञाचे ज्ञान होणे म्हणजे काय ? तर आपल्याच देहातील दोन प्रकारच्या परस्पर विरूद्ध घटकांचे वैशिष्ट्य समजून घेऊन त्याप्रमाणे तसे वागणे म्हणजेच आपल्यामधील ईश्वरी अंशाची ओळख करून घेऊन त्याची जपणूक आणि श्रेष्ठ

मूल्यांची जपणूक ज्या वर्तनामुळे होईल असं वागून ईश्वरी तत्त्वाप्रती निष्ठा राखणे म्हणजे आत्मज्ञान होय.

देह त्याच्या वैशिष्ट्यांप्रमाणे त्रिगुणांच्या प्रभावाखाली वागणार हे ओळखून देहातच सत्व गुण वाढवत नेणे हा प्रयत्न करावा लागतो.

आत्म्याच्या प्रेरणा अंतःस्फूर्तीने समजून घेऊन तशी वर्तणूक ठेवण्याचा प्रयत्न करणे नक्कीच आपण करू शकतो.

आत्मज्ञानामुळे जीवन मरणांचा फेरा संपतो. आत्मज्ञानाची थोरवीच अशी आहे की, ज्यामुळे पुर्वसंचित, कर्मसंस्कार हे नष्ट होतं. फक्त प्रारब्ध मात्र संपूर्णपणे भोगूनच संपवावं लागत असल्याने, आत्मज्ञानी ते शांत चित्तानं भोगतो.

श्लोक २७

समं सर्वेषु भूतेषु तिष्ठन्तं परमेश्वरम् ।
विनश्यत्स्वविनश्यन्तं यः पश्यति स पश्यति ।।२७।।

अर्थ – सर्व भूतांचे ठिकाणी रहाणारा (समत्वाने) आणि सर्व भूते नाहिशी झाली तरी ज्याचा नाश होत नाही अशा परमेश्वराला ज्याने (सर्वांमध्ये पाहिले त्याने खऱ्या दृष्टीने पाहिले.)

स्पष्टीकरण – सर्व प्राणीमात्रांमध्ये एकच परमतत्त्व आहे. सर्व जग बदलत असते आणि कधी ना कधी ते नष्टही होते. बुद्धीच्या स्तरावर विचारांचे विश्व बदलत रहाते. मानसिक जडणघडण बदलत रहाते. शरीर तर जन्म, बुद्धी, व्याधी, मृत्यू अशा अपरिहार्य बदलांना सामोरे जात असते. हे सर्व बदल घडतात ते अपरिवर्तनिय चैतन्यमय अधिष्ठानावर. ते सर्व बदलांचा आधारस्तंभ असते, रहाते. म्हणून खरे पहाणे किंवा बघणे, म्हणजे निव्वळ डोळ्यांनी दृष्य जग पहाणे नसून अंर्तचक्षूंनी, ज्ञानचक्षूंनी सर्व ब्रह्मांडात भरलेल्या ईश्वराची मनोमन साक्ष पटून समवृत्तीने जगाला न्याहाळणे, म्हणजे खरं पहाणे होय.

श्लोक ३४

क्षेत्रक्षेत्रज्ञ –योरेमन्तरं ज्ञानचक्षुषा ।
भूत–प्रकृती मोक्षं च ये विदुर्यान्ति ते परम् ।।३४।।

अर्थ – याप्रमाणे ज्याने ज्ञानचक्षूने क्षेत्र आणि क्षेत्रज्ञ यांमधील भेद आणि सर्व भूतांच्या मूलभूत प्रकृतीचा मोक्ष ज्यांनी जाणला ते परब्रह्माप्रत जातात.

स्पष्टीकरण – जेव्हा साधक क्षेत्र आणि क्षेत्रज्ञ यावर चिंतन करतो तेव्हा त्याच्या लक्षात येतं की–

	क्षेत्र / शरीराची वैशिष्ट्ये	**क्षेत्रज्ञ (वैशिष्ट्ये)**
	देह विनाशी आहे.	अविनाशी आहे.
१)	ते स्वतःच विनाशी असल्याने भौतिक दैहिक इच्छांचे उपभोग कितीही घेतले तरी तेही विनाशी आहेत. क्षणिक आहेत.	खुद्द परमेश्वराचा अंश असल्याने त्याचा आनंद शाश्वत आहे.
२)	देह अशाश्वत आहे.	चिरंतन सत्य आहे.
३)	दैहीक सुखांच्या मागे लागून, मनोबुद्धीचा विकास जास्त होऊ शकत नाही. संकुचित वृत्तीने फक्त स्वतःपुरतच बघायची सवय लागते. स्वार्थीपणाला उत्तेजन मिळत रहाते.	आत्मप्रेरणा नेहमीच श्रेष्ठ जीवन नीती मूल्यांप्रती असतात, त्यामुळे मन विशाल होतं. स्वार्थी परिघ सोडून, माणूस व्यापकत्वाने, सर्वांभूती एक आत्मा ह्या जाणीवेने बघू लागतो.

म्हणून तत्त्व अंगात भिनलं की स्वतःभोवतीचे कुंपण बाजूला सारून ज्ञानी अनंत तत्त्वाची साक्षात अनुभूती येते. ह्यालाच ज्ञानचक्षूने मोक्षप्राप्ती होणं असं म्हणतात.

ज्ञानी मी-मीपणाच्या माझ्या अन् माझ्या कुटुंबापुरताच मर्यादित संकुचित विचारविश्वातून बाहेर पडून मोकळ्या आकाशाच्या व्यापक अस्तित्वात स्वःताला झोकून देतो.

अजून काही –

साधकाला परब्रह्माची (म्हणजेच त्याच्या अंशरूप असलेल्या, शरीर स्थित आत्म्याची प्रचिती येणे म्हणजे क्षेत्रज्ञाचे ज्ञान (आत्मज्ञान) होणे होय. तेच चैतन्य मूळ तत्त्व असून व्यापून राहिले आहे. ते सर्व भूतांच्या आत आहे आणि बाहेर ही आहे, चर व अचर ही आहे ते ते सर्वत्र प्रत्यक्षात अविभक्त अखंड असूनही जे जाणावयाचे ते ज्ञेय हेच आहे.

ज्याप्रमाणे आकाश सर्वत्र भरलेले असूनही ते सूक्ष्म असल्याने त्याला कशाचाही लेप लागत नाही, त्याप्रमाणे आत्मा देहात सर्वत्र रहात असून त्याला कशाचाही लेप लागत नाही.

समारोप – इथे आपण क्षेत्र म्हणजे देह आणि क्षेत्रज्ञ म्हणजे जीवात्मा यांच्या स्वरूपाबद्दल जाणून घेतलं. जीवात्मा आणि परमात्मा ह्या दोघांच्या एकत्वाच्या स्पष्टीकरणाला आता सुरुवात झाली आहे.

जर सर्व जगच विनाशी आहे, तर मग चिरंतन, शाश्वत असे काहीच नाही का? आणि असेल तर ते मला कसे मिळेल? तर आपल्यातील अविनाशी आत्मा तत्त्वाची अनुभूती घेणं, हा त्यावर उपाय आहे.

सूत्र – जीवात्मा हा मूळचाच परमात्मारूपी अंश आहे. म्हणून आपण देह आणि आत्म्याचे भिन्नत्व ओळखून आत्म साक्षात्काराचे ध्येय ठेवावे.

गुणत्रय विभाग योग – अध्याय चौदावा

प्रस्तावना – मागील अध्यायामध्ये, आपण देहाचे घटक आणि आत्मा याची वैशिष्ट्ये बघितली आता ह्या अध्यायामध्ये, आपण बघू या की, त्रिगुणात्मक प्रकृतीने, आपला जो देह बनलाय, त्यामुळे, त्या त्या गुणांच्या प्रभावाखाली येऊन आपली, वागणूक, व्यवहार, जीवनाचा स्तर, इतकंच नाही, तर आपली मृत्यूनंतरची गती ठरली जाते.

कथा – 'श्री अरबिंदो'

श्री अरबिंदो घोष ह्यांचा जन्म कलकत्ता इथे १५ ऑगस्ट १८७२ साली झाला. त्यांचे उच्च शिक्षण, केंब्रिजमधे झाले आणि त्यांनी, त्यानंतर भारतामध्ये परत येऊन बडोदा इथे नोकरी केली. पण थोड्याच अवधीत, त्यांनी स्वातंत्र्य लढ्यामधे भाग घेतला आणि त्यांना तुरुंगवास भोगावा लागला. तिथे त्यांच्यावर भगवद्गीतेचा प्रभाव पडला. त्यानंतर त्यांनी पाँडीचेरी येथे आश्रम उभारला. त्यांनी असं मत मांडलं की, आहे ह्याच सांसरिक जीवनामधे राहून, उच्चतम निष्ठा बाळगून, परमेश्वराचे ज्ञान होऊ शकते. योग म्हणजे जीवन त्यागणं नसून, जीवनाचा सामना करणे आहे.

त्यांचा 'The life Divine' हा सुप्रसिद्ध प्रेरणादायी ग्रंथ आहे.

आपल्यामधील प्रकाशमय, ज्ञानदायक अशा सत्व गुणाचा उत्कर्ष केला असता, आपलं जीवन यथार्थ संपन्न होतं, हेच श्री अरबिंदोनी त्यांच्या तेजस्वी विचारांनी दाखवून दिलं!

अध्यायामधील एकूण श्लोक – २७

निरुपणासाठी घेतलेले श्लोक – १, ३, ४, ५, ६, ७, ८, ९, १८,२१, २४, २६, २७ = १३

प्रकृती म्हणजे माया ही परमात्म्याची शक्ती आहे. ही माया त्रिगुणात्मक असून तिच्या तीन गुणांनी ती अविनाशी आत्म्याला शरीरामधे बांधून ठेवते. ह्या गुणांच्या प्रभावाखाली आपण सर्वजण वागत असतो. पण साक्षात परब्रह्मात विलीन होण्यासाठी साधकाला त्रिगुणातीत रहावे लागते. ह्या त्रिगुणांची वैशिष्ट्ये ह्या अध्यायात जाणून घ्यायची आहेत.

श्लोक १

परं भूयः प्रवक्ष्यामि ज्ञानानां ज्ञानमुत्तमम् ।
यज्ज्ञात्वा मुनयः सर्वे परां सिद्धी मितो गताः ।।१।।

अर्थ – ज्ञानातील अति उत्तम असे परम ज्ञान, तुला पुन्हा सांगतो, की जे जाणल्याने सर्व भूते ह्या संसारातून मुक्त होऊन परम सिद्धी पावले आहेत.

स्पष्टीकरण – मनुष्य प्रकृतीलाच म्हणजे देहालाच सत्य मानतो आणि तो कायम त्रिगुणांच्या दबावाखाली रहात असतो. ज्ञानाने, गुणांचे रूप जाणून त्या गुणांच्या अतीत जावे लागते. पण त्यासाठी मुळात काही गोष्टी समजून घ्याव्या लागतात. जसे की गुणांचे प्रकार त्यांची वैशिष्ट्ये, त्यांच्या बलाने आपल्या वर्तणुकीचे होणारे प्रकार, प्रत्येक गुण कसा वाढत किंवा कमी होत जातो. या सर्वांचे ज्ञान इथे भगवंत सांगत आहेत.

हे एकदा जाणून घेतलं की जसं शत्रूला जिंकण्यासाठी मुळात त्याचं सामर्थ्य काय आहे, कितपत आहे ह्याचं ज्ञान करून घ्यावं लागतं, तसंच आपल्याला जर गुणांच्या वर्चस्वाखाली रहायचं नसेल तर त्यांची यथासांग माहिती असावी लागते. त्यानेच परम सिद्धी प्राप्त होते. परमसिद्धी म्हणजे मोक्ष होय आणि मोक्ष म्हणजे, पुन्हा आता जन्म-मरणाचा फेरा नाही, अशी अवस्था.

श्लोक ३

मम योनिर्महद्ब्रह्म तस्मिन्गर्भं दधाम्यहम् ।
सम्भवः सर्वभूतानां ततो भवति भारत ।।३।।

अर्थ – हे भारता महद्ब्रह्म म्हणजे प्रकृती ही माझीच योनी असून मी त्या ठिकाणी गर्भ ठेवतो, त्यामुळे नंतर सर्व भूते उत्पन्न होऊ लागतात.

स्पष्टीकरण – महद्ब्रह्म म्हणजेच मूळ प्रकृती. हीच परमेश्वराची सृजन शक्ती म्हणजे माया होय. भगवंत इथे प्रकृतीला महद्ब्रह्म असे संबोधतात. तीच परमेशशक्ती असून भगवंत सर्व ब्रह्मांडाचे आदिकर्ता आहेत. तेच देवतांपासून किटकांपर्यंत सर्वांना उत्पन्न करतात.

श्लोक ४

सर्वयोनिषु कौन्तेय मूर्तयः सम्भवन्ति याः ।
तासां ब्रह्म महद्योनिरहं बीजप्रदः पिता ।।४।।

अर्थ – पशुपक्षी वगैरे सर्व योनींमधे ज्या ज्या मूर्ती जन्माला येतात, त्यांची कौन्तेया, महद्‌ब्रह्म ही योनी असून मी बीजदाता पिता आहे.

स्पष्टीकरण – क्षेत्र म्हणजे देह हा प्रकृती जरी निर्माण करत असली तरी तो देह कार्यक्षम, चेतनाक्षम व्हायला त्यामध्ये चैतन्यरूपी बीज हे परमात्म अंशाने सर्व देहांमध्ये येत असल्याने, माणसाने केवळ देहाकडेच न बघता, केवळ दैहिक उपभोगांमध्येच मग्न न रहाता त्यामागील ईश्वरी तत्त्व जाणून घ्यायला हवं.

श्लोक ५

सत्त्वं रजस्तम इति गुणाः प्रकृती–सम्भवाः ।
निबध्नन्ति हाबाहो देहे देहिनमव्ङ्म् ।।५।।

अर्थ – हे महाबाहो, प्रकृतीपासून उत्पन्न झालेले सत्त्व, रज आणि तम हे गुण देहात रहाणाऱ्या अव्ययास म्हणजे निर्विकारी आत्म्याला देहामध्ये बांधून ठेवतात.

स्पष्टीकरण – आपण देहाभोवतीच एव्हढे गर्क असतो की देहाच्या मागण्या, त्याची सुखदुःखे यातच गुरफटून जाऊन देहापलीकडे जणू कसला विचारच नाही अशी आपली अवस्था होते. ह्यामध्ये त्या सर्वव्यापी चैतन्यरूपी परमतत्त्वाची जाणीवही होत नाही, करून घ्यावीशी पण वाटत नाही.

आणि देहातील गुणांमध्ये पण एव्हढं अंगभूत सामर्थ्य असतं की त्यांच्या प्रभावाखालीच आपल्या आयुष्याचे सारे व्यवहार, वर्तणूक आणि एकूणच जीवनाची दिशा ठरली जाते. आपले विचारच पुढे संस्कार किंवा एक साचा बनतात आणि तसतशी कर्म घडत जातात.

श्लोक ६

तत्र सत्वं निर्मलत्वा त्प्रकाशक–मनामयम् ।
सुख संगेन बध्नाति चानध ।।६।।

श्लोक ७

रजो रागात्मकं विद्धि तृष्णासंग–समुद्भवम् ।
तन्निबध्नाति कौतेय कर्मसंगेन्न देहिनम् ।।७।।

श्लोक ८

तमस्त्वज्ञानजं विद्धि मोहनम् सर्वदेहिनाम् ।
प्रमादालस्य निद्राभिस्तन्नि बध्नाति भारत ।।८।।

श्लोक ९

सत्वं सुखे संजयति रजः कर्मणि भारत ।
ज्ञानमावृत्य तु तमः प्रमादे संजयत्युत ।।९।।

आता इथे एकत्रितपणे श्लोकांचे अर्थ बघूया –

	गुण	**विशेषता**	**ह्या गोष्टींनी मनुष्याला गुण बांधून टाकतात**
श्लोक ६	सत्व गुण	निर्मल प्रकाशक निर्दोष सुमंगल	सुख आणि ज्ञान ह्यांच्या संगाने बांधतात.
श्लोक ७	रजो गुण	तृष्णा, आसक्ती, कामना, इच्छा, कर्मफलांची आशा	सतत काम्य कर्मे, करण्याच्या संगाने बांधतात.
श्लोक ८	तमो गुण	अज्ञान, आळस, निद्रा	प्रमाद, कर्मे करण्याची नावड निष्क्रियता ह्यांनी बांधतात.
श्लोक ९	सत्व गुण	सुख आणि ज्ञानाचे ठिकाणी आसक्ती निर्माण करतो.	
	रजो गुण	कर्माच्या ठिकाणी आसक्ती निर्माण करतो.	
	तमो गुण	अज्ञान, आळस, कर्तव्य न करण्याची वृत्ती निर्माण करतो.	

श्लोक १८

उर्ध्व गच्छन्ति सत्वस्था मध्ये तिष्ठन्ति राजसाः ।
जधन्य-गुणवृत्तिस्था अधो गच्छन्ति तामसाः ।।१८।।

अर्थ – सात्विक वृत्तींचे पुरुष स्वर्गादि उच्च लोकांना जातात. रजोगणी पुरुष मनुष्यलोकीच रहातात आणि तामसी पुरुष अधोगती म्हणजे किटक, पशू इत्यादि नीच योनीला जातात.

स्पष्टीकरण –

आता मृत्यूनंतरची गती काय होते ते बघूया

सत्त्वगुणी व्यक्ती	**रजोगुणी व्यक्ती**	**तमोगुणी व्यक्ती**
जे सत्शील, सत्कर्मे करणारे असतात. ते मृत्यूनंतर	सकाम कर्मे करतात. कामना, लोभ असतो.	आळस, निद्रा असते. मोह, अज्ञातीन असते.
↓	↓	↓

स्वर्गलोकाला जातात. ↓ त्यांचा पुण्यसंचय संपल्यावर पुन्हा ↓	ते सर्व मनुष्यलोकी जन्म घेतात.	ते सर्व मृत्यूनंतर अधोगतीस जातात. म्हणजेच (किटक, पशू योनित जातात)

मनुष्यलोकी जन्म घेतात.

आता मोक्षप्राप्तीसाठी अटी काय आहेत ? तर –

१) संपूर्ण सात्विकमय जीवन आणि आत्मज्ञान होणं आवश्यक आहे.

↓

आत्मज्ञानानेच केवळ संचिताचा नाश होत असतो, त्यामुळेच मग तो पुन्हा जन्मास येत नाही.

श्लोक २१

कैर्लिंगैस्त्रीन् गुणानेतानतीतो भवती प्रभो ।
किमाचारः कथं चैतांस्त्रीन्गुणानत्तिवर्तते ।।२१।।

अर्थ – अर्जुनाने विचारले, हे प्रभो! पुरुष कोणत्या लक्षणांनी या तीन गुणांच्या पलिकडे जातो असे मानायचे ? त्या त्रिगुणातीत पुरुषाचा आचार कसा असतो ?

श्लोक २४

समदुःखसुखः स्वस्थः समलोष्टाश्मकांचनः ।
तुल्य-प्रिया-प्रियो धीरस्तुत्य-निंदात्मसंस्तुतिः ।।२४।।

अर्थ – त्रिगुणातील परम हा प्रकृतीच्या/दैहिक पातळीवर स्थित न रहाता, ह्या त्रिगुणांना ओलांडून तो आता उच्च आत्मिक पातळीवर रहात असल्याने, त्याचे जगण्याचे संदर्भ, सुखदुःखाच्या कल्पना हे अंर्तबाह्य बदललेले असतात.

सामान्य माणसे कशी जगतात ?	त्रिगुणातीत/ज्ञानाचे जीवन
१) शरीराशी एकरूप होऊन शारीरिक त्रास, ताप, व्याधी यांनी विलक्षण नैराश्य येतं.	१) शरीराशी एकरूपता टाकून दिली असल्याने त्रास, व्याधी यांनी गांजून न जाता ने शांतचित्ताने सहन करतात. (या... काळजी आणि उपचार करून ते शांत रहातात)
२) सामान्य माणसे ही इंद्रियांचे बाह्य विषय, उपभोग, त्यांची इच्छापूर्ती	२) ज्ञानी मन आणि बुद्धी, यांच्या माध्यमामध्ये अडकतच नाही. त्यामुळे

ह्याच चक्रात मग्न रहातात आणि त्यामुळे होणारी सुख–दुःखे भोगतात.	त्रिगुणातीत/ज्ञानी तो त्या वर्तुळाच्या बाहेर पडून, तटस्थपणे मनाच्या या खेळांकडे बघतो.
३) स्वतः म्हणजे माझं शरीर असा अर्थ घेऊन सारं आयुष्य शारीरिक गरजा, इच्छा वासनांची तृप्ती करण्यामध्येच जातं.	३) स्वत:मधे स्थित म्हणजे आता तो अतीत झाल्याने, तो स्वत:च परमतत्त्व झाला असल्याने, तो उच्च श्रेष्ठ जाणीवांच्या स्तरावर रहातो.
४) मातीचे ढेकूळ, रत्न, सोने ह्यामधील स्पष्ट फरक जाणवून तो रत्न, सोने ह्यांचा संग्रह करतो. त्या सर्वांचा लोभ, मोह असतो.	४) ज्ञानी प्रकृतीच्या स्तरावरून निघून आत्मतत्त्वाच्या श्रेष्ठ स्थानावर रूढ झाल्याने सामान्यांच्या भौतिक मूल्यमापनाचे निकष, त्यांना लागू पडत नाही.
५) प्रिय गोष्टी आणि अप्रिय गोष्टीही आवडनिवड मनाचे आवेग, संवेदना असतात आणि त्याच्या तालावर नाचत राहून आपण प्रिय–अप्रियच्या द्वंदातून जात असता निंदा आणि स्तुती सदैव विचलीत करतात.	५) तो मन बुद्धीच्या अतीत झाल्याने तो सदैव समत्व बुद्धीचा रहातो. त्याच्या दृष्टीने सर्व समान असतात. ज्ञानी विचलीत होत नाहीत. ज्ञानी ह्याकडे दुर्लक्ष करतो.

श्लोक २६

मां च योऽव्यभिचारेण भक्तियोगेन सेवते ।
स गुणान्समतीत्यैतान्ब्रह्मभूयाय कल्पते ।।२६।।

अर्थ – आणि जो अढळपणे, अनन्यनिष्ठेने माझी उपासना करतो, तो गुणांच्या पलीकडे जाऊन ब्रह्मपद मिळवण्यास सिद्ध होतो.

स्पष्टीकरण – अत्यंत दृढ, निश्चयी संकल्पाने परमेश्वरावर सर्वस्व ओवाळून, त्याच्या पायाशी शरणागत होणे म्हणजे अनन्य भक्ती. ही अव्यभिचारी भक्ती. आत्मस्वरूपाचे सदैव मनन, चिंतन करणे म्हणजे भक्ती. ह्याचीच दुसरी बाजू अशी झाली की सर्व जगतालाच ईश्वरस्वरूप मानून निष्काम वृत्तीने सर्व कर्मकर्तव्ये ही ईश्वराने माझ्यावर सोपवली आहेत, मी ही कर्मे त्याच्यामुळे, त्याच्यासाठी म्हणून समर्पित भावनेने करत आहे. परमार्थ म्हणजे अशी काही वेगळीच गोष्ट नाही; की जी आपल्या आयुष्यापासून भलतीच लांब आहे.

आपलं जगणं वेगळं आणि परमार्थ वेगळा असं नाही, तर सदैव त्या परमात्म्याची

जाणीव जागती ठेवून, त्याला स्मरून जीवन जगायचं आहे. म्हणजे, ते ईश्वरी तत्त्व माझ्या वागण्या बोलण्यातून व्यक्त होऊ शकेल आणि असा भक्त नक्कीच ब्रह्मपद मिळवू शकेल.

श्लोक २७

ब्रह्मणो हि प्रतिष्ठाहम - मृतस्या - व्ययस्य च ।
शाश्वतस्य च धर्मस्य सुखस्यैकान्तिकस्य च ।।२७।।

अर्थ - मीच अमर आणि शाश्वत, अव्यय, नित्य धर्मस्वरूप आणि पूर्ण सुखस्वरूप मय ब्रह्माचे निवास स्थान आहे.

स्पष्टीकरण - इथे भगवान आपल्याला निःसंधपणे आश्वसित करतात की अत्यंत सुखमय, आनंददायक, शाश्वत सुधर्मरूप ब्रह्माचे निवासस्थान मीच आहे. आपण निर्मळ आणि समत्वचित्ताने, लोककल्याणार्थ देह, मन झिजवून अवघं आयुष्य श्रीकृष्णरूप करावं आणि त्याच्या आश्रयाला जाऊन रहावं.

ह्या देहामध्ये असतानाच आपण आपल्या जाणीवा, सखोल चिंतनाद्वारे उंचावत नेत, परमतत्त्वाकडे स्वतःला झोकून द्यायचं आहे. घटाकाश जसं घट तोडल्यावर सर्वव्यापी आकाशाचाच भाग बनते, तसं आपल्या अंगणातल्या, घरातल्या मर्यादित आकाशाखाली संकुचित जीवन न जगता, सर्वव्यापीत्वाचा ध्यास घेऊन जगायचंय आहे.

भगवंतांना आपल्या हृदयात सर्वश्रेष्ठ स्थान देऊन चैतन्यमय जीवन जगणं, हेच आपल्या भक्तीचं यथार्थ रूप आहे.

अजून काही -

मृत्यूनंतरची गती :-

१) सात्विक गुणांचा उत्कर्ष झालेली सात्विक कर्म करणारी व्यक्तीची गती तिला, मरणानंतर स्वर्गलोक प्राप्त होतो.
२) रजोगुणी व्यक्तींना मरणानंतर मनुष्यलोक प्राप्त होतो.
३) तमोगुणी (पापकर्मे) करणारी व्यक्ती, ते मृत्यूनंतर पशू-पक्षादी योनीमध्ये जन्म घेतात अथवा नरक प्राप्त होतो.

समारोप - आपल्या हे लक्षात आलं की, आपल्या मधील, त्रिगुणांचं, म्हणजे सत्व, रजो तमो गुणांचं योग्य संतुलन करणं, किती आवश्यक आहे, नाहीतर, अनिष्ट सवयी हळूहळू जोर धरू लागतात, नी आपलं जीवन, बेताल होऊ लागतं.

सूत्र - आपण आत्म विकसनासाठी, मानसिक स्वास्थ्यासाठी सुख-दुःख, काम-क्रोध ह्या विकारांवर योग्य नियंत्रण ठेवणं आवश्यक आहे.

पुरुषोत्तम योग – अध्याय पंधरावा

प्रस्तावना – मागील अध्यायामध्ये आपण प्रकृतीची त्रिगुणात्मिका बघितली, आणि परमेश्वरालाच शरण जाऊन, ह्या त्रिगुणांना ओलांडून कसे जायचे तेही बघितले. आता ह्या अध्यायामध्ये, भगवंतांनी, ह्या नाशिवंत ब्रह्मांडाला 'अश्वत्थ वृक्षा'ची उपमा देऊन ह्या संकल्पनेचा इथे विचार केला आहे.

कथा – 'बृहदारण्यक उपनिषदामधील याज्ञवल्क – जनक संवाद'

राजा जनकाने, महर्षी याज्ञवल्क ह्यांना एक प्रश्न विचारला तो असा की, हे आत्मतत्त्व जाणायचं कसं? त्यावर याज्ञवल्क म्हणाले, हे राजन, मनुष्य आपल्या बहुतेक सर्व क्रिया, ह्या नेत्रांच्या सहाय्याने करतो. आणि आपल्या नेत्रांवर, सूर्याचा अनुग्रह असतो असं मानलं जातं. मग, सुर्यास्तानंतर तो, दीपच्या सहाय्याने कार्य करतो, त्यानंतर शब्दांच्या सहाय्याने कार्य करतो, त्यानंतर तो चंद्राच्या सहाय्याने कार्य करतो, आणि मग तो गाढ निद्रेमधे गेल्यावर जेव्हा, मन, शब्द, नेत्र शांत होतात तेव्हा, आपण त्यागाढ निद्रेमध्ये काहीही केलं नाही, ह्या जाणिवेचा बोध, त्याला जागे झाल्यावर त्याच्यातील स्वयंज्योत, म्हणजेच आत्मज्योतजी कधीही विझत नाही, ती असतेच असते त्यामुळे होतो. म्हणजे अशा प्रकारे आपण आत्मज्योती जाणू शकतो.

अध्यायामधील एकूण श्लोक – २०

निरूपणासाठी घेतलेले श्लोक – १, २, ३, ४, ७, ८, १६, १७, १८, २० = १०

श्लोक १

उर्ध्वमुलधः शाखमश्वत्थं प्राहुरव्ययम ।
छंदासि यस्य पर्णानि यस्तं वेद स वेदवित ।।१।।

अर्थ – मूळ (एक) वर आणि शाखा खाली अनेक असून जो अव्यय म्हणजे कधीही नाश न पावणारा, छंदासि म्हणजे वेद ही ज्याची पाने असे ज्या अश्वत्थ वृक्षाचे वर्णन केले जाते, तो वृक्ष ज्याने जाणिला, तो पुरुष खरा वेदवेत्ता होय.

हे वर्णन संसारवृक्षाचे आहे. हा वृक्ष म्हणजे काय आहे ?

१) तर हा सृष्टी (दृष्य जगत किंवा दृष्य सृष्टी म्हणजे संसारवृक्ष) आहे.

२) ब्रह्मांडाचा पसारा व्यक्त विश्व, बाह्य जग आहे. हे एका अव्यक्त परमेश्वरापासून हा भव्य, दिव्य अथांग सृष्टीरूप वृक्ष निर्माण झाला आहे. अशाच प्रकारचे वर्णन

१) ऋग्वेदातही येते – वरुणाच्या राज्यात एक वृक्ष असून त्या वृक्षाचे मूळ वर आणि त्याची किरणे वरून खाली पसरतात.

२) विष्णुसहस्त्रनामामधे – वरुणाचा वृक्ष हे परमेश्वराचेच एक नाव आहे. हे वर्णन येते.

३) ऋग्वेदामध्ये –

१) यम आणि पितर ज्या सुपलाश वृक्षाखाली बसून सहपान करतात आणि

२) ज्याच्या अग्रभागी स्वादू पिंपळ असून त्यावर दोन पक्षी रहातात असे म्हटले आहे. अर्थवेदामध्ये – देवसदन अश्वत्थ वृक्ष तिसऱ्या स्वर्गलोकात आहे असे वर्णन आहे. कठोपनिषादातील अश्वत्थ (म्हणजे पिंपळ) वृक्षाचे जे वर्णन आहे तेच इथे सांगितले आहे.

श्लोक २

अपश्चोर्ध्वं प्रसुतास्तस्य शाखा गुणप्रवृद्धा विषयप्रवालाः ।
अधश्च मुलान्य–नुसन्ततानि कर्मानु बन्धीनि मनुष्य लोके ।।२।।

अर्थ – त्या संसारवृक्षाच्या तिन्ही गुणांच्या पाण्यावर पोसलेल्या, विषय भोगरूपी अंकुराच्या, देव, मनुष्य आणि तिर्थक योनीरूप शाखा खाली आणि वर सर्वत्र पसरलेल्या आहेत. मानव योनीमध्ये त्यांचे अहंरूप कर्मबंधन आणि वासनामय संस्कार ह्यांची मुळे ही खाली आणि वर सर्व लोकांत व्यापून गेली आहेत.

स्पष्टीकरण – हा संसारवृक्ष अवाढव्य, अथांग असून वैशिष्ट्यपूर्ण आहे. १) हा त्रिगुणांच्या पाण्यावर पोसला आहे. विषयांचे विविध उपभोग हे ह्या वृक्षाचे जणू अंकूर असून ब्रह्मदेवापासून ते किटकांपर्यंत ह्याच्या शाखा आहेत. मानवाच्या कर्मावरून त्याची गती ठरते, म्हणून जे सात्विक, सत्शील असतात. ते उर्ध्वगतीला जातात आणि जे पापी असतात, ते तिर्थक योनीला प्राप्त होतात.

ह्या वृक्षाचे परम मूळ (मूळ कारण) हे परब्रह्म आहे. इतर मुळे जी निर्माण होतात ती म्हणजे माणसाच्या विकारांचा परिणाम होय.

श्लोक ३

न रूपमस्येह तथोपलभ्यते नान्तो न चादिर्न च सम्पतिष्ठा ।
अश्वत्थमेनं सुविरुढमूलम-संगशस्त्रेण दृढेन छित्वा ।।३।।

श्लोक ४

ततः पदं तत्परिमार्गितव्यं यस्मिता न निर्वतान्ति भूयः ।
तमेव चाद्यं पुरुषं प्रपद्ये यतः प्रवृतिः प्रसुता पुराणी ।।४।।

स्पष्टीकरण – परंतु ह्या वृक्षाचे वर्णन केले असले तरी ह्या इहलोकी याचे स्वरूप समजत नाही किंवा ह्याचा आदि, मध्य, अंत, किंवा आधारभूत स्थान ही सापडू शकत नाही. वासनारूपी कर्ममय संसाराची बंधनं, ह्यांनी खोलवर गेलेल्या (रुजलेल्या) मुळ्यांचा हा अश्वत्थ वृक्ष अनासक्तीच्या सक्षम तलवारीनेच (केवळ) तोडून टाकू.

अर्थ – ४) सृष्टीची ही उत्पत्ती ज्याच्यापासून निर्माण झाली त्याचं आद्य परम पुरुषापर्यंत मी जाईन, ह्या निश्चयाने जिथे गेल्यावर पुन्हा माघारी (जन्म मरणाचा फेरा नाही) येत नाही. असे परमस्थान शोधून काढावे.

स्पष्टीकरण – वृक्ष हा जन्ममरणरूपी चक्राचे/फेऱ्यांचे प्रतिक आहे. त्रिगुणांनी बांधला गेलेला मनुष्य पुनः पुनः कर्मबंधनात पडतो आणि हे चक्र सदैव चालू राहून काम, क्रोध, वासनांची मुळे, जन्मागणिक जणू अजून पुष्ट होतात. ह्याचा मागोवा घेणं, ह्याचा ठावठिकाणा शोधणं अशक्य प्राप्त आहे. ह्यासाठी अनासक्ती, वैराग्य आणि विवेकाच्या साधनानीच केवळ मदत होईल.

हा संसारवृक्ष कसा आहे ? तर	**म्हणून काय करावे लागेल ?**
१) हा अविद्येतून जन्माला येतो	मला आत्मज्ञान व्हायला हवे.
२) काम, क्रोध, वासना आणि विषय करून	मला आत्म प्रेरणेने सात्विकतेची वृद्धी
उपभोग ह्यातच माणूस मग्न रहातो.	श्रेष्ठतर जीवन जगावं लागेल.
ह्या सर्व दैहिक प्रेरणा आहेत.	
३) आसक्ती, लोभ आणि अहंकाराने वृक्षाच्या	अनासक्ती आणि वैराग्य ह्यानेच ह्या
ह्याची मूळं पोसली जातात.	परममुळापर्यंत जाता येईल. स्वतःच
आपण फक्त शरीराशी निगडीत	स्वतःला जाणणे आवश्यक आहे. आपले

	झाल्यामुळे सतत वासना, कर्म, इच्छा संग्रह यांचे चक्र निर्माण होते.	स्वस्वरूप जाणावे लागेल.
४)	चंचल मन सदैव विषय उपभोगांना प्रवृत्त करते, अमर्याद इच्छांनी कधी पापकर्म घडतात तरी मन कधी तृप्तच होत नाही.	मनाला परमश्रेष्ठ तत्त्वाच्या चिंतनाची सवय लावून अंर्तमुख होऊन नियमबद्ध, शिस्तपूर्ण वर्तणूक जोपासायची आहे.
५)	सदैव सैरभैर, अपूर्ण, अतृप्त स्थिती आपली असते.	मन आणि बुद्धीवर नियंत्रण ठेवून सुसंघटीत विचारांनी आत्मतत्त्वाचा शोध घेणे हे आवश्यक ठरते.

श्लोक ७

ममैवांशो जीवलोके जीवभूतः सनातनः ।
मनः षष्ठानिइंद्रियाणि प्रकृतीस्थानि कर्त्रती ।।७।।

अर्थ – माझाच सनातन अंश कर्मभूमीमध्ये (मनुष्य लोकात जीव होऊन प्रकृतीत असणारी मनासह सहा, मन आणि पाच सूक्ष्म इंद्रिये तो आपल्याकडे ओढून घेतो.

परमात्मा हाच
↓
अंशरूपाने माणसातील स्थित जीवात्मा आहे.
हा जिवात्मा मन व इंद्रियांशी एकरूप होतो.
मन सर्व इंद्रियांना नाचवते.
↓
विषय उपभोग, वासनामय जीवन होते.

जीवात्मा → शरीर मन बुद्धीशी समरस होतो, तो तसा समरस झाल्यामुळे,

१) अहंकार नष्ट होत नाही.
२) स्वतःचं स्वरूप जाणता येत नाही.
३) आपण परमात्म्याचे अंश आहोत, ह्याचं स्मरण नाही.
४) जग, संसार, परिवर्तनीय आणि विनाशी आहे, ह्या अर्थाने तो मिथ्या आहे हे जाणवत नाही.
५) प्रत्येक जन्मात वासनात्मक कर्माची फळं संचितामधे जमा होत रहातात. ते भोगण्यासाठी,

६) म्हणून जन्म मरणाचं चक्र संपत नाही.

७) पंचेंद्रिये आणि मनाच्या सहाय्याने तो सदैव उपभोग घेत रहातो.

श्लोक ८

शरीरं यदवाप्नोति यच्चाप्युत्क्रामतीश्वरः ।
गृहीत्वैतानि संयाति वायुर्गन्धा-निवाशयात् ।।८।।

अर्थ – आणि ह्या जीवात्म्याला म्हणजे ईश्वराला जेव्हा स्थूल शरीर प्राप्त होते आणि जेव्हा तो स्थूल शरीरातून निघून जातो, तेव्हा वास जसा स्वतःबरोबर गंध घेऊन जातो, त्याचप्रमाणे हा जीवात्मा, मनासह इंद्रियांना बरोबर घेऊन जातो.

मनुष्याचे शरीर हे एकूण २४ घटकांनी बनलेले असते.

अव्यक्त मूळ प्रकृती पासून

↓

बुद्धी निर्माण होते.

↓

मग अहंकार निर्माण होतो.

↓

त्यानंतर पाच तन्मात्रे निर्माण होतात.

↓

मग पंचमहाभूते निर्माण होतात.

↓

शिवाय ५ कर्मेंद्रिये, ५ ज्ञानेंद्रिये, मन ही तयार होते.

एकूण २४ तत्त्वे (मूळ प्रकृती धरून) होतात.

एकूण २३ तत्त्वे (मूळ प्रकृती सोडून) होतात.

मरणसमयी पंचमहाभूतात्मक स्थूल शरीर नष्ट होते म्हणून आता – मरणानंतर–

२३ घटक – ५ घटक = १८ घटक शिल्लक उरतात.

१८ सूक्ष्म घटक शिल्लक रहातात. हे १८ घटक असे आहेत –

मन + बुद्धी + अहं + ५ कर्मेंद्रिये + ५ ज्ञानेंद्रिये + पंचतन्मात्रे = १८ घटक हे मृत्यूनंतर शिल्लक रहातात. (सूक्ष्म रूपामध्ये)

ह्या १८ सूक्ष्म तत्त्वांचं मिळून जे लिंग शरीर किंवा सूक्ष्म शरीर असते ते, मृत्यूनंतर जीवात्म्यासह नवीन शरीरात प्रवेश करते, ह्या सूक्ष्म शरीरालाच कर्माचे परिणाम चिकटून असतात आणि ज्याच्या त्याच्या संचिताप्रमाणे नवीन जन्म प्राप्त होतो म्हणून

सूक्ष्म शरीर हे क्षेत्रज्ञ + १८ सूक्ष्म तत्त्वे ह्यांनी बनलेलं असतं.

श्लोक १६

द्वामिवौ पुरुषौ लोके क्षरश्चाक्षर एव च ।
क्षरः सर्वाणि भूतानि कूटस्थोऽक्षर उच्यते ।।१६।।

अर्थ – या सृष्टीमध्ये क्षर (नाशवंत) आणि अक्षर (अविनाशी) असे दोन प्रकारचे पुरुष आहेत. त्यामध्ये सर्व, भूतमात्रांच्या शरीराला नाशवंत क्षर म्हटले आहे, आणि जीवात्म्याला अविनाशी अक्षर म्हटलेले आहे.

स्पष्टीकरण – क्षर पुरुष म्हणजे ↓ जड नाशवंत गोष्ट ↓ म्हणजे विकारी ↓ हे शरीर क्षर पुरुष आहे.

अक्षर पुरुष म्हणजे ↓ अविनाशी गोष्ट असते. ↓ म्हणजे अविकारी असतो ↓ हा जीवात्मा होय.
हा जीवात्मा अक्षर पुरुष आहे.

श्लोक १७

उत्तमः पुरुष-सत्वन्यः परमात्मेत्युदाहृतः ।
यो लोकत्रयमा-विश्य बिभर्त्यव्यय ईश्वरः ।।१७।।

अर्थ – उत्तम पुरुष तर निराळाच आहे, जो तिन्ही लोकांत प्रवेश करून सर्वांचे धारण पोषण करत असतो. त्यालाच अविनाशी परमेश्वर किंवा परमात्मा असे म्हटले जाते.

स्पष्टीकरण – परमात्मा म्हणजे नेमकं कोण ? तर

१) सर्व जगताला त्याने अंर्तबाह्य व्यापून टाकलेले आहे.
२) प्रत्येक जीवाच्या अंर्तगत त्याचेच वास्तव्य आहे.
३) अत्यंत सूक्ष्मतम असे हे जगताचे बीजभूत कारण आहे.
४) तो क्षर-अक्षराहून वेगळा, अंतीम आहे.
५) तो व्यक्त - अव्यक्त, अपरा-परा सर्वांचे धारण पोषण करतो.

श्लोक १८

यस्मात्क्षर-मतीतोऽ हमक्षरादपि चोत्तमः ।

अतोऽस्मि लोके वेदेच प्रथितः पुरुषोत्तमः ।।१८।।

अर्थ – कारण मी नाशीवंत जड क्षेत्रापासून पूर्णपणे अतीत आहे, आणि मायास्थित अविनाशी जीवात्म्याहून ही उत्तम आहे आणि म्हणून सर्व लोकी आणि वेदांमधेही पुरुषोत्तम ह्या नावाने प्रसिद्ध आहे.

परब्रह्म हाच पुरुषोत्तम आहे. निर्गुण परब्रह्मापासून

(a)	(b)
क्षेत्रज्ञ निर्माण होतो.	विनाशी देह निर्माण होतो.
↓	
हाच जीवात्मा आहे.	
↓	
हा अविनाशी आहे. हा देहाशी बांधला गेला आहे.	
↓	
ह्या क्षेत्रज्ञाहून	ह्या क्षेत्रज्ञाहून
↓	↓
परब्रह्म (म्हणजेच) पुरुषोत्तम, हा उत्तम आहे.	परब्रह्म म्हणजेच पुरुषोत्तम, क्षराच्या म्हणजे विनाशी देहाच्या अतीत आहे.

श्लोक २०

इति गुह्यतमं शास्त्रामिदमुक्तं मयानध ।
एतबुध्वा बुद्धिमान स्यात्कृत कृतश्च भारत ।। २० ।।

अर्थ – हे निष्पाप अर्जुना, असे हे अति रहस्यमय गुप्त शास्त्र मी तुला सांगितले आहे, याचे तत्वतः ज्ञान करून घेतल्याने मनुष्य ज्ञानवान आणि कृतार्थ होईल.

प्रत्येकाने ह्या ब्रह्मांडाचा जो सर्वश्रेष्ठ नियंता आहे त्याचे स्वरूप यथार्थपणे जाणून घेऊन, आपल्या आयुष्याचे सार्थक करावे.

अजूनही काही –

भगवंत इथे असं सांगताहेत की ते वैश्वानररूप अग्नि होऊन प्राण्यांच्या देहामध्ये रहातात आणि प्राण व अपान ह्यांच्या माध्यमातून अन्नपचन होते ते पुढीलप्रमाणे–

भक्ष्य – जे अन्न आपण दातांनी चावून खातो.

चोष्य – जे अन्न आपण चोखून खातो.

लेह्य – जे अन्न आपण जीभेने चाटतो.

पेय – जे प्यायले जाते.

असे चार प्रकारचे अन्न पचन होते.

भगवंत सर्वांच्या हृदयात आधिष्ठित असून स्मृती, ज्ञान आणि अपोहन म्हणजे संशय नष्ट करणे. हे सर्व त्यांच्यामुळेच निर्माण होते. शिवाय सर्व वेदांनी जे काय जाणून घ्यायचे ते भगवंतच होय. तेच वेद जाणणारे आणि त्याचे कर्ते आहेत.

समारोप – भगवंतांनी आपल्यापुढे, ह्या संसार–वृक्षाचे रूप मांडून, तिच्यातील फुल, पान रूपी विकार–वासनांत न अडकता, अनासक्तीच्या बळावर, ह्या वृक्षाच्या ईश्वर–रूपी, मुळापर्यंत जाऊन पोचायला सांगितलं आहे, त्याचा आपण प्रयत्न करूया.

सूत्र – ह्या विनाशी सतत बदलत्या सृष्टीच्या मागील चिरंतन चैतन्य तत्त्वाचा साक्षात्कार करून घेणं ही मानवी जीवनाची अंतिम धन्यता मानली जाते.

दैवासुर संपद्विभाग योग – अध्याय सोळावा

प्रस्तावना – मागील अध्यायामध्ये, भगवंतांनी परमात्म्याची अनुभूती घेण्यासाठी साधकाने निष्ठावंत असावे लागते हे सांगितले त्यासाठी त्याला सद्गुण धारण करावे लागतात ह्यासाठी ह्या अध्यायात सद्गुण कोणते दुर्गुण कोणते, ह्याची मिमांसा इथे केली आहे.

कथा – 'श्री मो. विश्वेश्वरैय्या'

श्री. विश्वेश्वरैय्या ह्यांचा जन्म १५ सप्टेंबर १८६१ मध्ये कर्नाटकामध्ये झाला. ते १८८३ मध्ये इंजिनिअरिंगची पदवी, प्रथम श्रेणीने उत्तीर्ण झाले त्यांनी त्यांच्या कुशाग्र बुद्धीमत्तेच्या जोरावर 'स्वयंचलित पूर-नियंत्रण द्वार प्रणाली' विकसित केली.

कावेरी नदीवर 'कृष्णराज सागर धरण' त्यांच्या देखरेखीखाली बांधलं गेलं. आधुनिक भारताचे ते 'पहिले इंजिनिअर' होते आणि त्यांनी, आपल्या देशासाठी, स्वतःला झोकून देऊन काम केले.

१९५२ मध्ये त्यांनी गंगा नदीवर राजेंद्र सेतू पूल निर्माण योजनेमध्ये पुढाकार घेतला, तेव्हा त्यांचे वय ९२ वर्षांचं होतं.

त्यांच्या अनमोल कार्याबद्दल, त्यांना १९५५ मध्ये 'भारतरत्न' पुरस्काराने सन्मानित करण्यात आलं.

अध्यायामधील एकूण श्लोक – २४

निरूपणासाठी घेतलेले श्लोक – १, २, ३, ४, ६, ७, ८, १८, २४ = ९

आत्मज्ञान होण्यासाठी सद्गुण धारण करावे लागतात. परमेश्वरावर दृढ श्रद्धा ठेवून सत्कर्मे करायची असतात. आपल्यातले दुर्गुण नष्ट करून नीतीधर्म पाळून सर्व आचरण करायचे असते. हे सर्व सद्गुण म्हणजेच दैवी संपत्ती होय आणि ह्याच्या विरूद्ध अहंकार, दंभ, दर्प, आसुरी वगैरे संपत्ती होय.

श्लोक १

अभयं, सत्वसंशुद्धी-र्ज्ञान योगव्यवस्थितिः ।
दानं दमश्च यज्ञश्च स्वाध्यायस्तप आर्जवम् ।।१।।

श्लोक २

अहिंसा, सत्यमक्रोधस्त्यागः शान्तिरपैशुनम् ।
दया भूतेष्वलोलुप्त्वं मार्दवं ह्रीरचापलम् ।।२।।

श्लोक ३

तेजः क्षमाः धृतिः शौचमद्रोहो नातिमानिता ।
भवन्ति संपदं दैवीमभिजातस्य भारत ।।३।।

श्लोक १ ते ३ मध्ये दैवी संपत्ती किंवा सद्गुण यांचे वर्णन केले आहे, ते बघूया-

	सद्गुण	अर्थ	श्लोक क्र.
१)	अभय	संकटांना न घाबरता तोंड देणे	१
२)	सत्वसंशुद्धी	निर्द्वंद्र अवस्था होणे	१
३)	ज्ञानयोग व्यवस्थिती	चित्ताचे समत्व राखणे	१
४)	दान	अहंकार रहित योग्य दान करणे	२
५)	दम	इंद्रिय संयम करणे	१
६)	यज्ञ	ऋण फेडणे	२
७)	स्वाध्याय	सतत प्रयत्नशील असणे	१
८)	तप	सहन करणे	१
९)	आर्जव	सौजन्यनाने वागणे	१
१०)	अहिंसा	दुसऱ्याला उपद्रव न देणे	२
११)	सत्य	कल्याण करणारे सत्य पाळणे	२
१२)	अक्रोध	शांत रहाणे	२
१३)	त्याग	काही गोष्टींवर पाणी सोडणे	२
१४)	मनःशांती	मनाला जिंकणे	२
१५)	अपैशून	चांगुलपणाने वागणे	२
१६)	दया	करुणेने, ममत्वाने वागणे	२
१७)	अलोपुलुपत्व	लोभ नसणे	२
१८)	मार्दव	मृदूपणे वागणे	२
१९)	लज्जा	शास्त्रमर्यादा सांभाळणे	२

२०)	अचापल्य	चंचलता नसणे	२
२१)	तेज	सामर्थ्य असणे	३
२२)	क्षमा	उदारमनाने माफ करणे	३
२३)	धृति	धैर्य राखणे	३
२४)	शौचम	शूचिता राखणे	३
२५)	अद्रोहता	फसवणूक न करणे	३
२६)	अमानित्व	अभिमान नसणे	३

हे एकूण २६ सद्गुण दैवी संपत्तीमधे येतात (श्लोक १ ते ३) ह्यामध्ये ह्याचे वर्णन केले आहे.

श्लोक ४

दम्भो दर्पोऽभिमानश्च क्रोधः पारूष्य मेव च ।
अज्ञानं चाभिजातस्य पार्थ संपद-मासुरीम् ।।४।।

हे पार्था दंभ, घमेंड, अभिमान, क्रोध, कठोर भाषण तसेच अज्ञान ही सर्व आसूरी संपत्ती प्राप्त असलेल्य पुरुषाची लक्षणे आहेत.

१) दंभ - स्वार्थीपणा असणे.

२) दर्प - इतरांना कमी लेखणे.

३) अभिमान - सर्वांनी मला मान द्यावा असे वाटणे.

४) क्रोध - राग येणे.

५) पारूष्य - अत्यंत कठोरपणे बोलणे.

६) अज्ञान - मूढता असणे.

श्लोक ६

द्वौ भूतसर्गो लोकेऽस्मिन्दैव आसुर एव च ।
दैवो विस्तरशः प्रोक्तं आसुरं पार्थ मे शृणु ।।६।।

हे अर्जुना, ह्या लोकी मनुष्य प्राणी मात्रांचे स्वभाव दोन प्रकारचे असतात. एक देवांप्रमाणे आणि दुसरा प्रकार असुरांसारखा. दैवी गुण विस्ताराने सांगितले, आता असुरी स्वभावही ऐक. दंभ दर्प वगैरे जे तमोगुण आहेत, त्यांना असुरी संपत्तीचे मनुष्य असे म्हटले जाते.

श्लोक ७

प्रवृतिं च निवृतिं च जना न विदुरासुराः ।
न शौचं नापि चाचारो न सत्यं तेषु विद्यते ।।७।।

आसुरी स्वभावाची माणसे, कर्तव्य कमीत प्रवृत्त होत नाहीत आणि त्यांना अकर्तव्यापासून बाजूला होणे पण जमत नाही. त्यांच्यापाशी अंर्तबाह्य शुचिर्भूतता नसते. ते सत्य बोलत नाहीत आणि श्रेष्ठ आचरणही जमत नाही. आसुरी माणसे पुण्यकर्म करत नाहीत. त्यांना शुभ कर्म करणे ही जमत नाही.

श्लोक ८

असत्यमप्रतिष्ठं ते जगदा-हुरनीश्वरम् ।
अपरस्परसंभूतं किमन्यत्काम हैतुकम् ।।८।।

हे आसुरी प्रकृतीचे मनुष्य असे म्हणतात की, हे जगत् आश्रयरहित आणि पूर्णपणे खोटे आहे, ते ईश्वरनिर्मित नसून, स्त्री पुरुषांच्या संयोगाने निर्माण झालेले असून, केवळ विषय उपभोगाकरीताच ह्या पाठीमागे हेतू आहे.

आसुरी लोकं हे जग असत्य आणि अप्रनिष्ठ मानतात. तसेच जगाची ही विश्वाची रचना कोणत्या तरी पद्धतीने निर्माण झाली आहे असंही मानत नाहीत. केवळ इंद्रिय उपभोगाकरता, सुखोपभोगासाठीच हे जग निर्माण झाले आहे असं ते समजतात.

श्लोक १८

अहंकारं बलं दर्प कामं क्रोधं च संश्रिताः ।
मामात्मपरदेहेषु प्रद्विषन्तोऽभ्य सूयकाः ।।१८।।

हे आसुरी लोकं अहंकाराने, बलाने, दर्पाने, काम क्रोधाने अंर्तबाह्य भरले जाऊन आपल्या स्वतःच्या आणि इतरांच्या देहामध्ये वसणाऱ्या परमेश्वराचे द्वेष करणारे निंदक असतात. आसुरी लोकं परमेश्वराची सत्ता मानत नसल्यामुळे अत्यंत उद्दामपणे वागत असतात.

श्लोक २४

तस्माच्छास्त्रं प्रमाणं ते कार्याकार्यव्यवस्थिती ।
ज्ञात्वा शास्त्रविधानोक्तं कर्म कर्तुमिहार्हसि ।।२४।।

अर्थ – म्हणून कार्याकार्य व्यवस्थितीचा म्हणजे कर्तव्य कोणते आणि अकर्तव्य कोणते हे कळण्यासाठी तुला शास्त्र प्रमाण मानले पाहिजे, आणि त्या प्रमाणे कर्म करणं योग्य आहे.

स्पष्टीकरण – मनुष्य काही एकटाच रानावनात रहात नाहीतर तो समाजात, सर्वांशी मिळून मिसळून वागतो. (त्याने तसं वागावं ही अपेक्षा असते.) म्हणून त्या त्या समाज धारणेप्रमाणे, नीतीधर्म शास्त्रानुसार योग्य वर्तणूक घडण्याची काळजी घ्यायला हवी. मी म्हणेन तसंच झालं पाहिजे असा हट्ट ठेवून चालत नाही.

व्यावहारिक जगामधे वावरताना योग्य काय, अयोग्य काय ह्याचं भान ठेवून वागणं अपेक्षित आले. व्यष्ठी, समष्ठीच्या कल्याणातूनच परमार्थ साधता येतो. म्हणून नीतीधर्मांचे पालन करणं आवश्यक आहे.

अजून काही–

इथे आपल्याला भगवंत, काम, क्रोध आणि लोभ हे अत्यंत भयंकर विकार असून ते आपला नाश करतात, म्हणून त्यांचा त्याग करण्यासाठी सांगत आहेत.

ह्या विकारांवर अंकुश ठेवून मनुष्य कल्याणदायक आचरणाने उत्तम गतीला पोचतो.

समारोप – आपल्याला स्वतःचं आत्मकल्याण साधायचं असेल, तर कष्ट, त्याग आणि सद्गुणांचा विकास करत रहाणं, ह्याला पर्याय नाही. ह्या उलट, आपण जर, दंभ, दर्प, क्रोध वगैरे विकारांना बळी पडत गेलो, तर आपला आत्मनाश अटळ ठरतो.

सूत्र – प्रत्येकाने व्यक्तिमत्व विकसनासाठी सद्गुणांची कास धरणं आवश्यक आहे.

श्रद्धात्रय विभाग योग – अध्याय सतरावा

प्रस्तावना – मागील अध्यायामध्ये, आपण सद्‌गुण आणि दुर्गुण म्हणजे काय, ह्याचे नमके अर्थ समजावून घेतले – आता ह्या अध्यायामध्ये अर्जुनाने, भगवंतांना, यमनुष्याची श्रद्धा कशा प्रकारची असते हा प्रश्न विचारला आहे.

त्यावर, भगवंतांनी असं सांगितलं की श्रद्धा, ही ज्याच्या त्याच्या स्वभावावर, पूर्व संस्कारांवर अवलंबून असते. खरं म्हटलं, तर आपली श्रद्धा, आपल्या जीवनाचा स्तर ठरवत असते ह्यात शंका नाही.

कथा 'संत अव्वेयार'

अव्वेयार ह्यांचा जन्म २००० वर्षांपूर्वी कावेरी नदी जवळील थडागुर ह्या गावी झाला.

त्या अगदी लहान असताना, त्यांच्या आई वडिलांचे निधन झालं. एका दयाळू गायक जोडप्यानं, त्यांचा सांभाळ केला, उत्तम शिक्षण दिलं अव्वेयारला, अविवाहित राहून, समाजाची सेवा करायची होती, म्हणून ती घरातून बाहेर पडली, ती पुन्हा परतलीच नाही. तिनं शिवमंदिरामध्ये जाऊन भगवान शिवशंकरांना साकडं घातलं,की मला तू वृद्धेचं रूप दे, कारण माझं हे सौंदर्य माझ्या जीवनाच्या ध्येयाआड येत आहे.

अन् मग असं मानलं जातं की, त्यांचं एका वृद्धेच्या रूपामध्ये, रूपांतर झालं, त्यांचं त्यांनी त्याच रूपामध्ये जन्मभर लोकसेवा केली. (आपण असा अर्थही काढू शकतो की, काही औषधी वनस्पतींचा उपयोग करून तिने चेहरा आणि रंगरूपामध्ये बदल घडवून आणले असतील.

पण महत्त्वाचं हे आहे की, तिने तिच्या जीवनाचे ध्येय ओळखून ती अत्यंत व्रतस्थ राहिली.

तिनं आपलं सारं आयुष्य लोकांचे प्रबोधन करण्यात व्यतीत केलं, ती अत्यंत

बुद्धिमान स्त्री होती. तिला राजदरबारी, सन्मानाने बोलवून, तिचा सल्लाविचारला जात असे.तिनं अतिचुडी, नलवगी, नन्नेरी यासारखे ग्रंथही लिहिले.

अध्यायामधील एकूण श्लोक – २८

निरूपणासाठी घेतलेले श्लोक – १, २, ३, ४, ५, ६, ७, ८, ९, १०, २३, २४, २५, २६, २७, २८ = १६

त्रिगुणात्मक प्रकृतीचा प्रभाव प्रत्येक माणसाच्या जीवनावर पडत असतो. त्यामुळे एखाद्याला जरी ज्ञान नसेल तरी अंतःकरणामधे श्रद्धा असते. त्याचे स्वरूप काय असते? अशी शंका अर्जुनाच्या मनात आली. प्रत्येकाने सात्विकतेचं श्रेष्ठत्व ओळखून आपल्या वागणुकीत सुधारणा करावी आणि सत्कर्म व सदाचरण ह्यांनी आयुष्य सार्थकी लावावे.

श्लोक १

ये शास्त्रविधीमुत्सृज्य यजन्ते श्रद्धयान्विताः ।
तेषां निष्ठा तु का कृष्ण सत्वमाहो रजस्तमः ।।१।।

अर्जुन म्हणाला, हे कृष्णा, श्रद्धेने युक्त असूनही शास्त्रविधी सोडून जे यजन करतात त्यांची निष्ठा म्हणजे (मनाची भाव अवस्था) कोणती समजायला हवी? सात्विक, राजस की तामस ? हे मला सांगावे.

श्लोक २

त्रिविधा भवति श्रद्धा देहित्तां सा स्वभावजा ।
सात्विकी राजसी चैव तामसी चैति तां शृणु ।।२।।

श्रीभगवान म्हणाले, प्राणिमात्राची श्रद्धा ही मूळच्या स्वभावाप्रमाणे तीन प्रकारची असते. सात्विक, राजस आणि तामस असे त्याचे तीन प्रकार असतात.

श्लोक ३

सत्वानुरूपा सर्वस्य श्रद्धा भवति भारत ।
श्रद्धामयोऽयं पुरुषो यो यच्छद्धः स एव सः ।।३।।

सर्व लोकांची श्रद्धा हे भारता, ज्याच्या त्याच्या सत्वाप्रमाणे म्हणजे स्वभावाप्रमाणे होत असते. मनुष्य हा श्रद्धामय आहे. ज्याची ज्या ठिकाणी श्रद्धा असते, त्याप्रमाणे तो घडतो.

श्लोक ४

यजन्ते सात्विका देवान्यक्षरक्षांसि राजसाः ।
प्रेतान्भूत गणांश्चान्ये यजन्ते तामसा जनाः ।।४।।

सात्विक म्हणजे सत्वगुणप्रधान स्वभावाचे जे पुरुष, ते देवांचे यजन करतात. राजस यक्ष राक्षसांचे आणि तामस प्रेते आणि भूतगण यांचे यजन करतात.

श्लोक ५

अशास्त्रविहितं घोरं तप्यन्ते ये तपो जनाः ।
दम्भाहंकार-संयुक्ताः कामरागबलान्विताः ।।५।।

परंतु जे लोक दंभ आणि अहंकार यांनी काम आणि आसक्तीच्या जोरावर, शास्त्रविरूद्ध घोर तप करतात. (म्हणजे आसुरी वृत्तीचे लोकं)

श्लोक ६

कर्षयन्तः शरीरस्थं भूत ग्राममचेतसः ।
मां चैवान्तः शरीरस्थं तान्विद्या-सुरनिश्चयान् ।।६।।

आणि ते शरीरातील पंचमहाभूतात्मक तत्त्वांना आणि शरिरात रहाणाऱ्या मलाही कष्टवतात ते अविवेकी आसूरी बुद्धीचे असतात.

श्लोक ७

आहारस्त्वपि सर्वस्य त्रिविधो भवति प्रियः ।
यज्ञस्तपस्तथा दानं तेषां भेदमिमं शृणु ।।७।।

प्रत्येकाला आवडणाऱ्या आहाराचेही तीन प्रकार होतात आणि त्याच प्रमाणे यज्ञ, तप आणि दान यामधेही फरक पडतो.

श्लोक ८

आयुः सत्वबलारोग्य-सुख प्रिती विवर्धनाः ।
रस्याः स्निग्धाः स्थिरा हृद्या आहाराः सात्विक प्रियाः ।।८।।

श्लोक ९

कट्वम्ललवणात्युष्ण-तीक्ष्ण-रुक्ष-विदाहिनः ।
आहारा राजसस्येष्टाः दुःखशोकामयप्रदाः ।।९।।

श्लोक १०

यानयामं गतरसं पूति पर्युषितं च यत् ।
उच्छिष्ठमपि चामेध्यं भोजनं तामसप्रियम् ।।१०।।

श्लोक ८ चा अर्थ	श्लोक ९ चा अर्थ	श्लोक १० चा अर्थ
सात्विक पुरुषाला आवडणारा आहार रसयुक्त, स्निग्ध, आनंददायी आयुष्य, बल, आरोग्य	राजस पुरुषाला आवडणारा आहार कडू, तिखट, आंबट खारट, रुक्ष, तिखट, ह्याने दुःख, आणि अनारोग्य उत्पन्न होते.	तामसी पुरुषाला आवडणारा आहार निरस दुर्गंधी तसेच अपवित्र, अनारोग्य आहार आवडतो.

याचप्रमाणे यज्ञ, तप, दान, कर्म सर्वच गोष्टी ह्या ज्याच्या त्याच्या वृत्तीनुसार बदलत असतात.

श्लोक २३

ॐ तत्सदिति निर्देशो ब्रह्मषस्त्रि विधः स्मृतः ।
ब्राह्मणास्तेन वेदाश्च यज्ञाश्च विहिताः पुरा ।। २३।।

अर्थ – परब्रह्माच्या ॐ तत्सत् असा तीन प्रकारे शास्त्रात निर्देश केला जातो. यां संकल्पानेच पूर्वी ब्राह्मण वेद आणि यज्ञ निर्माण केलेले आहेत.

स्पष्टीकरण – परब्रह्माचा निर्देश हा ॐ तत् सत् ह्या महावाक्याने केला जातो. त्याचा अर्थ असा की सृष्ट्यारंभी ब्रह्मदेवरूपी पहिला ब्राह्मण, वेद आणि यज्ञ निर्माण झाले. ही सर्व परब्रह्माची निर्मिती आहे व त्याचेच स्वरूप ॐ तत् सत् हा मूळ संकल्प आहे.

	ॐ चा अर्थ	तत्‌चा अर्थ	सत्‌चा अर्थ
१)	हे वर्णाक्षर सृष्टीच्या आरंभकाली ब्रह्मरूप असून त्या अक्षरापासूनच सर्व क्रियांना आरंभ होतो.	सामान्य काम्य कर्माहून निराळे, निष्काम कर्म इथे अभिप्रेत आहे.	फलाशा ठेवून केलेली सत्कर्म, 'सत्' मध्ये मोडतात.
२)	हा सृष्टीचा प्रथम ध्वनी, हुंकार आहे. हा वैदिक मंत्र आहे.	दृष्य सृष्टी पलीकडचे ब्रह्मतत्त्व म्हणजे तत्.	दृष्य जगत् असा अर्थ होतो.
३)	ह्याने परब्रह्माचा संकल्प होतो.	परब्रह्माचा निर्देश तत्ने होतो.	सत्ने परब्रह्माचा निर्देश होतो.

श्लोक २४

> तस्मादोमित्युदाहत्य यज्ञदान- तपः क्रियाः ।
> प्रवर्तन्ते विधानोक्ताः सततं ब्रह्मवादिनाम् ।।२४।।

म्हणजे जगाला, सृष्टीला ह्या संकल्पाने प्रारंभ झाला आहे, म्हणून ब्रह्मवादी जनांची यज्ञ, दान, तप आणि इतर कर्मे नेहमी ॐ च्या उच्चाराने सुरू होतात.

ॐ ने सुरुवात करून कर्माला प्रारंभ होतो. त्यामुळे हा ब्रह्मसंकल्प त्यामध्ये अंतर्भूत करून परमात्म्याच्या दिव्य स्मरणाने, सर्व कर्म केली जातात.

श्लोक २५

> तदित्यन-भि-सन्धाय फलं यज्ञ-तपः क्रियाः ।
> दानक्रियाश्च विविधाः क्रियन्ते मोक्षकांक्षिभिः ।।२५।।

तत् ह्या शब्दाने फलाची आशा न ठेवता यज्ञ, तप, दान वगैरे सर्व क्रिया मोक्षार्थी लोकं करीत असतात.

तत् ने निर्देशलेला परमात्मा हेच जगाचे अधिष्ठान आहे, त्याचेच सर्व काही आहे, ह्या श्रद्धामय भावनेने निष्कामत्वाने साधक मोक्षासाठी तपस्या करतात.

श्लोक २६

> सद्भावे साधुभावे च सदित्येतत्प्रयुज्यते ।
> प्रशस्ते कर्मणि तथा सच्छब्दः पार्थ युज्यते ।।२६।।

सत् ने ब्रह्माचे स्वरूप दाखवले जाते. चांगलेपणा, सत्कर्म ह्या अर्थाने सत् शब्द लावण्यात येतो.

कर्ता ब्रह्मरूप व्हावा आणि आपल्या कर्मांमध्ये काही दोष निर्माण झाले असतील, तर ते काढले जावेत आणि कर्म संपन्न पूर्ण व्हावे यासाठी सत् म्हटले जाते.

श्लोक २७

> यज्ञे तपसि दाने च स्थितिः सदिति चोच्यते ।
> कर्म चैव तदर्थीयं सदित्येवा-भिधीयते ।।२७।।

यज्ञ, तप आणि दान ही कर्मे करताना मनाची भावावस्था, स्थिर, श्रद्धायुक्त असते. त्यामुळे प्रत्येक कर्म हे परमात्म्यासाठी निर्मळ, उत्कटतेने केले जाते.

श्लोक २८

> अश्रद्धया हुतं दत्तं तपस्तप्तं कृतं च यत् ।
> असदित्युच्यते पार्थ न च तत्प्रेत्य नो ईह ।।२८।।

अश्रद्धेने जे जे कर्म म्हणजे हवन, दान, तप केले जाते ते असत् म्हटले जाते. हे पार्था हे असत् कर्म मेल्यावर, परलोकीही नाही आणि या लोकीही लाभत नाही.

मनुष्याने शास्त्रोक्त धार्मिक कर्मे अत्यंत श्रद्धेने करावीत. नाहीतर निव्वळ यांत्रिकपणे केलेल्या कर्मांना काहीच अर्थ रहात नाही. केवळ धार्मिकच नाही तर इतर सर्व कर्मेही परमात्म्याचे स्मरण ठेवून केल्याने ती उत्कृष्ट होतील यात शंकाच नाही.

अजूनही काही तपाचे प्रकार असे आहेत –

कायिक तप	**वाचिक तप**	**मानसतप**
१) मनाचा सरळपणा असणे.	सत्य आणि	शुद्ध मन असणे.
२) ब्रह्मचर्य पाळणे.	प्रिय तसेच	प्रसन्नता बाळगणे.
३) विद्वानांचे, सज्जनांचे पूजन करणे.	हितकारक बोलणे.	सौम्यता असणे.
		मनोनिग्रहाने वागणे.

सात्विक तप → वरील तिन्ही तपं फलाची आसक्ती न ठेवता श्रद्धेने करणे, म्हणजे त्यांना सात्विक तप म्हटले जाते.

राजस तप → जेव्हा दंभाने, मान मिळवण्यासाठी तपं केली जातात तेव्हा ती राजस तप होतात.

तामस तप → लोकांना त्रास देण्यासाठी जेव्हा ही तपं केली जातात तेव्हा ती तामस तपं म्हटली जातात.

समारोप – भगवंतांनी आपल्याला स्वयंशिस्त काही पथ्यं, नियम सांगितले आहेत. आपण जर ह्याचं भान ठेवलंतर, आपले व्यवहार वागणुक, तपस्या, दानधर्म, आहारविहार ह्या सर्वच गोष्टींमध्ये नीटनेटकेपणा येऊन चांगल्या सवयी निर्माण होत जातील आणि हो, 'ॐ तत् सत्' ह्या मंत्राची सुद्धा जोड द्यायला हवी,बरं का !

सूत्र – ॐ तत् सत् ही तीनही पदे साक्षात परब्रह्माची निर्देशक आहेत. ह्यांच उच्चारण, स्मरण आपल्या सत् कर्मांमधे घडून, आपलं आयुष्य परिपूर्ण व्हावे.

मोक्ष संन्यास योग - अध्याय अठरावा

प्रस्तावना - श्रीमद् भगवत् गीतेची सांगता करणाराहा अध्याय आहे. ह्यामध्ये भगवंतांनी अनेक गोष्टींची उकल केली आहे. जसं, की

१) कर्माची सिद्धी कशाने होते?

२) बुद्धीचे, ज्ञानाचे, कर्मांचे पडणारे वेगवेगळे प्रकार,

३) प्रत्येकाने आपापल्या स्वकर्मांनी, ईश्वराची उपासना करावी, हे उत्तम.

कथा - 'आद्य शंकराचार्य'

शंकराचार्यांचा जन्म इ.स. ७८८ मध्ये केरळ मधील कालटी ह्या गावी झाला.

त्यांनी आपल्या विखुरलेल्या समाजाला संघटित केलं. हिंदू धर्मामध्ये अनेक पंथ - उपपंथ निर्माण झाले होते, अशा वेळेस त्यांनी समाजाला एकत्र आणण्यासाठी जीवाचं रान केलं. त्यांच्या असामान्य बुद्धिमत्तेचं कितीही कौतुक केलं, तरी ते कमीच पडेल, त्यांनी वयाच्या १२ वर्षे ते १६ वर्षे ह्या कालावधीमध्ये, ब्रह्मसुत्रे, उपनिषदे आणि भगवत्र गीता ह्यावर भाष्य लिहिलं ह्याशिवाय, विवेक चुडामणी, अपरोक्षानुभूती, ह्यासारखे अनेक ग्रंथ लिहिले.

त्यांना अवघं ३२ वर्षांचं आयुष्य लाभलं पण, त्यांनी त्यांचं सर्व आयुष्य आपल्या राष्ट्र सेवेसाठी समर्पित केलं. त्यांनी एकूण तीन वेळा आपला भारत देश फिरून पालथा घातला. ते एक अत्यंत बुद्धीमान, तत्त्ववेत्ते आणि संन्यस्त कर्मयोगी होऊन गेले, ह्यामधे शंका नाही.

अध्यायामधील एकूण श्लोक - ७८

निरूपणासाठी घेतलेले श्लोक - २, ६, १३, १४, १६, १८, २०, ४६, ४७, ४९,५७,६१,६३,६५,७२,७३,७८ = १७

श्लोक २

काम्यानां कर्माणां न्यासं संन्यासं कवयो विदुः ।
सर्वकर्मफलत्यागं प्राहुस्त्यागं विचक्षणाः ।।२।।

काम्य कर्म जी आहेत त्यांना सोडणे याला संन्यास म्हणतात आणि सर्व कर्मांच्या फलाचा त्याग करणे त्याला त्याग म्हटलं जातं.

सर्व कर्मांचे दोन भागांमध्ये वर्गीकरण करता येते ते असे –

१) फलाशा ठेवून केलेली कर्मे, म्हणजे काम्यकर्मे. ह्यामध्ये फलाशा असते काम्य कर्माचा न्यास नाही.	२) फलाशा न ठेवता केलेली कर्मे निष्काम कर्मे होत. काम्य कर्मेसुद्धा केवळ कर्तव्य म्हणून फलाशारहित करणे. ह्यामध्ये फलाशेचा त्याग आहे आणि ह्यातच कामनांचा संन्याससुद्धा आहे.

श्लोक ६

एतान्यपि तु कर्माणि संग त्यक्त्वा फलानि च ।
कर्तव्यानीति मे पार्थ निश्चितं मतमुत्तमम् ।।६।।

अर्थ – म्हणून ही यज्ञयागादि कर्मेसुद्धा आसक्ती विरहित, फलांचा त्याग करून, लोककल्याणार्थ केलीच पाहिजेत असे माझे निश्चित मत असून तेच उत्तम आहे.

स्पष्टीकरण – यज्ञ, दान, तप वगैरे कर्मे ही सृष्टीच्या धारणेसाठी आवश्यक आहेत. पण ती आहेत काम्य कर्मे. म्हणून तीच कर्मे फलाशारहित केवळ स्वकर्तव्य म्हणून, समाजधारणेसाठी केली की ह्या निष्काम कर्मांचे बंधकत्व लागत नाही आणि त्यामुळे ती कर्मे मोक्षप्राप्तीच्या मध्येही अडचण ठरत नाहीत. अशा प्रकारे भगवंत पुन्हा पुन्हा संन्यास हा कर्मांचा नको, तर संन्यास फलाशेचा करा, असे सांगून निष्काम कर्मयोगाचे श्रेष्ठत्व अधोरेखीत करत आहे.

श्लोक १३

पंचैतानि महाबाहो कारणानि निबोध मे ।
सांख्ये कृतांते प्रोक्तानि सिध्ये सर्वकर्मणाम् ।।१३।।

हे महाबाहो, सर्व कर्मे घडून येण्यास साख्यांच्या सिद्धांतात जी ५ कारणे सांगीतली जातात, ती मी तुला सांगतो. (कपिलसांख्यशास्त्र)

श्लोक १४

अधिष्ठानं तथा कर्ता करणं च पृथग्विधम् ।
विविधाश्च पृथक चेष्टा दैवं चैवात्र पंचमम् ।।१४।।

अधिष्ठान (जागा), तसेच कर्ता, करण म्हणजे निरनिराळी साधने, अनेक प्रकारच्या कर्त्याच्या क्रिया आणि पाचवे दैव होय. ही पाच कारणे कर्म घडून येण्यासाठी लागतात.

श्लोक १६

तत्रैवं सति कर्तारमात्मानं केवलं तु यः ।।
पश्यत्यकृत बुद्धित्वान्न स पश्यति दुर्मतिः ।।१६।।

अर्थ – अशी परिस्थिती (खरी) असताना, अहंकाराने मी एकटा कर्ता आहे असे ज्याला वाटते त्याला काहीच कळत नाही, असं म्हणावं लागतं.

स्पष्टीकरण – मनुष्याने कर्म जरी केलं असलं तरी ते सफल होण्यासाठी इतर बऱ्याच गोष्टी लागतात. त्याचे स्वत:चे प्रयत्नच फक्त पुरे पडत नाहीत, तर जगातील इतर व्यापार, जे त्या कर्माशी निगडीत असतात, त्यांच्यावर पण यश-अपयश अवलंबून असतं. म्हणून मीच काय ते केलं, असा अभिमान धरणं योग्य नाही.

श्लोक १८

ज्ञानं ज्ञेयं परिज्ञाता त्रिविधा कर्मचोदना ।
करणं कर्म कर्तेति त्रिविधः कर्मसंग्रहः ।।१८।।

ज्ञानं, ज्ञेय आणि ज्ञाता अशी तीन प्रकारची कर्मचोदना आणि करण, कर्म व कर्ता असा तीन प्रकारचा कर्म संग्रह आहे.

कर्मचोदना म्हणजे, कर्मकरण्याची प्रेरणा/स्फूर्ती. ही आधी मनामध्ये यावी लागते, मग प्रत्यक्ष कर्म घडते. (ही मानसिक प्रक्रिया आहे)

१) मला 'अ' गोष्ट/कर्म करायचे आहे – ज्ञेय
२) ते कर्म अशा पद्धतीने होईल – ज्ञान
३) ते कर्म करणारा – ज्ञाता

आता हा निश्चय झाल्यावर – कर्मसंग्रह म्हणजे काय ? तर

१) तो कर्म करणारा – कर्ता
२) त्यासाठी लागणारी साधनं – करण
३) प्रत्यक्ष कर्मपूर्ती – कर्म अशा प्रकारे संबोधलं जातं.

श्लोक २०

सर्व भूतेषू येनैकं भावमव्ययमीक्षते ।
अविभक्तं विभकतेषु तज्ज्ञानं विद्धी सात्विकम् ।।२०।।

अर्थ – वेगवेगळ्या भूतांमध्ये एकच अविभक्त तत्त्व आहे. असे ज्या ज्ञानाने

कळते, ज्ञान सात्विक आहे.

स्पष्टीकरण – ही दृष्टी व्यापकत्वाची आहे. सर्व माणसे, सर्व जग हे विविधतेने भरलेले असूनही, त्या सर्वांचे मूळ अधिष्ठान किंवा तत्त्व हे एकच आहे. हे समजणं म्हणजे सात्विक ज्ञान. ह्या विशाल दृष्टीने जगाकडे पाहिल्यास कोणताच भेद जाणवत नाही. सर्व काही परमेश्वरी सत्तेचे आहे ही अनुभूती येऊन, सर्वांशी समभावाने ज्ञानी वागतो.

श्लोक ४६

यतः प्रवृत्तिर्भूताना येन सर्वमिदं ततम् ।
स्वकर्मणा तमभ्यर्च्च्य सिद्धी विन्दति मानवः ।।४६।।

ज्याच्यापासून सर्व भूतांची प्रवृत्ती झाली आणि ज्याने हे जग विस्तारले आहे, त्याची उपासना आपण आपली स्वकर्तव्ये करून केली असता त्यानेच सिद्धी प्राप्त होते.

साधकाने केवळ भक्तीसाधनेतच गढून जाणे योग्य नाही. त्याबरोबरच प्रत्येकाने आपापल्या स्वकर्तव्य पालनाकडेही नीट लक्ष द्यायला हवे. सर्व कर्मे इश्वराप्रित्यर्थ, त्याला अर्पण करून नि:स्वार्थीपणे करणे हेच गीतेमधील भक्तीमार्गाचे अपूर्व असे लक्षण आहे.

श्लोक ४७

श्रेयान्स्वधर्मो विगुणः परधर्मात्स्वत्सनुष्ठिनात् ।
स्वभाव नियितं कर्म कुर्वन्नाप्नोति किल्बिषम् ।।४७।।

परक्याचा धर्म जरी सुखाने आचरता आला तरी त्यापेक्षा आपला स्वधर्म (सदोष असला) तरी स्वधर्म आचरावा. कारण आपले विहीत कर्म करत असताना, त्यात कोणतेही पाप लागत नाही.

स्पष्टीकरण – कोणतेही एक कर्म किंवा व्यवसाय एकदा आपला म्हणून स्विकारला की ते संकटं आली तरी करायला हवे. भगवद्गीतेची दृष्टी मोक्ष ह्या ध्येयावरही आहे आणि लोककल्याण ह्या गोष्टीकडेही आहे. अडचणींना घाबरून मला आता कर्तव्यच करायची नाहीत, ही वृत्ती नको. त्यामुळे समाजधारणेसाठी ‘कर्मांचा संन्यास’ हे उत्तर असू शकत नाही. प्रत्येकाने आपापले उद्योग करायलाच हवेत. त्यावर भगवद् गीतेचा आग्रह आहे...

श्लोक ४९

असक्तबुद्धिः सर्वत्र जितात्मत विगतस्पृहः ।
नैष्कर्म्यासिद्धीं परमां संन्यासेना–धिगच्छति ।।४९।।

कर्मसंन्यास करून जी सिद्धी प्राप्त होते तीच सिद्धी निष्काम वृत्तीने कर्म करत राहिल्याने आसक्ती विरहीत कर्माने, कर्मफलाच्या संन्यासाने, परम नैष्कर्म्यसिद्धी प्राप्त होते.

कर्मांचा संन्यास गीतेला अभिप्रेत नाही, तर कर्मातील कर्मफलाच्या आसक्तीचा संन्यास करून कर्म करणेच योग्य आहे. कारण ह्यामुळे दोन्ही गोष्टी साध्य होतात.

१) परमसिद्धी प्राप्त होते.

२) कर्म करत राहिल्याने समाजाची घडी विस्कटत नाही आणि लोककल्याणाचेही कार्य घडते.

श्लोक ५७

चेतसा सर्वकर्माणि मयि संन्यस्य मत्परः
बुद्धीयोग-मुपाश्रित्य मच्चितः सततं भव ।।५७।।

मनाने, तू मला सर्व कर्मे अर्पण करून मत्परायण होऊन साम्यबुद्धीत्वाने नेहमी माझ्या ठिकाणी चित्त ठेव.

सर्व कर्मामागील फलाशेचा त्याग करून, साधकाने सर्व कर्म, ईश्वरपरायण होऊन, त्याला स्मरून, त्याला अर्पण केली पाहिजेत.

बुद्धीयोग म्हणजे फलाची आसक्ती न ठेवता निरपेक्ष भावनेने / बुद्धीने केलेली कर्मे.

श्लोक ६१

ईश्वरः सर्वभूतानां हृद्देशेऽर्जुन तिष्ठति ।
भ्रामयन्सर्वभूतानि यन्त्रारुढानि मायया ।।६१।।

हे अर्जुना, ईश्वर सर्व भूतांच्या हृदयात राहून यंत्रावर चढविल्याप्रमाणे सर्वांना आपल्या मायेने चाळवीत असतो.

प्रकृतीचा हा संसार, ही दृष्य सृष्टी अव्याहतपणे चालू रहाते. त्यातीलच काही कर्तव्य जबाबदाऱ्या आपल्या वाट्याला येतात. तेव्हा सर्व अहंकार सोडून परमेश्वराला संपूर्ण शरण जाऊन आपली कर्तव्ये निर्लेप मनाने करत रहाणे हेच योग्य आहे. प्रकृतीचे आघात, अडचणी, संकटे येतच रहाणार, प्रत्येक वेळी त्या त्या परिस्थितीने खचून किंवा हुरळून न जाता सर्व सुखदुःखांना शांत चित्ताने सामोरे जाऊन आपलं आयुष्यं जबाबदारीने व्यतीत करणं, एव्हढाच एक पर्याय आपल्या समोर रहातो.

श्लोक ६३

इति ते ज्ञानमाख्यातं गुह्याद गुह्य-तरं मया ।

विमृश्यैत दशेषेण यथेच्छसि तथा कुरु ।।

याप्रमाणे मी तुला गुह्यातले गुह्य असे हे ज्ञान सांगितले. याचा पूर्ण विचार करून तुझ्या इच्छेस येईल ते तू कर.

ज्ञानाने साधकाची बुद्धी एकदा साम्यावस्थेस पोचली की मग ज्ञानीच्या मनात कुठलीही वाईट/पापी इच्छा येवू शकत नाही. तो सर्वत्र, सर्वांमधे नेहमीच ईश्वरतत्त्व पहात असल्याने, तो जे जे करतो तेच धर्माचरण होतं.

श्लोक ६५

मन्मना भव मद्भक्तो मद्याजी मां नमस्कुरू ।
मामेवैष्यसि सत्यं ते प्रतिजाने प्रियोऽसि मे ।।६५।।

माझ्या ठिकाणी मन ठेव, माझा भक्त हो, माझे भजन कर, आणि मला वंदन कर म्हणजे तू मलाच येऊन मिळशील. हे सत्य प्रतिज्ञेने मी तुला सांगतो. कारण तू माझा आवडता भक्त आहेस.

परमेश्वराचे निर्गुण रूप हे जरी श्रेष्ठ स्वरूपाचे असले तरी भक्तजनांसाठी व्यक्तोपासना ही नेहमीच आनंददायी आणि सुलभ ठरते. त्यामुळे इथे साक्षात भगवंतच सांगत असल्याने तू माझा भक्त हो असं सांगून सुमधूर भक्तीचे महत्त्व सांगत आहेत.

श्लोक ७२

कच्चिदेतच्छ्रुतं-पार्थ त्वयैकाग्रेण चेतसा ।
कच्चिद-ज्ञान संम्मोह प्रनष्ठस्ते धनंजयः ।।७२।।

हे पार्था, तू हे एकाग्र चित्ताने ऐकलेस ना? आणि तुझा अज्ञानरूपी मोह नष्ट झालां ना ?

श्लोक ७३

नष्टो मोहः स्मृतिर्लब्धाः त्वप्रसादान्मयाच्युत ।
स्थितोऽस्मि गतसंदेहः करिष्ये वचनं तव ।।७३।

हे अच्युता, तुमच्या प्रसादाने माझा मोह नष्ट झाला आणि मला कर्तव्य धर्माची स्मृती झाली. मी आता निःसंदेह झालो आहे. मी तुमच्या म्हणण्याप्रमाणे (युद्ध करतो.) अर्जुनाला, स्वजनांना समोर पाहून स्वतःच्या कर्तव्याची विस्मृती झाली होती, पण आता ज्ञानरूपी प्रसादाने अर्जुनाला स्वकर्तव्याचे भान आले आणि तो भगवंतांच्या सांगण्याप्रमाणे युद्धास (जे त्याचे उचित कर्तव्य होते) तयार झाला.

श्लोक ७८

यत्र योगेश्वरः कृष्णो यत्र पार्थो धनुर्धरः ।
तत्र श्रीविजयो भूतिर्ध्रुवा नीतिर्मती र्म-म ।।७८।।

संजय म्हणाला, (व्यासांच्या कृपेने संजयला) दिव्य दृष्टी मिळाली होती, त्यामुळेच संजयला रणभूमीवर जे चाललेले असे ते दिसत असे.

जिकडे योगेश्वर श्रीकृष्ण आणि जिकडे धनुर्धर अर्जुन तिकडेच श्री विजय शाश्वत ऐश्वर्य आणि नीती असेल, असे माझे मत आहे.

अजून काही त्यागाचे प्रकार बघूया –

तामस	राजस	सात्विक
त्याग म्हणजे	त्याग म्हणजे	त्याग म्हणजे
↓	↓	↓
मोहाने स्वकर्तव्याचा त्याग करणे	शरीराला कष्ट होतील म्हणून, स्वकर्तव्याचा त्याग करणे	स्वकर्तव्य करताना फलाशेचा त्याग करणे

समारोप – अर्जुनाला स्वतःचा अयोग्य पलायनवाद पूर्णपणे कळून आला त्याला हेही कळलं की, प्रत्येकानं त्याचं त्याचं धर्मयुक्त स्वकर्तव्य, जबाबदारीने पार पाडायलाच हवं !

अर्जुनाला निमित्त करून 'गीता' सांगितली गेली खरी, पण ती प्रत्येक काळासाठी प्रत्येक व्यक्तीसाठीसुद्धा, महत्त्वाचीच ठरते !

आपल्या सगळ्यांसाठी, आपलं आयुष्यंसुद्धा, युद्ध स्वरूप असतं की ! त्यामध्ये, नाना संकटं, अडचणी येत असतात.

पण आपल्याला काळजी नको. प्रत्यक्ष भगवंतांच्या मुखातून उमटलेलं हे जीवन सन्मुख तत्त्वज्ञान, आपल्यासाठी उभं आहे!

आपण फक्त एक करायचं, आपल्या प्रयत्नांची कास न सोडता, त्यांच्या चरणी श्रद्धेनं अवघं आयुष्य समर्पित करायचं आणि वेळोवेळी या गीता अमृताच्या आधाराने उभं रहायचं.

सूत्र – आपण सर्व शंका कुशंका बाजूला ठेवून आपलं अवघं आयुष्य सात्विक सत्कर्मानी परमेश्वराला समर्पित करावे. मनुष्याने अनन्य भावाने परमेश्वर भक्तीच्या अधिष्ठानावर आपलं आयुष्य सुफल संपन्न करावे, हीच प्रार्थना.

भगवद् गीतेमधील अभिप्रेत असलेला धर्म

भारतीय जनमानसावर भगवद् गीतेची एक अपूर्व जादू किंवा अभूतपूर्वक पकड आहे असं म्हटलं तर चुकीचं ठरणार नाही.

पुराणकालीन वाङ्मय परंपरेमध्ये सर्वप्रथम वेद, त्यानंतर उपनिषदे आणि त्यानंतर गीतेचा क्रम लागतो. म्हणजेच भगवद् गीतेपूर्वीही कर्मकांडात्मक ज्ञान आणि तत्त्वज्ञान चिंतन ह्या वरील भाष्य उपलब्ध होतीच.

असं असतानाही भगवद्गीतेच्या श्रेष्ठत्वाचे मर्म काय असावं हे आपण इथे समजून घेवूया.

भगवद् गीतेचा आरंभ हा अर्जुनासारख्या प्रचंड पराक्रमी महायोद्ध्याच्या पराभूत विकल मनोवस्थेपासून होतो आणि तिचा शेवट हा अर्जुनाच्या, त्याच्या मूळच्याच असलेल्या विजिगीषू मनोवस्थेमधे होतो. प्रत्यक्ष भगवंताच्या वाणीतून मानवी जीवनाच्या इतिसाफ ते वरचं भाष्य म्हणजे भगवद् गीता होय आणि त्याचीच परिणिती अर्जुनाच्या स्वेच्छेने झालेल्या मानसिक परिवर्तनामध्ये झाली.

त्या भाष्यानं अर्जुनाच्या मन, बुद्धी आणि आत्म्याला जागृत केलं व त्यानंतर अर्जुनाने विचारपूर्वक युद्ध करण्याचा निर्णय घेतला.

खरं तर, युद्धासारखं हिंसक कर्म पांडवांना मान्यच नव्हतं, म्हणूनच त्यांनी कौरवांबरोबर तडजोड करण्याचा मार्ग स्विकारला. पण कौरवांनी उन्मत्तपणे सामंजस्याचे सर्व मार्ग फेटाळून लावले.

आता पांडवांसमोर प्रश्न होता तो म्हणजे आत्मसन्मानार्थ अन्यायाचा प्रतिकार करायचा की शत्रूच्या अन्याय्य भूमिकेला शरण जायचं?

जर अन्यायाला प्रतिकार करायचा ठरवला तर युद्धासारखं भयंकर हिंसक कर्म करावं लागणार होतं, अन् ते मग योग्य होतं का ?

तर कोणत्याही कर्माचा बरेवाईटपणा हा त्याच्या बाह्य परिणामांवर ठरत नसून त्या कर्मापाठीमागचे विचार, त्याच्या प्रेरणा आणि कर्त्याची बुद्धी ह्यांच्या योग्य-

अयोग्यतेवर कर्म, चांगले-योग्य आहे की ते वाईट-अयोग्य आहे हे ठरत असते.

म्हणूनच कधी कधी अन्यायाचा प्रतिकार करण्यासाठी, आत्मसन्मानाचे रक्षण करण्यासाठी नाईलाजाने युद्धासारख हिंसक कर्म करणं अपरिहार्य असतं. पण ते करण्याआधी माणसाची मानसिक आणि आत्मिक स्थिती, बुद्धी ही अत्यंत शुद्ध असणं आवश्यक आहे.

युद्ध केवळ प्रतिकारार्थ करायचय त्यामध्ये सूडबुद्धी किंवा आकस, शत्रूबद्दल क्रोध वगैरे न ठेवता निर्वैर म्हणजे केवळ आत्ता पुढ्यात आलेलं न्याय्य योग्य कर्तव्य करणं भाग आहे, म्हणून करायचं आहे, हे मर्म गीता आपल्याला समजावून सांगते.

कृतींमागची ही चिंतनशीलता जी असायला हवी, ती चिंतनशीलता आपल्याला गीता देते. ह्या दृष्टीने गीतेमधील ११ व्या अध्यायातील श्लोक ५५ हा मला वाटतं सारभूत श्लोक ठरू शकेल. सर्व कर्मे माझी म्हणजे परमेश्वराची होत. या बुद्धीने कर्म करणारा, मत्परायण आणि संगरहित आणि सर्व भूतांचे ठायी निर्वेर असा जो माझा भक्त तो हे पांडवा मला येऊन पोचतो. म्हणजे समर्पित भावनेने आपली योग्य उचित स्वकर्तव्य, परमेश्वरी निष्ठेने करून ईश्वर हाच खरा कर्ता आणि करविता आहे. अशा अनन्य शरणतेने सर्व करीत जावे. निष्क्रियतेने जीवन न जगता, वेळ पडल्यास (सूडबुद्धी न ठेवता) प्रतिकार करावा हे भगवद् गीतेचं सार आहे.

आपण वेद, उपनिषदे आणि गीतेचा तुलनात्मक अभ्यास करून, त्यांचे निष्कर्ष जर तपासले तर आपल्याला गीतेचं महात्म्य समजून घेता येईल. असं मला वाटतं.

	वेदांप्रमाणे ↓	**उपनिषदेप्रमाणे** ↓	**भगवद् गीतेप्रमाणे** ↓
१) कर्मकांड	आवश्यक आहेत	आवश्यक नाहीत	कर्मकांडाला नैष्कर्म्यतेची जोड देऊन कर्मकांड + निष्कामता हवी
२) कर्मसंन्यास	आवश्यक नाही	ज्ञानोत्तर कर्मसंन्यासाला प्राधान्य आहे.	ज्ञानोत्तर ही ज्ञानीने, लोक संग्रहार्थ निष्कामकर्मे करावीत असा आग्रह आहे.
३) ज्ञान (आत्म ज्ञान)	मोक्षप्राप्तीसाठी आवश्यक नाही	आत्मज्ञान अनिवार्य आहे	आत्मज्ञान मोक्षप्राप्तीसाठी आवश्यक आहे

२) मोक्ष म्हणजे वेदांप्रमाणे	**मोक्ष म्हणजे उपनिषदांप्रमाणे**	**मोक्ष म्हणजे भगवद्‌गीतेप्रमाणे भगवद् गीता**
इहलोकी पुण्यकर्मे करून मृत्यूनंतर स्वर्गप्राप्ती होणे महत्त्वाचे मानले आहे. आणि तोच मोक्ष समजला जातो.	स्वर्गप्राप्ती म्हणजे मोक्ष नाही. कारण पुण्यांश संपल्यावर पुन्हा मनुष्यलोकी जन्म घेणे चुकत नाही. म्हणून मोक्षासाठी आत्मज्ञान अनिवार्य आहे.	स्वर्गप्राप्ती म्हणजे मोक्ष नाही. कारण पुण्यांश संपल्यावर पुन्हा मनुष्यलोकी जन्म घ्यावा लागतो. मोक्षासाठी आत्मज्ञान अनिवार्य आहे.

	वेदांप्रमाणे ↓	**उपनिषदेप्रमाणे** ↓	**भगवद् गीतेप्रमाणे** ↓
३) आयुष्याच्या सार्थकतेची संकल्पना	आयुष्यभर सत्कर्म करत राहून, मृत्यूनंतर स्वर्गप्राप्ती होणे. आत्मज्ञानाची सक्ती नाही.	आत्मज्ञान अनिवार्य आहे. त्यानंतर शक्यतो कर्म संन्यास घ्यावा.	आत्मज्ञान आवश्यक आहे. पण त्यानंतरही निष्काम कर्म करावे. आत्मज्ञानाला निष्काम कर्मयोगाची जोड हवी

म्हणजे गीतेचा भर → १) कर्मसंन्यास नको, ह्यावर आहे. आणि
२)आणि कर्मफलाचा संन्यास असावा

म्हणजेच → निष्कामता हवी.

तसेच + भक्ती हवी. ज्ञान हवे.

अ) वैदिक धर्मामध्ये यज्ञयाग पर कर्म कांडाला महत्त्व होते म्हणून → कर्मकांडात्म मार्ग हा वेदांचा मार्ग समजला जातो

ब) केवळ कर्मकांडांनी परमेश्वराचे ज्ञान होणे त्यानंतर शक्य नाही, हा विचार उपनिषदांमधे मांडला गेला ← उपनिषदे आली.

म्हणून उपनिषदांचा मार्ग हा → हा ज्ञानकांड मार्ग ← समजला जातो.

पुढे ह्या ज्ञानमार्गामधेच अजून दोन शाखा विकसित झाल्या.

ज्ञानमार्ग → ह्यातूनच
↓

पुढ योग मार्ग विकसित झाला व पुढे भक्ती मार्ग विकसित झाला.

म्हणजे चित्त परब्रह्मावर एकाग्र करण्यासाठी परमेश्वराची सगुण उपासना करावी

चित्तनिरोधरूपी योग करावा.

म्हणजेच भगवद् गीतेने आत्मज्ञानाचं महत्त्व अबाधित ठेवून त्यामध्ये कर्मफलसंन्यासाची भर घातली आणि भक्ती ज्ञानपूर्वक निष्काम कर्मयोगाच्या मार्गाची निर्मिती केली.

त्यामुळे केवळ वैयक्तिक, स्वतःचे मोक्ष, सुख न पहाता, लोककल्याणार्थ समाज धारणेचासुद्धा विचार करणेही अभिप्रेत आहे. असे मत भगवद् गीतीने आग्रह पूर्वक मांडले.

म्हणजेच भगवद् गीता वैयक्तिक मोक्ष-परमार्थ सुखावरच न थांबता ज्ञानीने विशाल अंतःकरणाने, समाजहितार्थ झटणं अपेक्षित आहे. हा अत्यंत महत्त्वपूर्ण संदेश देते.

आता गीता धर्माचा आपल्याला अजून एका बाजूनेही विचार करता येईल. गीताधर्माची परंपरा चौथ्या अध्यायात (श्लोक १ ते ३) मध्ये सांगितेलली आहे ती अशी

युगारंभी गीता धर्म, भगवंतांनी विवस्वानास सांगितला.

विवस्वानाने मनूस सांगितला होता.

मनूने इश्वाकूस सांगितला होता.

गीतेमधील ही परंपरा आणि महाभारतातील भागवत धर्माची परंपरा, पूर्णपणे जुळते त्याअर्थी गीतेमध्ये भागवत धर्माचेच उच्चारण केले आहे. (संदर्भ - गीतारहस्य)

भागवत धर्माने निःसंदिग्धपणे यनिष्काम प्रवृत्तीपर कर्मयोगाचाच पुरस्कार केला त उपनिषदांनी कर्म संन्यासावर भर दिला.

भागवत धर्माने केवळ भक्तीमार्ग मान्य केला नाही, तर भक्तीयुक्त निष्काम कर्म समाजाच्य धारण पोषणासाठी आवश्यक आहे असे, मत मांडले आणि तीच परंपरा भगवद् गीतेनेही उचलून धरली.

भगवद् गीतेची परंपरा (संक्षिप्तपणे) अशीही सांगता येईल.

↓

वैदिक ऋतधर्म (सत् धर्म)

↓

म्हणजेच नारायणीच धर्म होय

↓

म्हणजेच भागवत् धर्म होय

↓

वसिष्ठ परंपरा (वाहती परंपरा)

↓ ह्यामध्ये अंर्तभूत आहे

ह्या धर्मामध्ये

↓

निष्काम कर्माला, अनन्यसाधारण महत्त्व आहे

↓

ज्ञानसाधना तसेच आत्मज्ञान करून घेणं ही महत्त्वाचे आहे.

↓

गीतेमध्ये भक्तीची मधुरता आहे.

↓

प्रभू रामचंद्रांची ही परंपरा आहे

↓

श्रीकृष्ण – भगवान श्रीकृष्णांची ही परंपरा आहे

भगवद् गीतेचं अलौकिक वैशिष्ट्य म्हणजे तो जणू अखंड तेवता ज्ञानदीप आहे. कुणीही त्याच्या तेजोमय प्रकाशाची उपासना करून आपलं जीवन उजळून टाकावं, असं विलक्षण सामर्थ्य भगवद् गीतेमध्ये आहे.

गीता म्हणजे काही जादू किंवा चमत्कार नाही की जिच्या मननाने आपली सर्व दुःखे नाहीशी होतील.

तर गीतेची संजीवन शक्ती आपल्याला संकटे आणि दुःखांनी पिचून न जाता, त्यांना सामोरे जाण्याचे सामर्थ्य देते.

भगवद् गीता एकीकडे, नी मानवाचं खडतर जीवन दुसरीकडे, असं नसून ती प्रत्येकाला त्याच्या वाहत्या जीवनप्रवासात साथ सोबत करून त्याच्या प्रत्येक समस्येवर उत्तर देत, ही भगवद् गीता तिच्या सामर्थ्यशाली अपूर्व तेजाने कधीचीच विलसत आहे. गरज आहे ती आपण त्या तेजोमय प्रकाशाचा लाभ घ्यायची.

अध्यात्म

'अध्यात्म' हा शब्द नेहमीच धार्मिक, पारमार्थिक संदर्भामध्ये वापरला जात असतो. अध्यात्म म्हणजे काहीतरी देवासंबंधी असावं असंही आपलं मत तयार झालेलं असतं.

तर प्रथम आपण 'अध्यात्म' ह्या शब्दाच्या व्याख्या बघू या :-

१) अध्यात्म 'अधी' ह्याचा अर्थ होतो, त्या गोष्टीमध्ये वसणारे, असणारे असे म्हणजेच प्रत्येकाच्यामध्ये असणारे - रहाणारे तत्त्व म्हणजेच आत्मा किंवा आत्मतत्त्व होय.

२) अध्यात्म - सर्व ब्रह्मांडामध्ये - जगतामधे सदैव असणारे चैतन्य तत्त्व ब्रह्म तत्त्व म्हणजेच अध्यात्म होय.

आध्यात्मिक दृष्ट्या ह्या सृष्टिच्या उत्पत्तीचा विचार असा आहे की, ब्रह्मांडाचं मूलतत्त्व हे निर्गुण, निराकार, अज, अनादि आहे. एव्हढच नाही तर ते तत्त्व अविनाशी असून नित्य आहे. ह्या मूळ चैतन्य तत्त्वाला 'परब्रह्म' म्हणून संबोधलं जातं. ह्याच परब्रह्मापासून दोन प्रकारच्या प्रवृत्ती निर्माण होतात.

परब्रह्म (निर्गुण मूळ चैतन्य तत्त्व) आहे.

त्याच्यापासून

१) पुरुष (जीवात्मा / जीव) निर्माण होते.	२) प्रकृती निर्माण होते.
ही परा प्रकृती आहे.	ही अपरा प्रकृती आहे.
ही श्रेष्ठ प्रकृती आहे.	ही कनिष्ठ प्रकृती आहे.
परमात्म्याचा अंश आहे.	ही परमात्म्याची शक्ती मानली जाते.
निर्गुण, निराकार आहे.	ही त्रिगुण सहित, विकारी आहे.

मनुष्य देह प्रकृतीपासून लाभलेला असून त्यामध्ये चैतन्यरूपी परब्रह्माचा अंश आत्मा स्थित असतो. म्हणजेच मनुष्य देहामध्ये, प्रकृती आणि आत्मतत्त्व असे दोन

घटक असतात.

जगतामध्ये ज्या अनंत गोष्टी आहेत, त्या सर्व चराचर सृष्टीमध्ये एकच अविनाशी परब्रह्म भरून राहिलेले आहे, हे जाणणे हा अध्यात्म्याचा पाया आहे.

म्हणजेच ज्याच्या सहाय्याने आपण विश्वाचे मूळ उत्पत्ती तत्त्व, तसंच सर्व चराचर सृष्टी आणि ह्या दोघांचा एकमेकातील समन्वय संबंध याचे विवरण करून जेव्हा मूळ परमेश्वरी तत्त्वाचं ज्ञान करून घेतो ते म्हणजे अध्यात्म शास्त्र होय.

आत्मा हा परमात्म्याचाच अंश असून तो आपण आपल्या इंद्रिय, मन, बुद्धीद्वारे जाणू शकत नाही. कारण तो निर्गुण आहे. तो जाणणं प्रत्येकाच्या मन, बुद्धीच्या शुद्धतेवर अवलंबून आहे. म्हणूनच आमच्या प्राचीन थोर ऋषि मुनींनी घोर तपस्येने, ध्यानधारणा करून आत्म्याच्या स्वरूपाविषयी जे त्यांचे अनुभव मांडले, त्यांचा आधार घ्यायला हवा. हे ऋषी ज्ञानी, शांतचित्त बुद्धिचे आणि निःस्वार्थी प्रेरणाशील होते, त्यामुळे त्यांची अनुभूती स्विकारार्ह ठरते.

अध्यात्मशास्त्र असं सांगते की आपण जी चराचर सृष्टी पाहतो किंवा अनुभवतो, ती आणि त्यातील चैतन्य तत्त्व ह्या दोघांच्या पलीकडे तिसरे सर्वव्यापी चिरंतन तत्त्व असून तेच ह्या सृष्टिचा मूलभूत गाभा आहे. म्हणजेच पृथ्वी, जल, अग्नी, वायू आणि आकाश ही पंचमहाभूते व मन, बुद्धी आणि अहंकार अशी अष्टधा प्रकृती असून ह्या सर्व जगाचे ज्याने चैतन्य तत्त्व म्हणून अधिष्ठान स्थापन केले आहे ती ही जीव म्हणून परमेश्वराची श्रेष्ठ प्रकृती आहे.

पण खरं परब्रह्म तत्त्व ह्या दोघांच्याही पलीकडे असून, त्याला जाणणे ही अध्यात्ममधील श्रेष्ठ परम अनुभूती असते.

आपल्याला ह्या सृष्टीत प्रचंड विविधता दिसून येते. पण सोन्याचे दागिने जरी वेगवेगळे असले तरी त्यामधील मूलद्रव्य ज्याप्रमाणे 'सोने'च असते त्याचप्रमाणे नानाविध रूपे आणि आकारांनी सजलेल्या सृष्टीच्या मुळाशी एकच एक चैतन्य तत्त्व असते.

जगाच्या आरंभी जे काही होते ते केवळ निर्गुण, निराकार आणि अव्यक्तच होते.

त्या निर्गुण तत्त्वालाच पुढे नामरूपे प्राप्त झाल्याने, तेच पुढे सगुण व व्यक्त झाले.

ही सर्व चराचर सृष्टी जी निर्माण झाली ती परमेश्वराच्या शक्तीपासून, म्हणजे प्रकृतीमुळे निर्माण झाली आहे. सृष्टी निर्माण करणारी जरी प्रकृती असली तरी तिचा अधिष्ठाता किंवा चैतन्यस्त्रोत परब्रह्म असते.

तर जसे सर्व सृष्टिच्या मुळाशी एक च एक चैतन्यतत्त्व आहे हे जाणले,

त्याचप्रमाणे आपल्या शरीराअंतर्गत असलेलं आत्मतत्त्व हे दोन्ही एकच असून जे तत्त्व ब्रह्मांडी आहे, तेच तत्त्व पिंडी आहे. असा निष्कर्ष निघतो.

मानवी देह म्हणजे	चराचर सृष्टीचे मूळ तत्त्व
↓	↓
देहाचे मूळ, अव्यक्त प्रकृती आहे देहामध्ये	अव्यक्त प्रकृती आहे चराचर सृष्टीमध्ये
↓	↓
ही अव्यक्त प्रकृती जी आहे, त्यामध्ये तिचे मूळ चैतन्यतत्त्व आत्मा आहे. (देहामध्ये असलेला)	ह्या अव्यक्त प्रकृतीचे मूळ कारण हे परब्रह्म आहे.

आत्म्याचे मूळ कारण परब्रह्म आहे. चराचर सृष्टीचे मूळ कारण परब्रह्म आहे.

म्हणूनच जे पिंडी मूळ कारण आहे, तेच ब्रह्मांडीसुद्धा मूळ कारण आहे.

पण सृष्टीला व्यापून असणारे तत्त्व आणि मनुष्याच्या शरीराअंतर्गत असणारा आत्मा हे जरी दोन्ही तत्त्वतः एकरूप असले तरी, सोयीसाठी शरीर आत्मा हा परमात्म्याचा अंश आहे असं आपण म्हणतो.

पण अंश म्हणजे परमात्म्याचा भाग नसून जसे सर्वव्यापी आकाशाचाच अंश, म्हणजे घटामधील आकाश असते. तसेच आत्मा हा सर्वव्यापी परब्रह्माचा अंश आहे असे मानले जाते.

आपण प्रकृतीला दुसरे स्वतंत्र तत्त्व मानत नाही. कारण तसे केले तर जगामध्ये आद्य मूलतत्त्वे दोन होतील. त्यामुळे प्रकृतीला स्वतंत्र न मानता, ती परब्रह्माची विभूती/शक्ती/ त्याच्यापासूनच निघालेली माया आहे असं मानण्यात येतं आणि साऱ्या जगताचं मूलकारण एकमेव परब्रह्म आहे व तेच मूळ आहे.

परब्रह्माची शक्ती म्हणजे माया/प्रकृती आहे. पण इथे प्रश्न असा पडतो की,

परब्रह्म	त्याच्यापासून → प्रकृती निर्माण झाली
↓	↓
हे निर्गुण तत्त्व आहे.	→ त्याच्यापासून सगुण प्रकृती निर्माण झाली.

तर निर्गुणापासून सगुण प्रकृती कशी काय निर्माण होऊ शकेल? असा प्रश्न पडतो.

तेव्हा त्यावर उत्तर विवर्तवाद देतो.

विवर्तवाद :– ह्यामध्ये दोन वस्तूंपैकी एकच वस्तू सत्य असून दुसरी फक्त तिचा देखावा असतो. जसे – सूर्य एकच आहे. पण त्याचे पाण्यात दिसणारे प्रतिबिंब हा दुसरा सूर्य नसून सूर्य फक्त एकच आहे.

त्याचप्रमाणे ब्रह्म निर्गुण असून मनुष्याच्या इंद्रिय धर्मामुळे, सगुणत्वाचा देखावा निर्माण होतो.

विवर्तवादामध्ये एकच मूळ वस्तू सत्य धरून, त्यावरच नेहमी बदलत रहाणाऱ्या देखाव्याचा अध्यारोप केला जातो. म्हणजेच सृष्टी किंवा ब्रह्मांड ही दुसरी वस्तू नसून, तो भासणारा देखावा आहे.

जसे दोरीच्या ठिकाणी सर्पाचा भास होणे हा विवर्तवाद होय. तर दुधाचे दही होणे, हा गुण–परिणामवाद होय, ह्यामध्ये दोन्ही वस्तू सत्य असून, त्यापैकी एकाच्या गुणांच्या विकसनाने / प्रक्रियेने, दुसऱ्या प्रकारची वस्तू होते. तर विवर्तवादामध्ये एकच वस्तू सत्य असते.

अशा रीतीने मनुष्य जेव्हा सर्व चराचरात परमेश्वरी तत्त्व बघू लागतो तेव्हा त्याला सर्वत्र त्याचीच जाणीव होते आणि त्याच्या दृष्टीने जग आत्ममय होऊन त्याला ब्रह्मात्म्य ऐक्याचा साक्षात्कार होतो. त्याला दृश्य सृष्टीतले भेद डोळ्यासमोर असूनही ते भेद जाणवत नाहीत. व्यावहारिक जगामध्ये वावरताना अर्थातच हे वेगवेगळेपण कायम रहाणारच. पण आता ज्ञानीची दृष्टी बदलल्यामुळे त्याला बाह्यतः जरी भिन्न भिन्न वागणूक ठेवणं गरजेचं असलं, तरी त्याच्या अंर्तमनातून आता भेदभाव, विषमता, हा आपला तो परका असे भाव नष्ट होतात.

तो आता जाणतो की, एकच परब्रह्म सर्व प्राणीमात्रांत भरलेलं आहे. हे ज्ञान झाल्यानंतर अशाच समत्व भावनेनं प्रत्येक समयी, सदासर्वदा सर्वांशी प्रेम आपुलकी आणि जिव्हाळ्याने वागण्यासाठी, ध्यानधारणा आणि उपासनेची, प्रयत्नांची गरज लागते. (ही वागणूक सिद्धयुक्त होण्यास) हे सर्व प्रयत्न करावे लागतात.

सर्वभूती एक आत्मा हे परमेश्वर स्वरूपाचं ज्ञान नुसतं तत्त्वज्ञान स्तरावरच न रहाता, ते जेव्हा प्रत्यक्ष वर्तनामध्ये, स्वभावामध्ये उतरतं, तेव्हाच तो मनुष्य ब्रह्मज्ञानी झाला आहे हे जाणावं आणि हीच आत्मज्ञानाची खरी कसोटी आहे.

आपली एकंदरच सर्व धडपड ही सुख मिळविण्यासाठी चालू असते किंवा आयुष्य म्हणजे मानवाची निरंतर सुखाच्या प्राप्तीसाठी चाललेली अहर्निश धडपड होय. पण ह्या सुखाचेही स्तर आपल्याला मांडता येतात ते असे की,

१) निव्वळ स्वतःचेच सुख बघणे.

२) ऐहीक बाह्य विषय उपभोगांचं सुख घेत रहाणे.

३) त्यामुळे मिळणारे मानसिक सुख अनुभवत रहाणे.

४) बौद्धिक तत्त्वज्ञानपर सुख हवेसे वाटू लागते. इथे ऐहीक सुखाचा स्तर उंचावून, तो बौद्धिक स्तरावरील सुखाचा उपभोग घेतो आणि जेव्हा 'स्व'चा केन्द्रबिंदू

बदलून, आपण व्यापकत्वाने इतरांच्याही सुखाचा विचार करू लागतो, झटू लागतो तेव्हा मिळणारे -

आत्मिक सुख, म्हणजेच तृप्त, मनःशांती होय. हेच सर्वोच्च सुख होय. ही मनःशांती इतर प्रकारच्या सुखांनीही जरी मिळत असली तरी ती कायम टिकणारी नसून, त्या त्या सुखांचे मुख्य अधिष्ठानही बदलू शकत असल्याने इतर सुखे ही कायम स्वरूपी रहात नाहीत.

मी आयुष्यात काय केले, कशा प्रकारे वागलो की मला मनःशांती लाभेल ? ज्यामुळे माझ्या आत्म्याचं कल्याण होईल किंवा माझा आत्मा संतुष्ट होऊ शकेल असा विचार मनुष्य अंर्तमुख होऊन करू लागतो.

आत्मा हा साक्षात परमात्म्याचा अंश असल्याने अर्थातच केवळ न्याय्यपूर्ण धर्मोचित योग्य वर्तन हीच आत्मकल्याणाची अनिवार्य अट आहे यात शंकाच नाही. म्हणून अध्यात्म म्हणजे मानवाने सदैव धर्मपरायण वागून, आत्मशांती प्राप्त करावी असा त्याचा मूळ अर्थ आहे.

मी असं आचरण करावं की ज्यामुळे माझा जीवनप्रवाह सदैव नितळ आणि स्वच्छ राहील. क्षणभंगूर ऐहीक सुखांसाठी मी, माझी नितीमत्ता धुळीला मिळवणार नाही. सदैव सुयोग्य मार्गावरूनच माझी पावलं चालतील (मग भले त्यात खूप अडचणी असतील, संपत्ती कमी असेल), असा मी दृढ निश्चय करून वागायला हवे. हा केवळ भाबडेपणा नसून, जीवनाचं मर्म अत्यंत गंभीरतेने साकारणं आहे आणि हेच तर अध्यात्म आहे. ते आपल्या जीवनापासून वेगळं असूच शकत नाही. माझं जीवन आणि अध्यात्म ह्या दोन गोष्टी नाहीतच मुळी.

जीवनाचा मूळ पाया अध्यात्मिक ठेवायला हवा आणि तो जेवढ्या लवकर आपण आत्मसात करण्याचा प्रयत्न करू तेव्हढं आपलं आयुष्य अर्थपूर्ण होईल.

व्यावहारिक जगातील ऐहीक सुखांना, प्रपंचाला नाकारणं म्हणजे अध्यात्म नसून, आहे ह्याच प्रपंचात, आध्यात्मिक जाणीवांच्या मातीमध्ये पाय घट्ट रोवून परमेश्वराच्या नित्य स्मरणात जगणं म्हणजे अध्यात्म आहे. हेच आध्यात्मिक तत्त्व अंगीकारून सर्वांचं जीवन सुफल संपन्न व्हावं ही प्रार्थना.

माया आणि परब्रह्म

आपल्याला सर्वांनाच कधी ना कधी तरी 'माया' ह्या शब्दाने गोंधळात टाकलेले असते.. तिचा नेमका अर्थ कळण्याआधीच, बाबांनो, हे सर्व जग म्हणजे माया आहे बरं,.... माया...... निव्वळ माया.... मिथ्थ्या माया....! आता हे सर्व ऐकल्यावर, 'माया' म्हणजे काय ? हे विचारण्याचं किंवा त्यावर विचार करण्यासारखं काही उरलंय असंही वाटणं एकदम बंद होऊन जातं आणि 'माया' हा शब्द आणि त्याचा अर्थ एका बंद कुलुपाआड रहस्यमय पेटीमध्ये बंद होऊन जातो.

म्हणूनच आपण ही संकल्पना समजून घेण्याचा प्रयत्न करूया.

ह्या जगतामध्ये आध्यात्मिकदृष्ट्या आणि वेदांतदृष्ट्या सर्व गोष्टींचे फक्त दोनच भागांमध्ये वर्गीकरण होते. १) परब्रह्म आणि २) ही अवघी दृश्य सृष्टी (जिला नामरूपात्मक जग असं म्हटलं जातं. म्हणजे काय ? तर सृष्टीतील प्रत्येक गोष्टीला काही ना काही नाव (नाम) दिलं जातं आणि त्या गोष्टीला काही ना काही रूप (आकार, आकृती) असते. ह्या अर्थानं हे ब्रह्मांड नामरूपात्मक वस्तूंनी भरून गेलेलं आहे.

हे जगाचं वैविध्य जे आहे, ते प्रत्येक गोष्टीच्या रूपात, नामात आहे. जसं की वनस्पती, पशू-पक्षी, दगड वगैरे हजारो गोष्टी, अर्थातच वेगवेगळ्या आहेत.

पण हे जग कितीही वैविध्याने सजलेलं असूदे, त्या प्रत्येक अन् प्रत्येक गोष्टीच्या आतील मूलद्रव्य किंवा चैतन्यतत्त्व मात्र एकच असून, सर्वांमध्ये ते आणि तेच चैतन्यतत्त्व विद्यमान आहे.

आता असं म्हटलं तरीसुद्धा सहाजिकच जगामध्ये एकमेकांशी फरक दिसतो. त्याचं कारण

प्रत्येकाचं बाह्य रंग रूप, आकृती, छाया वेगवेगळ्या आहे.

मुळारंभी फक्त एकच एक निर्गुण परमतत्त्व होते, तेच पुढे स्वनिर्मित प्रकृतीच्या शक्तीने सगुण, साकार, नामरूपात्मक वैविध्यांनी चित्रमय ब्रह्मांड झाले.

ह्या दृष्य, वैविध्यपूर्ण सृष्टीलाच वेदांतामध्ये 'माया' असे नाव देण्यात आले.

माया म्हणजे परब्रह्माची शक्ती. मायेच्या शक्तीच्या सहाय्याने त्याने हे विश्व निर्माण केले. माया म्हणजे प्रकृती. माया म्हणजे परब्रह्माची अगम्य लीला. त्रिगुणी प्रकृतीपासून एक एक करत पंचमहाभूते निर्माण होऊन क्रमाक्रमाने सृष्टी निर्माण होऊ लागली. ही सृष्टी निर्माण होण्याची जी क्रिया तेच ब्रह्मांडामधील आरंभ कर्म होते. ह्या अर्थाने माया म्हणजे प्रकृतीचा अखंड उद्योग, अखंड कर्म असही म्हणता येईल.

नित्य परब्रह्माने ही नामरूपात्मक सृष्टी का आणि केव्हा निर्माण केली हे अगम्य असल्याने आपण कितीही तर्कशुद्ध विचारांनी 'सृष्टीप्रारंभीचे' रहस्य शोधू म्हटले तरी सापडत नसल्याने ही परब्रह्माचीच अगम्य कृती, लिला आहे असं म्हणावं लागतं.

ब्रह्मांडाचे रूप, आदि, अंत नेमकेपणाने सांगता येत नसल्याने निर्गुण परमात्म्यामध्येच दिसून येते. हा सृष्टीचा भव्य पसारा म्हणजेच माया होय.

उपनिषदांनी म्हटलंय की, 'ब्रह्म सत्य जगत् मिथ्या'. ह्या वाक्याने तर आपल्याला अजूनच गोंधळायला होतं.

जगत् मिथ्या म्हणजे काय ? मला आणि फक्त मलाच नाही तर सर्वांनाच जे जग अगदी धडधडीतपणे लख्ख दिसताय, त्याला मिथ्या म्हणायचं ?

तर मिथ्या कोणत्या अर्थाने म्हटलं जातं हे लक्षात घेऊया –

१) सृष्टी स्पष्टपणे आपल्याला दिसते, अनुभवास येते हे जरी खरं असलं, तरी ती सदैव बदलत असते, तिच्यामध्ये काही ना काही बदल घडतच असतात, म्हणजे ती अनित्य आहे.

२) ती बदलत रहाते आणि ती अंती विनाश पावते. काहींचा विनाश प्रचंड कालावधीनंतर होत असेल, तर काही क्षणार्धातसुद्धा नष्ट होत असतील. पण विनाश अपरिहार्य आहे.

म्हणून वरील दोन्ही अर्थांनी हे जगत् मिथ्या आहे असं म्हटलं जातं.

जगतच कशाला, आपलं मन, अंतरंगसुद्धा जिथे आतल्या आत सदैव बदलत असतं, नी बाह्य दृष्ट्या काही घडलं नाही, तर अंतर्गत स्तरावर नात्यांची वीण कधी नष्ट होते, कधी नवीनच जोडली जाते, हजार गुंतागुंतीचा क्षणोक्षणी बदलणारा मनोव्यापर...! म्हणजे केवळ बाह्य जगतच नाही तर मनोविश्व ही बदलत रहातं. हे आपण सर्व अनुभवतोच.

पण ह्या सर्व बदलांचा एकमेव साक्षीदार मात्र नित्य आहे. म्हणून ते सत्य तत्त्व आहे. माया, सृष्टी ही खऱ्या अर्थाने सत्य कधीच होऊ शकत नाही. कारण सत्य म्हणजे जे सदैव असतेच असते ते.

आणि सृष्टी तर विनाशी. त्यामुळे विनाशी, विकारी, सतत बदलत्या जगाला सत्य मानणं हे आध्यात्मिक दृष्टीने अयोग्य ठरतं.

नामरूपांनाच माया म्हटलं जातं आणि नामरूपे ही अनित्य व असत्य असल्याने हा सर्व मायेचा पसारा मिथ्या मानला जातो. परब्रह्म केवळ सत्य आहे आणि माया ही त्रिगुणात्मक बनलेली आहे.

माया म्हणजे दुसरं तिसरं काही नसून ती अविद्या आहे असं म्हटलं जातं. का? कारण आपल्याला स्वतःचं खरं स्वरूप कळत नाही तोपर्यंत माया अस्तित्वात असते. मायेच्या पसाऱ्यात आपण आपलं स्वस्वरूप जाणण्याचा प्रयत्नच करत नाही.

जेव्हा मला ज्ञान होतं की मी परब्रह्माचाच अंश आहे तेव्हा ह्या सत्यानंतर, माझ्या दृष्टीने सर्व जगच ब्रह्ममय होऊन जातं. ज्ञान होत नाही तोपर्यंत माया ही ब्रह्मावरचे आवरण असतं.

नामरूपे म्हणजे – जसं की वनस्पती, पशू, पक्षी वगैरे, किंवा सर्व दृष्य सृष्टी आहे. त्याखाली दडलेलं मूळ निर्गुण तत्त्व हे चैतन्यतत्त्व – परब्रह्म आहे.

माया म्हणजे काय ? तर –	**परब्रह्म म्हणजे काय ? तर –**
१) दृष्य सृष्टीचा पसारा संसार आहे	१) मूळ चैतन्य तत्त्व हे
२) त्रिगुणी (सत्व, रजो व तमोगुणांनी युक्त) आहे	२) निर्गुण आहे
३) विविधता पूर्ण आहे	३) एकमेव आहे
४) मिथ्या म्हणजेच विनाशी, विकारी आहे	४) सत्य आहे अविनाशी /अविकारी आहे
५) अनित्य आहे	५) नित्य आहे

ह्या मायेमध्येच रहायचे आहे. पण फक्त सजगतेने राहिलं की हिच्या पार जाता येईल. माया सतत बदलणारी, विनाशी आहे. ह्या दृष्टीने ती मिथ्या आहे, असं जरी असलं, तरी आपण सर्वसामान्यांनी ह्याचा नेमका काय अर्थ घ्यायचा? माया, हे जग, हा संसार, नाहीतरी मिथ्याच आहे ना, मग मी कशाला व्यर्थ कष्ट करू? असं बऱ्याचवेळी सोयीस्करपणे वाटू शकतं, तर तो धोका टाळायला हवा.

माया, विनाशी मिथ्या आहे. म्हणून दोन विचारप्रवाह निर्माण होतात.

१) जबाबदाऱ्यांपासून पलायन कर्तव्यांपासून पलायन करण्यासाठी जग म्हणजे माया आहे, हे तत्त्व सोयीस्कर पडतं आणि पळवाट म्हणूनही संन्यास घेतला जाऊ शकतो.	१) ह्या संसाराच्या त्याच्या दोषांसकट स्विकार करून आपण कर्तव्य दक्षतेने संयमपूर्वक वागणे. अशी माणसे कर्तव्यदक्षपणे सर्व कर्म करीत असतात.

परमेश्वराच्या इच्छेमुळेच जर हे जगत्, हा संसार निर्माण झालेला आहे तर त्याला 'असत्य' मानणे योग्य होणार नाही.

माझा देह विनाशी आहे याचं भान ठेवूनच मला ह्या अनमोल आयुष्याचा विचार करावा लागेल.

मी जरी पूर्वजन्मांचे संचित, त्रिगुणात्मक स्वभाव, असंख्य दोष जन्मजात घेऊन आले असले, तरी माझ्या ह्या क्षणभंगुर देहामध्येच, आत्मारूपाने ईश्वरी अंशही मला भेट म्हणून मिळालाय हे भान आपण ठेवलं तर हे विनाशी आयुष्यही सार्थकी लावता येईल.

आहे हे जग विनाशी, रूप पालटणारे जग आहे. नाती रंग बदलत रहातात, स्वभाव बदलतात, माणसे दुरावतात सर्व काही घडत असतं. पण मी सुद्धा ह्याच मातीतील आहे, माझ्यातही अनेक दोष आहेत, त्यामुळे लोकांच्या दृष्टीने मीही वाईट ठरू शकते.

आता ह्यामधेच राहून जगत असताना आपली दमछाक होऊन, आपण नव्यानं, नव्या दृष्टीने 'ब्रह्म सत्य, जगत् मिथ्या' ह्या वाक्याचा अर्थ लावू पहातो, तेव्हा आपण ब्रह्मांडाच्याही पलीकडचा 'तो' परमेश्वर हे एक शाश्वत चिरंतन सत्य आहे असा विचार करू लागतो.

मायेमध्ये बुडून जाऊन मग त्यातूनच बाहेर पडण्याची इच्छा होते. बाहेर पडणं, म्हणजे संसार नाकारायलाच हवा असं नाही. तर निरपेक्ष मनानं सारी कर्तव्य करत आणि नाती सांभाळत, ईश्वरी अधिष्ठानावर स्थित राहून संसार करणं, म्हणजेही मायेपासून अलिप्त होऊन 'जगणं' होईल.

परमेश्वर निर्मित हा संसार व मायेचा पसारा आहे, हे भान ठेवून नीट वागल्याने आपला हा साधासाच जन्म, साधसच आयुष्य हेच पारमार्थिक आयुष्य बनून जातं. मायेमध्येच राहूनही माया पार करता येते. ह्यासाठीच गीतेचं चिंतन आणि मनन हवं.

ज्ञानयोग

भगवद् गीतेमधील ज्ञानयोग –

गीतेमधील अध्याय दुसरा हा ज्ञानयोग अध्याय आहे. ज्याला सांख्ययोग असंही म्हटलं जातं. सांख्य ह्या शब्दाचा अर्थ ज्ञानयुक्त बुद्धी / किंवा ज्ञान होय. आणि सांख्य म्हणजे संख्या. सांख्ययोग आणि सांख्य दर्शन ह्या दोन्ही वेगवेगळ्या गोष्टी आहेत.

सांख्यदर्शन म्हणजे भारतीय सहा दर्शनांमधील एक दर्शन.

	सांख्ययोग	**सांख्यदर्शन**
१)	गीतेमधील ज्ञानयोग आहे.	भारतीय दर्शनांपैकी एक आहे. ह्यामध्ये
२)	अद्वैतवाद मांडलेला आहे.	द्वैतवाद मांडलेला आहे.
३)	भगवंतांनी निर्मिलेला आहे.	तो कपिलमुनींनी मांडला आहे.

ज्ञानयोगामधील विशद केलेलं ज्ञान, म्हणजे नेमकं काय ? कोणतं ज्ञान ?

आपण सर्व जे भौतिक जगताशी निगडीत शिक्षण घेतो जसं की, वैद्यकीय ज्ञान, अभियांत्रिकी ज्ञान, भूगोल ज्ञान वगैरे ते म्हणजे ज्ञान असं अभिप्रेत आहे का?

तर नाही. हे ज्ञान मिळवणं महत्त्वाचं आहे, ह्याबद्दल शंकाच नाही. पण गीतेमधील ज्ञानयोग हा आत्मज्ञानाच्या संदर्भात आहे. आत्मज्ञान होणं म्हणजे स्वतःच्या खऱ्या स्वरूपाचं ज्ञान होणं. म्हणजे काय ? तर मी सध्या स्वतःबद्दल काय जाणते ? तर,

मी = म्हणजे देह. जो मन, बुद्धी, इंद्रिये वगैरे उपकरणांनी बनलेला आहे. म्हणजेच ज्ञान होण्यापूर्वीची, माझी, माझ्याबद्दलची संकल्पना.

	ज्ञानापूर्वी माझी अज्ञानात्मक संकल्पना	**ज्ञानानंतर माझी स्वतःबद्दलची संकल्पना**
१.	मी म्हणजे देह आहे.	मी म्हणजे निव्वळ देह नसून, देहामध्ये स्थित आत्मा हे माझं खरं स्वरूप आहे.
२.	मी देह असल्याने मी अर्थातच	मी देहही आहे पण तो विनाशी असल्याने

विनाशी आहे	नष्ट होणार आहे. पण माझं खरं नित्य स्वरूप आत्मा असल्याने मी अविनाशी आहे.

आणि आत्मा हा ब्रह्मरूप असल्याने अहं ब्रह्मास्मि हे जाणून त्याची यथार्थ अनुभूती घेणं म्हणजे 'ज्ञान' होणं होय.

गीता असं सांगते की, ब्रह्म तुमच्यातच स्थित असल्याने हे ज्ञान मिळविण्यासाठी बाहेरून काही गोष्ट मिळवायची नाहीए. हा फक्त जाणीव जागृत करण्याचा प्रवास आहे. अज्ञानाच्या अंधःकारातून ज्ञानाकडे जाणारा प्रकाशमार्ग म्हणजे 'ज्ञानयोग' आहे.

अज्ञानाचा मार्ग हा, शरीरापासून आरंभ होऊन → शरीर मृत्यूपर्यंत येऊन पोचतो. तर ज्ञानमार्ग हा शरीरापासून आरंभ होऊन → आत्मजाणिवेने → आत्म्याचा प्रवास निरंतर चालू रहातो.

आत्मनुभूतीने – फक्त शरीर मृत्यू पावते, हे कळते

आत्मज्ञान असं क्षणार्धात होणारं नसल्यामुळे (म्हणजे सर्वसाधारणपणे) ते प्राप्त करण्याकरता दोन प्रकारच्या साधना सांगितल्या जातात.

१) बहिरंग साधना – साधकाला काही नियम पाळावे लागतात. ह्या नियमांना बहिरंग साधना असे म्हणतात. (ह्या चार आहेत म्हणून त्यांना साधन म्हणतात).

२) विवेक – ब्रह्म ही एकच वस्तू सत्य आहे आणि सर्व जग हे अनित्य, विनाशी आणि बदलणारे आहे, ह्याचे सदैव भान ठेवून वागणे.

३) वैराग्य – भौतिक सुखसोयी, बाह्य विषय उपभोग ह्यामध्ये आकर्षण किंवा आसक्ती न ठेवणे.

३) षट्संपत्ती ह्यामध्ये खालील गुण संपादन करावे लागतात.

१) शम – विषय वस्तूंपासून मन बाजूला करून ते आत्मस्वरूपावर एकाग्र करणे.

२) दम – मन जेव्हा विषयांच्या मागे धावेल, तेव्हा त्याला तिथून परतवून आणून पुन्हा आत्मतत्त्वावर केंद्रित करणे.

३) उपरति – कर्मफळांची अपेक्षा न करता कर्म करणे म्हणजे उपरती होय.

४) तितिक्षा – आयुष्यात जी संकटे, दुःखे येतील ती शांत चित्तानं सहन करणे.

५) श्रद्धा – सद्‌गुरु आणि वेदांताच्या उपदेशानुसार आत्मतत्त्वाचे दर्शन होईल असा दृढ विश्वास मनामध्ये बाळगणे.

६) समाधान - आहे त्या परिस्थितीत मनःपूर्वक सुखी असणे.

४) **मुमुक्षुत्व - देहाशी निगडीत सर्व पाश, बंधने ह्यातून मुक्त होऊन जावे ही तीव्र इच्छा जागणे. हाच परमार्थाचा प्रारंभ असतो.**

१) अंतरंग साधना - अंतरंग साधनेमध्ये → काय येतं ? तर -

२) श्रवण - गुरुजनांचे उपदेश, विचार ऐकणे. आध्यात्मिक विषयासंबंधात श्रवण करून माहिती घेणे. प्रवचन, व्याख्यान वगैरे ऐकणे.

३) मनन - जे ऐकलं आहे, वाचलं आहे त्यावर चिंतन करणं, त्यावर विचार करणं.

३) **निदिध्यासन - सदैव ध्यानस्थ अवस्था (व्यावहारिक जगामध्येही ही जाणीव ठेवून वागणे.**

१) पूर्णपणे ब्रह्म स्वरूपामध्ये स्थित ध्यान झाल्यावरही व्यावहारिक जगात वावरताना अहं ब्रह्मास्मि ह्या जाणिवेमध्ये राहणे ह्यासाठी यम, निगम, मौन, आसन, त्याग, प्राणायाम, प्रत्याहार, धारणा आणि ध्यान करणे आवश्यक आहे.

४) **समाधी - आत्मतत्त्वामध्ये लीन होणे.**

१) अंतरंग साधनेमधेही ४ गोष्टी आहेत. श्रवण, मनन, निदिध्यासन आणि समाधी आहेत.

२) बहिरंग साधनेसाठीही ४ गोष्टी आहेत. विवेक, वैराग्य, षटसंपत्ती आणि मुमुक्षुत्व आहेत.

अशा प्रकारे साधकाने ह्या साधनांच्या आधारे ज्ञानयोग मार्गाने आत्मानुभूती घ्यावी. हा खूप खडतर मार्ग समजला जातो. कारण, निर्गुण निराकार ब्रह्म उपासनेसाठी घ्यायचे असल्याने मन एकाग्र करणे कठीण असते.

भक्तीयोग

परब्रह्माचे मूळ स्वरूप हे खालीलप्रमाणे आहे.

मूळ परब्रह्म
↓ त्याच्यापासून

जीवात्मा → ↓ → मनुष्य

प्रकृती → ↓ → सर्व सृष्टी

मूळ परब्रह्म हे मूळ प्रकृती आणि जिवात्मा ह्या दोन्ही तत्त्वांपलीकडचे असून ते निर्गुण, निराकार, अज, अव्यक्त, अनादि अव्यय आहे. हे मूलतत्त्व जाणण्याचे, परमेश्वरी स्वरूप समजण्याचा अजून मार्ग म्हणजे सरल, सुमधुर भक्तीमार्ग होय.

ह्या मार्गाची सरलता म्हणजे इथे साधक उपासनेसाठी निर्गुण ब्रह्माचे प्रतिक ह्या दृष्टीने सगुण साकार रूप घेतो. इथे आपल्याला ज्ञानयोग आणि भक्तीयोग ह्यांची तुलना करता भक्तीमार्ग सहज सुलभ कसा होतो ते कळू शकेल.

ज्ञानयोग म्हणजे	**भक्तीयोग म्हणजे**
१) उपासनेसाठी म्हणजे ध्यानासाठी घेतलेले ब्रह्मस्वरूप हे अव्यक्त निर्गुण असते.	१) उपासनेसाठी घेतलेले ब्रह्मस्वरूप हे प्रतिकात्मक सगुण साकार असते
२) ज्ञानयोगामध्ये अद्वैत असते. अहं ब्रह्मास्मि ह्या प्रकारे परमेश्वराचे ज्ञान होते.	२) उपासक आणि उपास्य असे द्वैत असते. सर्व ब्रह्मांडात परमेश्वर भरून राहिलेला आहे. ही अनुभूती येऊन परमेश्वराचे ज्ञान होते.

आपण उपासनेसाठी जे उपास्य दैवत घेतो, ते एका सर्वव्यापी परमेश्वराचेच चिन्ह स्वरूप प्रतिक आहे हे आपण लक्षात ठेवायला हवे.

ह्यामध्ये भक्त आणि परमेश्वर ह्यांच्यामध्ये एक मधुर संबंध निर्माण होतो. परमेश्वराला भक्त वेगवेगळ्या रूपात पहातो, जसं की रक्षणकर्ता, माता, पिता, साक्षी, सखा ह्या वेगवेगळ्या भावनेने भक्त पहात असतो.

तो इष्ट देवतेमध्ये ईश्वरभक्तीची भावना ओतून त्याची प्रेमाने पूजा करतो व ह्यालाच प्राणप्रतिष्ठा करणे असं म्हणतात.

आपला उपजत स्वभाव कसा बनला आहे, त्याप्रमाणे आपण उपासना करत असतो. सर्वसाधारणपणे भक्तीच्या चढत्या पायऱ्या अशा असतात.

१) सकाम भक्ती → १) वैभव सुखप्राप्तीसाठी भक्ती केली जाते.
२) दुःख निवारणासाठी भक्ती केली जाते.
मग (राजस भक्ती) → ३) काही विशिष्ट इच्छा मनात धरून, त्याच्या पूर्तीसाठी भक्ती घडते.

४) आपल्या आयुष्याचे रक्षण करण्यासाठी खालील गोष्टी केल्या जातात.
साधना मार्ग → प्रार्थना पूजाअर्चा, मंत्रजप धार्मिक विधी वगैरे उपासना केल्या जातात.
↓

२) हळूहळू परमेश्वरावरील श्रद्धा वाढत जाऊन दृढ विश्वास निर्माण होतो. आपल्या मागण्या कमी होत जातात.
सात्विक साधना म्हणजे नामस्मरण, चिंतन, वाचनाने सखोल प्रगल्भ भक्तीमध्ये रूपांतर होते.
सकाम इच्छा, मागण्या पूर्णपणे कमी होत जातात.

३) निष्काम भक्ती → परमेश्वराला अनन्य शरणतेने पूजून आपल्या सगळ्या अपेक्षा थांबतात.
पूर्ण सात्विकमय भक्ती जीवनाचा अविभाज्य भाग बनतो.

भक्तीमधील उपासना → समर्पित वृत्ती सर्व लोकांप्रती प्रेमभावना, सर्व ब्रह्मांडात ईश्वराचे अस्तित्व दाटलेले आहे, त्याची अनुभूती आणि ईश्वराशी अतूट निरपेक्ष अनुसंधान म्हणजे भक्तीच्या रसपूर्ण मार्गावरून चालता चालता सर्वांभूमी एक आत्मा हे परमेश्वराबद्दलचे ज्ञान प्रत्यक्ष अनुभूतीला येऊन त्यामुळे भक्तामध्ये अंर्तबाह्य बदल होतो. दया, क्षमा, करुणा, प्रेम ह्या अभिजात भावनांनी त्याच्या जाणीवा समृद्ध होतात.

उत्कट भक्तीच्या उत्कर्षाने

↓

भक्ताला परमेश्वर स्वरूपाचे यथार्थ ज्ञान होऊन

↓

तो, त्याचा प्रत्यक्ष अनुभव घेतो.

↓

भक्ताला सर्वत्र परमेश्वराची सत्ता जाणवू लागते.

आणि परमेश्वर स्वरूपाच्या ह्या यथार्थ ज्ञानामुळे भक्ताला मोक्ष मिळतो.

आता भक्त परमेश्वराच्या कृपेमुळे मला हा जन्म मिळाला असून त्याच्या इच्छेनुसार मी माझे कर्तव्य करत राहीन अशा भावनेने सर्व कर्म कृष्णार्पण करून कृतकृत्य होतो.

भक्ती ही एक सर्वश्रेष्ठ मंगल भावना आहे. आपल्यातील दोषांचं निराकरण आणि सद्गुणांचे संवर्धन म्हणजे भक्ती.

माझ्यामध्ये जे जे दोष आहेत, विकार आहेत ते सर्वप्रथम स्वतःशी मान्य करून ते आधी कमी करण्याचा प्रयत्न करणं म्हणजे भक्ती.

ईश्वराविषयी प्रचंड कृतज्ञता बाळगणं म्हणजे भक्ती.

आपला अहंकार कमी करण्याचं सगळ्यात महत्त्वाचं साधन म्हणजे भक्ती.

आपलं सारं जीवन रससंपन्न करणारी भक्तीमयता आपल्याला लाभो हीच प्रार्थना.

निष्काम कर्मयोग

भगवद् गीता ही आपल्या संस्कृतीमधील अत्यंत अनमोल रत्नांचा खजिना आहे. मानवी जीवनाला समग्रतेने न्याहाळणारा, त्याच्या प्रत्येक संकटांमध्ये त्याच्या सोबत चालणारा एक आश्वासक दीपस्तंभ आहे. भगवद् गीतेचं कितीही गुणगान केलं तरी ते कमीच ठरेल.

भगवद् गीतेचं मर्म कोणतं असेल तर ते म्हणजे मानवाला निष्काम कर्मयोगाचा अपूर्व असा सिद्धांत बहाल करून जीवन जगण्याची एक अर्थपूर्ण पद्धत दिलेली आहे.

अध्याय ३(१०) मध्ये भगवंत अर्जुनाला उपदेश करतात की, तू आसक्ती सोडून नेहमी कर्तव्य कर्म चांगल्या रितीने सिद्ध कर. कारण अनासक्तिने कर्म केल्यास तो मनुष्य परमात्म्याला प्राप्त होतो.

आपण व्यवहारिक जगामध्ये आपले आणि आपल्या कुटुंबियांचे धारण पोषण करण्यासाठी जे व्यवसाय, उद्योग, नोकरी करतो, तेव्हा अर्थातच मनामध्ये कर्मफलाची अपेक्षा असणारच. त्यामध्ये गैर काहीच नाही. तेव्हा तिथे कर्मफळाची आशा न करता कर्म करा हे सांगणं योग्य ठरणार नाही. त्यामुळे समाजव्यवस्थेचं संतुलन ढासळून पडेल.

निष्काम कर्माचा सिद्धांत हा प्रामुख्याने मनुष्य जेव्हा लोककल्याणासाठी काही कार्य हाती घेतो तेव्हा मनुष्याने निरपेक्ष बुद्धीने त्यामध्ये झोकून द्यावे अशी अपेक्षा आहे.

आसक्तीचा त्याग करून केलेली कर्मे म्हणजे निष्काम कर्मे हे जरी खरं असलं तरी आसक्ती म्हणजे नेमकं काय हे ही बघायला हवं.

आपण कोणतेही कर्म करायला घेण्यापूर्वी त्याची योजना आखतो. आपल्या मनात त्याबद्दल काही विचार असतात. त्या कर्मांच्या योजनेमध्ये त्याचं कर्मफळ साधारण किती मिळू शकेल ह्याचाही थोडाफार अंदाज बांधला जातो. हे सर्व

आवश्यकच आहे कारण, त्यामुळेच कर्म व्यवस्थित रितीने होऊ शकेल.

कर्मफळाची आसक्ती नको, म्हणजे काय ? तर-

१) कर्मफळ मिळालं तर ते नाकारायचं का? तर नाही. तर-

२) मला अमुक एक विशिष्ट एव्हढच फळ मिळालंच पाहिजे असा आग्रह नको.

३) कर्मफळाच्याच आशेत गुंतून त्याचा अट्टाहास किंवा कष्ट नको.

४) जेव्हा मनुष्याचा असा दुराग्रह किंवा हट्टीपणा चालू होतो की -

१) मला अमुकच कर्मफळ हवं.

२) ते फळ मलाच मिळायला हवं.

३) ते फळ असच हवं, एव्हढच हवं वगैरे जेव्हा अपेक्षा असतात. तेव्हा त्याला कर्मफळाची आसक्ती ठेवणे असं म्हटलं जातं.

निरपेक्ष भावनेने अत्यंत मनापासून लोकांच्या उद्धारासाठी तळमळून जे कार्य केले जाते ते निष्काम कर्म आणि ते केल्यामुळे साधकाला मोक्षप्राप्ती किंवा परमेश्वर प्राप्ती होते असे भगवंत आश्वासन देतात.

जेव्हा कोणी महात्मा/साधक समाजासाठी निष्काम वृत्तीने कर्मयोग आचरतो, तेव्हा त्याच्या स्वार्थरहित कर्मामध्येच इतरही सिद्धांताचा समावेश झालेला असतो.

१) आत्मज्ञान होणे म्हणजे सर्वभूती एक आत्मा ह्याची यथार्थ जाणीव होणे. असं आहे तर निष्काम कर्मयोगी हे 'तत्त्व नुसतेच' जाणतो असं नाही तर, त्याच्या प्रत्यक्ष वागणुकीमधूनच ते ज्ञान प्रकट होत असते. सर्वांप्रती प्रेम, कळकळ, अनुकंपा असल्याशिवाय आणि हा माझा, हा परका अशा प्रकारचा कोणताही भेदभावच त्या कर्मयोद्धाच्या मनात नसल्यामुळे तो सर्वांच्याच उद्धारासाठी समत्व चित्ताने झटत असतो. म्हणजे त्याच्या कृतीमधे आणि आत्मज्ञानामधे अंतरच रहात नाही. त्याच्या निष्काम कर्मयोगातूनच आत्मज्ञान प्रगट होत असतं.

निष्काम कर्म म्हणजेच प्रगट आत्मज्ञान असं विलक्षण समीकरण त्याच्या बाबतीत निर्माण होतं. वैयक्तिक मोक्षप्राप्तीला लोककल्याणाची जोड देऊन व्यक्तीगत विकास व समाज धारण ह्यांची घट्ट वीण ह्यामध्ये जोडली जाते.

माणूस हा फक्त स्वतःसाठी जगला तर आपण त्याला स्वार्थी म्हणतो. मग जेव्हा साधक परमार्थामध्ये, वैयक्तिक मोक्षप्राप्तीमध्ये / आत्मज्ञानामध्ये तृप्त रहात असेल तर तो ही परमार्थामधीलच एक उच्च दर्जाचा, सात्विक पण स्वार्थच नाही कां?

म्हणूनच ज्ञानी, जाणत्या माणसांनी, त्यांच्या ज्ञानाचा लाभ, समाजालाही देऊ केला तर त्यामध्ये व्यष्टी आणि समष्टी ह्या दोन्ही घटकांचा सन्मान होऊन ती परमेष्ठीची यथार्थ उपासना होईल. (म्हणजेच निष्काम कर्मामध्ये, परमेश्वर भक्तीही

असते असं आपल्याला म्हणावं लागेल.)

निष्काम कर्मयोगी स्वतः जरी विरक्त असला तरी स्वतःसाठी काही मिळवायचं नसलं तरी तो समाजाच्या भल्यासाठी झटत रहातो हे त्याचं स्पृहणिय कार्य असतं.

आपणासारख्या सामान्यांना आसक्ती सोडणं सहजासहजी जमणार नाही हे खरं. पण आपण तसा चिकाटीने प्रयत्न करत राहिलो, तर आपल्यालाच एक दिवस जाणीव होईल की आपण आसक्तीचं ओझं वाहून, उगीचच स्वतःला मनस्ताप देत होतो.

भगवंताच्या उपदेशाची हीच तर गंमत आहे की, सर्वप्रथम आपल्याला सगळंच अशक्य वाटत रहातं. हळूहळू अभ्यासाने, चिंतनाने हे सिद्धांत मन बुद्धीमध्ये उतरायला लागतात नी, आपण आत्मविकसनाचे एक एक टप्पे आपल्याही नकळत कधी पार करत जातो ते कळतच नाही. आत्मज्ञान प्राप्तीचे चार मुख्य मार्ग म्हणजे, ज्ञानयोग, भक्तीयोग, अष्टांगयोग आणि निष्काम कर्मयोग ह्या चारींकडे थोडक्यात नजर टाकू.

परमेश्वर प्राप्तीचे मुख्य चार मार्ग आणि त्यांची वैशिष्ट्ये काय आहेत ते बघूया-

१) मार्ग क्रमांक १ – ज्ञानयोग

अर्थ – आपल्या बुद्धीद्वारे प्रथम परमेश्वर जाणून घेऊन मग निर्गुण परमतत्त्वावर ध्यानाद्वारे लक्ष केंद्रित करून इंद्रियांतीत असलेली आत्मानुभुती येणे म्हणजे ज्ञानयोग आहे.

साधन – ज्ञानयोगाची साधने – श्रवण, मनन, चिंतन, निदिध्यासन, विवेक, वैराग्य, षट्संपत्ती (म्हणजे षट् गुण आत्मसात करणे) मुमुक्षूत्व आणि समाधी.

हेतू – परमेश्वर प्राप्ती करून घेणे.

प्राधान्य – कशाला असते ? – ज्ञानमार्गात सर्वसाधारणपणे कर्मसंन्यास घेण्याला प्राधान्य असते.

दृष्टिकोन – ज्ञानयोगामध्ये साधारणपणे ज्ञानीचा जगताकडे बघण्याचा दृष्टिकोन हा 'नैति नेति' स्वरूपाचा असतो. म्हणजे ते सृष्टीला मिथ्या मानतात आणि एकमेव परब्रह्मच सत्य आहे असे मानले जाते.

२) मार्ग क्रमांक २ – भक्तीमार्ग

अर्थ – साधक किंवा भक्त हा सगुण साकार ईश्वराची उपासना करतो. भक्ताला, ईश्वराच्या उपासनेने आत्मज्ञान होते.

साधन – श्रद्धायुक्त भक्ती, परमेश्वरावर अतुट विश्वास, पूजन, किर्तन वगैरे सहाय्यभूत साधने ठरतात.

हेतू – परमेश्वर प्राप्ती आपल्या निःस्सीम भक्तीद्वारे करून घेणे.

प्राधान्य कशाला असते ? – प्राधान्य कर्म योगाला असते.

दृष्टिकोन – भक्ताचा जगताकडे बघण्याचा दृष्टिकोन हा 'इति इति' ह्या स्वरूपाचा असतो. म्हणजे ते ह्या ब्रह्मांडाकडे/सर्व सृष्टीमध्ये एकच एक परमेश्वर वसलेला आहे. ह्या दृष्टीने बघतात. मार्ग क्रमांक ३ – अष्टांगयोग/ध्यानयोग

अर्थ – साधक अष्टांग योगामधील सर्व नियम पाळून, ध्यानधारणेने आत्मानुभूती घेतात.

साधन – यम नियम, आसन, प्रत्याहार, प्राणायाम, धारणा, ध्यान व समाधी.

हेतू – परमेश्वर प्राप्ती करून घेणे.

प्राधान्य कशाला असते ? – प्राधान्य कर्मसंन्यासाला असते.

दृष्टिकोन – साधकाचा दृष्टिकोन हा 'नेति नेति' ह्या स्वरूपाचा, साधारणपणे असतो.

मार्ग क्रमांक ४ – निष्काम कर्मयोग.

अर्थ – साधक, लोककल्याणार्थ, निःस्वार्थी प्रेरणेने, आसक्तीविरहित कर्म करतो.

साधन – देशासाठी–समाजासाठी निष्काम कर्मयोग करणे.

हेतू – निष्काम तपस्यापूर्वक कर्मांनी परमेश्वर प्राप्ती करून घेणे.

प्राधान्य कशाला असते ? – प्राधान्य निष्काम कर्मयोगाला असते.

दृष्टिकोन – साधकाचा दृष्टिकोन हा 'इति इति' ह्या स्वरूपाचा असतो. सर्व प्राणीमात्रांमध्ये एकच ईश्वरी तत्त्व असल्याने साधकाला सर्वांप्रति प्रेम आणि कळवळा असतो.

स्थितप्रज्ञता

भगवद् गीता ही नुसतच कोरडं तत्त्वज्ञान सांगण्यासाठी सांगितली गेली नाही, तर प्रत्यक्ष जीवन सुफल संपन्न करण्यासाठी मानवाला उद्युक्त करण्यासाठी सांगितली गेली आहे. मनुष्याने आत्मज्ञान प्राप्त करून घेऊन जीवन सार्थकी लावावं हा गीतेचा संदेश आहे.

मग अशा आत्मज्ञानीचं प्रत्यक्ष व्यवहारामध्ये वर्तन कसं असतं हे भगवंत दुसऱ्या अध्यायामध्ये स्पष्ट करतात.

ज्ञानी हा 'स्थितप्रज्ञ' असतो. म्हणजे काय ? तर साधक जेव्हा मनातील सर्व कामनांचा त्याग करतो. तेव्हा त्याला स्थितप्रज्ञ असे म्हणतात. पण माझ्या मनामध्ये तर असंख्य कामनांचे डोंगर उभे असतात. मग ज्ञानी कोणत्या रितीने हे साध्य करतो?

तर आम्हा सामान्यांचा जगण्याचा जो जीवन स्तर आहे आणि ज्ञानाचा जीवनस्तर ह्यामध्ये प्रचंड अंतर असतं.

अ) सामान्य माणसाची जीवनस्तर रेषा कशी असते ? तर -

अ ———————————————— ब

↓ ↓

जन्म → भावना → कामना → इच्छा → मृत्यू असा साधारण स्तर असतो.

जन्म —— आणि —— कामनापूर्ती -

ब) ज्ञानी माणसाची जीवनस्तर रेषा कशी असते ? तर -

अ ———————————————— ब

↓ ↓

जन्म → साधना → तपस्या → वैराग्य → मृत्यू

असा ज्ञानीचा जीवनस्तर असतो.

हे असं का होतं? तर ज्ञानी कामनांचा त्याग असा करतच नाही, ते त्याच्याकडून अत्यंत सहजतेनं केलं जातं. त्याच्या हृदयात शांती आणि समाधानाचा अक्षय साठा निर्माण झालेला असतो.

तो एव्हरेस्टच्या टोकावर / शिखरावर उभा आहे आणि मी पायथ्याशी उभी असेन तर सहाजिकच त्याच्या दृष्टीला दिसणारं जग आणि माझ्या नजरेत मावणारं जग ह्यामधे निश्चितच फरक पडणार.

२) स्थितप्रज्ञ ज्ञानीला सुखामध्ये सुख नाही आणि दुःखामध्ये त्याला उद्वेग नाही. कारण तो आता पूर्णपणे जाणतो की, है सुखदुःखाचे आवेग प्रकृतीच्या स्तरावर, तिच्यामुळे घडत असतात. आयुष्य म्हणजे अनेक भावभावनांची/हेलकाव्यांची न संपणारी साखळी आहे. ती अपरिहार्य आहे. पण प्रत्येक वेळेस त्याच्याबरोबर वहावत जायचं नसतं, हे ज्ञानी जाणून असतो.

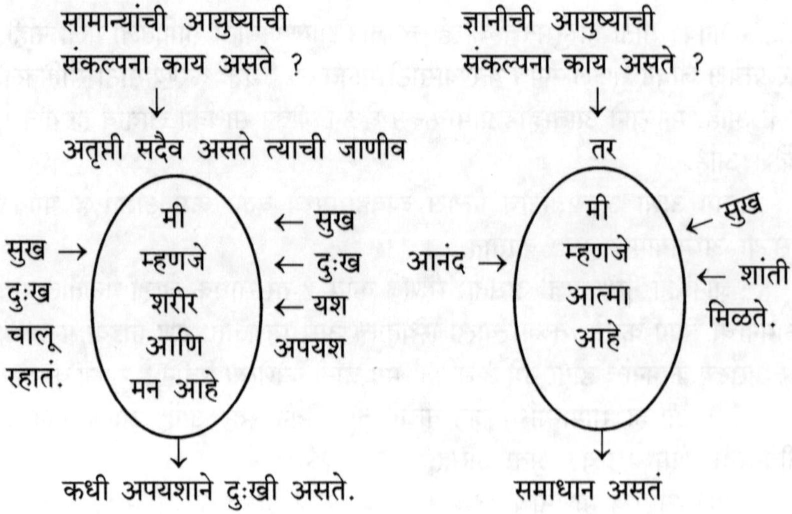

सामान्य माणसाची जाणीव, स्वतःच्या देह आणि मनाशी घट्ट चिकटलेली असते. म्हणून तो सदैव यश, अपयश, सुख-दुःखांच्या वर्तुळामध्ये गोल फिरत रहातो.

तर आत्मज्ञानी व्यक्ती जाणते की तिचं खरं स्वरूप आत्मा असून, निव्वळ देहापुरतं तिचं स्वरूप मर्यादित नसल्याने देहाचे विकार, देहाचे राग, द्वेष या सर्वांपासून ती मुक्त असते.

१) तशी तर मलाही स्थितप्रज्ञता म्हणजे काय आहे ते पक्कं ठाऊक असतच की!

मला जेव्हा दुसऱ्याच्या दुःखात सामील व्हायचं नसतं. तेव्हा मी छानपैकी अलिप्तपणे त्याच्या दुःखांकडे बघते.

२) मला जेव्हा दुसऱ्यांना संकटांत मदत करायची नसते, तेव्हा मी दुसऱ्यांच्या

प्रती स्थितप्रज्ञच असते.

पण ज्ञानीजवळ ही लबाडी नसते. तो दुःखात दुःखी होत नाही याचा अर्थ, तो त्याही परिस्थितीमध्ये मनावर नियंत्रण ठेवून त्या दुःखात वहावत जात नाही, त्यावर मार्ग काढून शक्य तेव्हढे प्रयत्न करून झाल्यावरच तो तटस्थ रहातो.

त्याला जर आता प्रत्येक व्यक्ती परमेश्वरस्वरूप झाली तर त्याच्या मनात दुजाभाव नसल्याने तो सर्वांसाठी तन्मयतेने झटतो.

	सामान्यांची स्थितप्रज्ञता	**ज्ञानीची स्थितप्रज्ञता**
१)	ही सोयीस्कर असते. स्वार्थ केंद्रित असते. जबाबदारी टाळण्यासाठी बरेच वेळा असते. दुसऱ्यांप्रती असंवेदनशीलता असते.	ही स्वतः सकट सर्वांप्रती सारखी असते. जबाबदारी पूर्ण करून मग तो स्थितप्रज्ञ असतो.
२)	सदैव अतृत्पता असते. हे हवं, ते हवं याचा आक्रोश चाललेला असतो.	हे हवं असा आग्रह नाही. मिळेल ते स्विकारायचं अट्टाहास नसतो.
३)	सदैव चंचल मन, अस्थिरता, बेचैनी त्यामुळे असमतोलत्व असतं.	बाह्य गोष्टींवर मनाची समतोलता अवलंबून नसते. तो अंर्तबाह्य शांत असतो.

आपणही स्थितप्रज्ञतेसाठी जाणीवपूर्वक काही सवयी लावून घेऊ शकतो. जसं की -

१) कामनांवर नियंत्रण ठेवणे.

२) निश्चयपूर्वक मर्यादित उपभोग घेणे.

३) संयमन राखून मन ताब्यात आणणे.

४) मनाला हळूहळू प्राप्त स्थितीचा स्विकार करून सुखी असण्याची सवय लावून घेणे.

५) ध्यानधारणा करून मन शांतचित्त ठेवणे.

स्थितप्रज्ञता म्हणजे -

१) असंवेदनशील होणे नाही.

२) बेजबाबदार वागणे नाही.

३) दुसऱ्यांच्या दुःखांच्या प्रती तुटकपणा नाही.

१) ज्ञानीच्या सुखदुःखाच्या संकल्पनाच पूर्णपणे बदलून गेल्यामुळे त्याच्यावर

आपल्या सामान्यांच्या सुखदुःखांचा परिणाम होऊ शकत नाही. तो त्यामध्ये क्षणाक्षणाला बुडून जाऊन त्याची स्थिर बुद्धी ढळू देत नाही.

स्थितप्रज्ञ माणूस म्हणजे त्याला कुणाच्याच सुख-दुःखांशी काही देणं घेणच नसतं, असा एक मोठ्ठा गैरसमज असतो. पण तसं नसून, स्थितप्रज्ञ माणूस, त्याच्यापरीने सर्वांनाच दुःखातून बाहेर काढायचा प्रयत्न करेल, दुसऱ्यांच्या सुखात तो आनंद घेईल, पण त्यांनाच चिकटून न रहाता, हे सर्व प्रकृतीचे विकार आहे हे जाणून तो मनातून शांत असेल.

	सामान्यांची सुखदुःखे ही	**ज्ञानीच्या बाबतीत**
१)	शारीरिक सुखदुःखांशी निगडीत असतात.	पूर्णपणे त्रयस्थपणे शरीराकडे बघू शकत असल्याने त्या सुखदुःखांचा त्रास होत नाही.
२)	मानसिक ताण-तणाव, मानसिक सौख्य यांचे बदल घडवत असतात.	तो मनाच्या व्यापारांकडे तटस्थपणे बघत असल्याने तो त्याच्या अतीत असतो.

सामान्यांची सुखदुःखे ही	**ज्ञानीची सुखदुःखे ही**
तो शरीर, मनाशी घट्ट बांधला गेल्याने क्षणोक्षणी भावनिक चढउतारांना सामोरे जातो.	तो आत्मस्थित असल्याने साक्षीभावाने ह्या चढउतारांकडे बघतो.

भगवान श्रीकृष्ण

भगवान श्रीकृष्ण हे सर्वांचे पूजनीय, वंदनीय दैवत आहे. ते परमेश्वराचे (श्रीविष्णूंचे) आठवे अवतार असं मानलं जातं. त्यांचा जन्म द्वापारयुगामध्ये झाला. हा अवतार युगावतार मानला जातो. ते निष्काम कर्मयोगी आणि दैवी सत्गुण संपन्न महान पुरुष होते. खऱ्या अर्थाने लोकनायक होते. ते स्वतः ईश्वरी अवतार असूनही त्यांनी मानवी जीवनाच्या सर्व बाजूंना स्पर्श केला. त्यांचं जीवन चरित्र हे बुद्धिमत्ता, चातुर्य युद्धनिती निपूण अशा वैशिष्ट्यांनी संपन्न होतं.

कुरुक्षेत्रावर अर्जुनाला सांगितलेली 'भगवद् गीता' ही अखिल मानवजातीसाठी तिच्या सर्वांगिण विकासासाठी शास्त्रशुद्ध जीवन प्रणाली आहे. काळ बदलतो त्यानुसार परिस्थिती बदलत रहाते, पण गीतेसारखा असामान्य ग्रंथ हा उपयुक्त ठरतो. कारण काळ कोणताही असू दे त्यामधील मार्गदर्शक तत्त्व दीपस्तंभासारखी सदैव माणसाला आधार देत रहातात.

भगवद्गीता आपल्याला बहुविध छटांनी सर्वच इच्छित गोष्टींसाठी मार्गदर्शन करत असते. कसं ते आपण खालील तक्त्यांवरून जाणून घेऊया.

(अ) मनःशांती / मनस्वास्थासाठी कोणते श्लोक हे संदर्भ म्हणून वापरावेत?

	अध्याय	श्लोक	अर्थ	अभिप्रेत सूचना
१)	२	६४	आपले अंतःकरण ताब्यात ठेवून चित्त प्रसन्न ठेवणे.	१) प्रीती, द्वेष वगैरे विकारांपासून मुक्त होणे. २) इंद्रिय संयमनाने मन प्रसन्न रहाते.
२)	६	१५	योगाभ्यास चालू ठेवल्याने मनःशांती मिळते.	ध्यानधारणेमुळे चंचल मन ताब्यात येते.
३)	९	१३	भक्त परमेश्वराचे भजन, किर्तन करतात.	परमेश्वराला अनन्य भक्तीने शरण जाऊन त्याचे चिंतन केल्याने मन शांत होते.

४)	१२	८	परमेश्वराच्या ठायी मन आणि बुद्धी ठेव.	परमेश्वराशी अनुसंधान ठेवल्याने मनःस्वास्थ्य लाभते.
५)	५	१२	कर्मफळाच्या आसक्तीचा त्याग करून मनःशांती मिळते.	कर्मफळाच्या चिंतेने, ताण-तणाव निर्माण होतात, म्हणून निष्कामतेने उत्कृष्ठ कर्म करीत रहावे.

(ब) ऐश्वर्य/वैभव प्राप्तीसाठी गीतेमधील मार्गदर्शक श्लोक –

१)	६	५	आपण स्वतःच स्वतःचा उद्धार करावा.	निष्क्रियतेमध्ये आयुष्य व्यर्थ घालवू नये. सतत उद्योगशील रहावे.
२)	११	५५	तू उठ, यश मिळव.	समृद्ध जीवनासाठी परिस्थितीचा सामना करावा लागतो.
३)	१७	२३	परब्रह्माचा निर्देश ॐ तत् सत् ने होतो	सत् ह्या निर्देशकामध्ये सकाम सत्कर्मेही अंर्तभूत आहेत. ती केल्याने वैभव प्राप्त होते. आपापला उद्योग नीतीपूर्वक केल्याने वैभव प्राप्त होते.
४)	१८	४६	आपापले स्वकर्तव्य केल्याने सिद्धी प्राप्त होते.	आपापला उद्योग नीतीपूर्वक केल्याने वैभव प्राप्त होते.

(क) शारीरिक स्वास्थ्यासाठी गीतेमधील मार्गदर्शक श्लोक –

१)	२	३१	आपापला स्वधर्म पाळणे आवश्यक आहे.	कर्तव्य चोखपणे बजावल्याने आपले शरीर स्वास्थही व्यवस्थित रहाते.
२)	३	३०	तू युद्ध कर.	कितीही संकटं आली तरी निष्क्रियता नको. कार्यरत राहिल्याने शरीर चांगले रहाते.
३)	४	४२	कर्मयोगाचा आश्रय करून युद्धाला उभा रहा.	पलायनवाद नको. कर्म केल्यानेच शारीरिक स्वास्थ्य लाभेल.

४)	८	७	परमेश्वराचे स्मरण करून युद्ध कर.	आपापली स्वकर्तव्ये करत राहिल्याने शारीरिक स्वास्थ्य लाभते.

(ड) बैद्धिक विकसनासाठी गीतेमधील मार्गदर्शक श्लोक –

१)	२	४१	बुद्धीची एकाग्रता हवी.	कोणतेही कार्य तडीला नेण्यासाठी एकाग्रता हवी.
२)	२	४९	साम्य बुद्धी संपादन करावी.	फळाच्या आशेने कर्म न करता आणि कर्माच्या यश / अपयशाची चिंता सोडून देऊन आणि कर्माच्या यश / अपयशाची चिंता सोडून देऊन कर्म करणे. ही साम्य बुद्धी होय. आपण ती अंगिकारण्याचा प्रयत्न करावा.
३)	२	६१	स्थिर बुद्धीसाठी इंद्रियांवर नियंत्रण ठेवावे.	इंद्रियांवर नियंत्रण आणि संयमपूर्वक उपभोगाने बुद्धी स्थिर रहाते.
४)	५	२०	प्रिय किंवा अप्रिय गोष्ट मिळाली असता शांत चित्ताने स्विकार करावा.	घटनांमध्ये वहावत जाऊन बुद्धिचे संतुलन बिघडू देऊ नये.
५)	६	३१	सर्वांभूती एक आत्मा ही जाणीव ठेवावी.	भेदभाव न करता सर्वांशी सारखेपणाने वागावे.

व्यावहारिक जगात वावरताना आवश्यक तो भेदाभेद ठेवावा लागतो. तरीसुद्धा मनामध्ये ही एकत्वाची बुद्धी कायम ठेवावी.

(ई) सामाजिक संबंध मान–सन्मानासाठी गीतेमधील मार्गदर्शक श्लोक

१)	४	३१	यज्ञ म्हणजे नित्यकर्म–न	
२)	१६	१	केल्यास इहलोक व परलोक सिद्ध होत नाही.	आपण आपल्या सद्गुणांनी समाजामध्ये मान मिळवू
३)	१६	२१	काम, क्रोध आणि लोभ हे दुर्गुण मानवी संबंध	ह्या विकारांवर नियंत्रण ठेवू योग्य आचरण करावे. म्हणजे

		बिघडतात.	समाजामध्ये योग्य मान मिळेल.
४) १७	२	प्रत्येकामध्ये सात्विक राजस, तामस हे त्रिगुण कमी जास्त प्रमाणात असतात.	आपल्यातील सात्विकता वाढवून चांगले वागावे.

फ) परमेश्वर अनुसंधान आणि श्रद्धेसाठी गीतेमधील मार्गदर्शक श्लोक :-

१) ९	२७	तू जे जे करतोस, खातोस ते ते मला अर्पण करत जा.	ईश्वर समर्पित भावनेने आयुष्य जगावे.
२) १२	२०	भक्तीरसमय असा हा धर्म श्रद्धेने आचरावा.	ईश्वरावर नितांत श्रद्धा ठेवून वागावे.
३) १३	२४	ध्यानाने किंवा ज्ञानयोगाने किंवा कर्मयोगाने परमेश्वर प्राप्ती करावी.	परमेश्वर प्राप्तीचे हे मार्ग आहेत. कोणताही मार्ग निवडून भक्ती करावी.
४) १८	६५	माझ्या ठायी मन ठेव, माझा भक्त हो.	मधुर भक्तीच्या बळावर परमेश्वर प्राप्ती होते.

ज) आत्मज्ञानासाठी मार्गदर्शक श्लोक

१) ४	१९	ज्याचे सर्व उद्योग निष्काम असतात ते ज्ञानी होतात.	कर्मफळांच्या आसक्तीचा त्याग करून कर्म केल्याने आत्मज्ञान होते.
२) ४	३३	ज्ञानमय यज्ञ हा द्रव्यमय यज्ञापेक्षा श्रेष्ठ असतो.	ज्ञानानेच केवळ जन्म मरणाचा फेरा चुकून मोक्ष प्राप्ती होते.
३) ४	३७	ज्ञानरूपी अग्नीने कर्माची बंधने भस्म होतात.	कर्मातील आसक्तीचा त्याग करावा.
४) ५	१७	ज्ञानाने जन्म मरणाचे बंधन नष्ट होते.	ज्ञानप्राप्तीमुळे संचित कर्मांचा -ऱ्हास झाल्याने पुन्हा जन्म घ्यावा लागत नाही.
५) १८	२०	ज्ञान होणे म्हणजे सर्व प्राणीमात्रांमध्ये एकच परमतत्त्व पहाणे.	हे जाणून सर्वांप्रती समभाव ठेवून वागणे.

(ह) मोक्षप्राप्तीसाठी गीतेमधील श्लोक

१)	५	२४	जो अंतःकरण पूर्वक सुखी झाला त्याला मोक्ष मिळतो.	असंग वृत्तीने राहून बाह्य जगताकडून सुख दुःखांची अपेक्षा न ठेवता वागावे.
२)	८	१०	इंद्रिय निग्रहाने आणि स्थिर मनाने ईश्वर चिंतन केल्याने परमगती मिळते.	अंतकाली ध्यानस्थ राहून ईश्वर स्मरणाने मुक्ती मिळते.
३)	९	३४	माझी भक्ती करून तू मलाच येऊन मिळशील.	परमभक्तीने मोक्षप्राप्ती होते.
४)	१८	४९	निरासक्तीने वागून अथवा ज्ञानोत्तर कर्मसंन्यासाने मोक्ष प्राप्ती होते.	निष्काम कर्म योगाने अथवा ज्ञानमार्गाने मोक्ष मिळतो.

भगवद् गीतेमधून मनुष्याने आपल्यातील सात्विक, रजो आणि तमो गुणांचं व्यवस्थापन कसं करावं ह्याचा सुंदर बोध मिळतो.

भगवद् गीता म्हणजे त्रिगुणांच उत्कृष्ठ व्यवस्थापन शास्त्रच आहे.

(अ) सामान्याची त्रिगुणी स्थिती

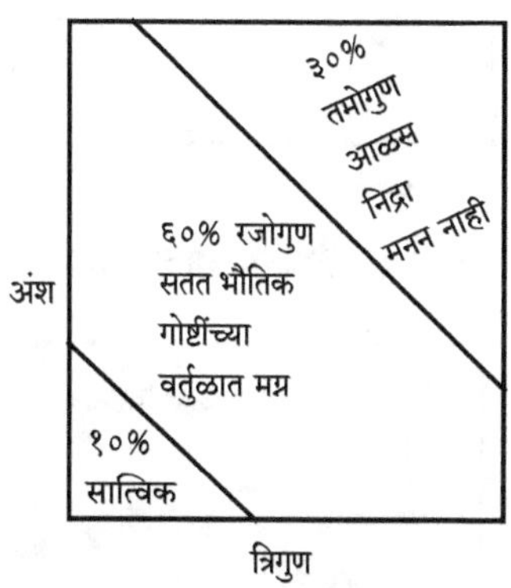

सामान्य माणूस

(ब) साधकाची त्रिगुण स्थिती

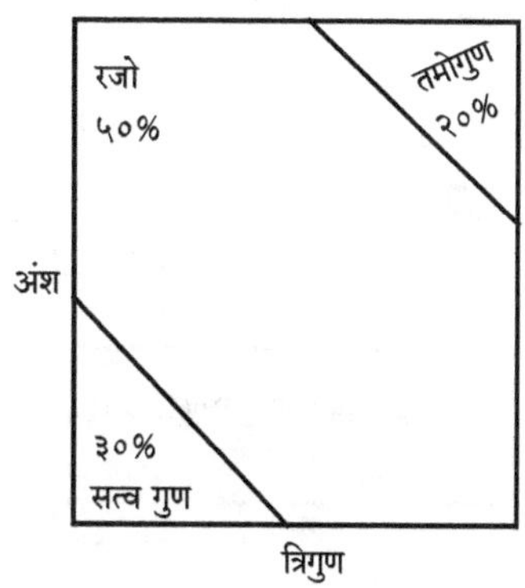

आता हळूहळू परमार्थाकडे वाटचाल

(क) व्रतस्थ साधकाची त्रिगुणी स्थिती (ड) सुप्रज्ञ साधकाची त्रिगुण स्थिती

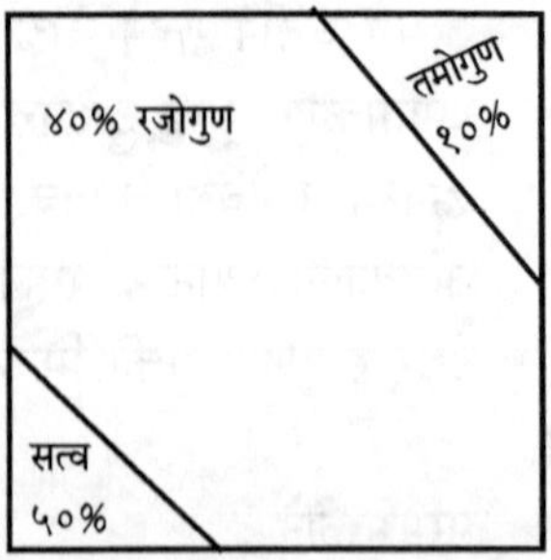

वाचन, मनन, चिंतन गीता पाठ, गीता अभ्यासाने व्रतस्थ जीवन अनुभवतो.

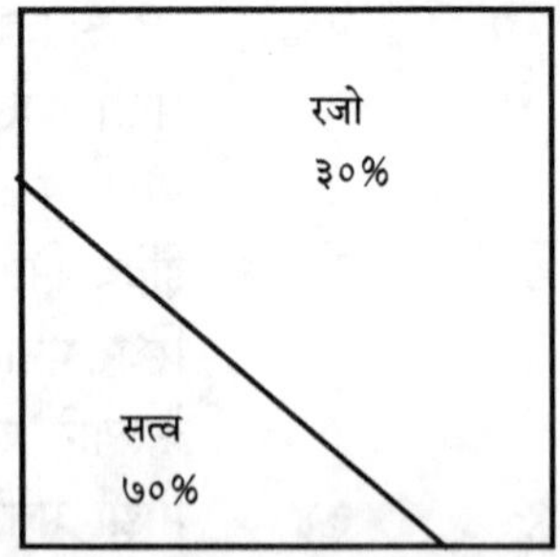

सत्व गुण वाढीला लागून तो १००% होतो. व्यवहारात आवश्यक तेव्हढा रजोगुण वापरावा लागतो.

आता आत्मविकसनाच्या पायऱ्या बघूया –

(अ) सामान्य माणसाचे जीवन (ब) साधकाची जीवन स्थिती

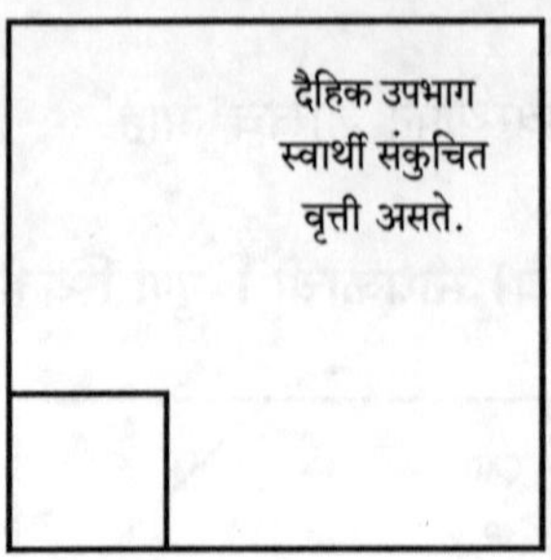

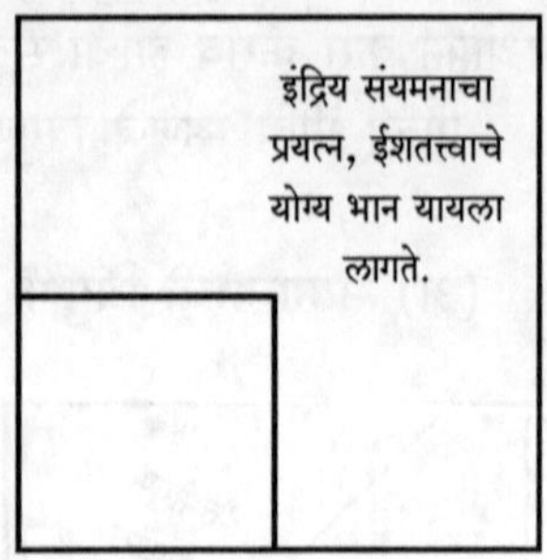

आत्मविकसन हे ☐ ह्या खुणेने दाखवलेले आहे.

(क) व्रतस्थ साधकाची जीवन अवस्था (ड) सुप्रज्ञ साधकाची जीवन अवस्था

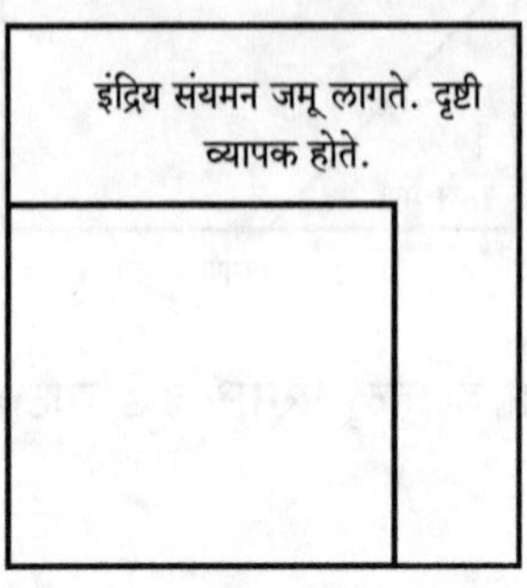

गीता पठण अभ्यासाने आत्मविकसनाचा टप्पा व्यापक होऊ लागतो.

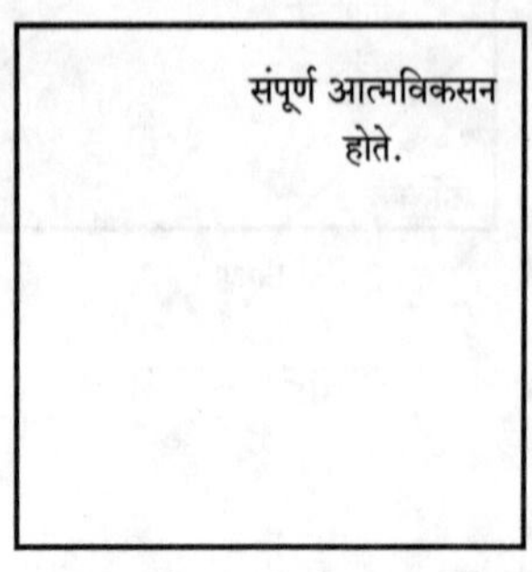

इंद्रिय संयमन सहज होते परमत्त्वाच्या अनुभूतीसाठी प्रयत्न होतात.

आता काही चार्टस् बघूया –

१)	**एकूण वेद**	**पुरुषार्थ**	**आश्रम**
	एकूण ४	एकूण ४	एकूण ४
१	ऋग्वेद	धर्म	ब्रह्मचर्य
२	यजुर्वेद	अर्थ	गृहस्थाश्रम
३	सामवेद	काम	वानप्रस्थाश्रम
४	अथर्ववेद	मोक्ष	संन्यासाश्रम

(ब) प्रस्थानत्रयी – प्रस्थान म्हणजे अंतीम उद्दीष्टांपर्यंत पोचणे. आध्यात्मिक दृष्ट्या परब्रह्माचे ज्ञान होणे किंवा प्राप्ती होणे त्यासाठीचा मार्ग म्हणजे साधन प्रस्थान. तीन प्रकारच्या प्रस्थान त्रयी आहेत. त्या –

	वैदिक प्रस्थानत्रयी ↓	**पौराणिक प्रस्थानत्रयी** ↓	**संतांची प्रस्थानत्रयी** ↓
१	उपनिषदे	रामायण	ज्ञानेश्वरी
२	ब्रह्मसुत्रे	महाभारत	तुकारामांची गाथा
३	भगवद् गीता	भागवत	एकनाथी भागवत

(क) दर्शने–परमात्म्याचे ज्ञान होण्यासाठी उपयुक्त शास्त्र म्हणजे दर्शने होय. ही दर्शने कोणकोणती आहेत ते पाहूया –

	दर्शने	**प्रवर्तक ऋषी**
१	न्याय	गौतम
२	वैषेशिक	कणाद
३	सांख्य	कपिल
४	योग	पतंजली
५	पूर्वमीमांसा	जैमिनी
६	उत्तर मिमांसा	बादरायण

सृष्टीचक्र कसे चालते त्याची वेदकालीन संकल्पना कशी होती ते बघूया–

१ अन्नामुळे प्राण्यांची निर्मिती होते.

२ अन्नाची निर्मिती पर्जन्यातून होते.

३ पर्जन्याची निर्मिती यज्ञातून होते.

४ यज्ञाची निर्मिती कर्मातून होते.

५ कर्माची निर्मिती शब्दब्रह्म (वेद) होते.

६ शब्दब्रह्माची निर्मिती परब्रह्मातून होते अशा प्रकारे सृष्टीचक्र चालते.

यज्ञ म्हणजे फक्त होमहवनाची क्रिया नसून समाजधारणेसाठी प्रत्येकाने आपापले उद्योग व्यवसाय निष्ठेने करणे हा अर्थ आहे.

	यज्ञाचे नाव		कुणाचे ऋण फेडायचे
१	ब्रह्मयज्ञ	अध्ययन/अध्यापन	गुरूचे
२	पितृयज्ञ	वाडवडिलांनी दिलेले स्वकर्तुत्वाने वाढवायचे	पितरांचे
३	देवयज्ञ	सात्विक कर्म	देवतांचे
४	भूतयज्ञ	पर्यावरण रक्षण	निसर्गाचे
५	नृयज्ञ	अतिथी स्वागत	समाजाचे

यज्ञाचे इतर प्रकार कोणते आहेत ते बघूया.

१	द्रव्ययज्ञ	ईश्वरार्पण मनाने समाजासाठी खर्च करणे.
२	तपोयज्ञ	उपवास, प्रार्थना, तपस्या करणे.
३	योगयज्ञ	चित्तवृत्तीचा निषेध करणे.
४	स्वाध्याय यज्ञ	अध्ययन करणे.
५	ज्ञान यज्ञ	परमेश्वराचे ज्ञान करून घेणे.
६	व्रत यज्ञ	काही व्रतानियम घेणे.

प्रलयाचे प्रकार कोणते मानले जातात ?

१) दैनंदिन	**२) महाप्रलय**	**३) आत्यंतिक**
प्रलय म्हणजे गाढ निद्रा किंवा रोजची झोपेची अवस्था, ह्यामध्ये जगताचा अनुभव येत नाही	हा भौगोलिक प्रलय असतो. ब्रह्मदेवाची रात्र संपली की महाप्रलय होतो. माया / प्रकृती विश्व परब्रह्मामध्ये लय पावते.	प्रलय आध्यात्मिक दृष्टीने, आत्मज्ञानाने, संचिताचा क्षय होतो. पुन्हा जन्म मरण नाही. म्हणून हा आत्यंतिक प्रलय मानला जातो.

अधिभूत म्हणजे काय?	**अध्यात्म म्हणजे काय?**	**अधिदैव म्हणजे काय?**	**अधियज्ञ म्हणजे काय?**
जे नामरूपात्मक शरीर असते, ते अभिभूत	प्रत्येकामध्ये वसलेले आत्मतत्त्व म्हणजे अध्यात्म	जीवात्मा/पुरुष म्हणजे अधिदैव	साक्षात सगुण ब्रह्म, ईश्वर म्हणजेच अभियज्ञ होय.

	सप्त स्वर्ग	**सप्त नरक कोणते आहेत?**
१	भूलोक पृथ्वी (पृथ्वीलाही स्वर्ग करणे अपेक्षित आहे)	तामिस्त्र अन्धतामिस्त्र

२	भुवर्लोक	(सूर्यापर्यंत)	रौरव
३	स्वर्गलोक	(सूर्य आणि)	नरक
		ध्रुव यामधील	कालसूत्र
४	मर्हलोक	नक्षत्रांसह	महानरक
५	जनलोक ब्रह्मदेवाच्या	मानसपुत्रांचा समजला जातो.	
६	तपोलोक	तपस्वींचा समजला जातो.	
७	सत्यलोक	ब्रह्मदेवाचा समजला जातो.	

(अ) भगवंतांचे सहा गुण – ऐश्वर्य, यश, श्री ज्ञान, वैराग्य, धर्म हे सहा गुण आहेत.

(ब) **आध्यात्मिक**	**आधिभौतिक**	**आधिदैविक**
ताप म्हणजे काय? तर	ताप म्हणजे काय? तर	ताप म्हणजे काय? तर
↓	↓	↓
देहामुळे जे दुःख वाट्याला येते ते ताप	अन्य माणसांच्या संगतीमध्ये जे त्रास वाट्याला येतात ते ताप	स्वतःच्या कर्माने वाट्याला येणारे त्रास, ते ताप

(क) ब्रह्मदेव/विराट पुरुष/प्रजापती म्हणजे कोण ?

परब्रह्म मायेच्या आधाराने जेव्हा जगत् स्वरूपामध्ये प्रकट होते तेव्हा त्याला ब्रह्मदेव/विराट पुरुष किंवा प्रजापती म्हणतात.

(ड) ज्ञान म्हणजे परब्रह्माचे यथार्थ ज्ञान

विज्ञान म्हणजे विश्वाशी संबंधीत ज्ञान

अज्ञान म्हणजे दृष्य सृष्टीला खरे/सत्य मानणे हे अज्ञान होय.

१) वस्तूमात्र ५ रूपांनी भासते.

अस्ति – वस्तूचे नित्य असणे.

भाति – ज्ञानपूर्ण असणे. ही परमात्म्याची वैशिष्ट्ये आहेत.

प्रिय – आनंदस्वरूप असणे.

नाम – नाव असणे → प्रकृतीची वैशिष्ट्ये आहेत.

रुप – आकार →

२) चार प्रकारची दुःखे → जन्म, व्याधी, जरा, मृत्यू. ही ४ दुःखे आहेत.

कर्मांचे प्रकार कोणते आहेत?

नित्य कर्मे	**नैमित्तिक कर्मे**	**आवश्यक कर्मे**	**काम्य कर्मे**	**निषिद्ध कर्मे**
विहितकर्मे	नित्यकर्मच	चालणे	फळाची	चुकीची
आपापले	एखाद्या विशिष्ट	बोलणे	अपेक्षा ठेवून	अयोग्य कर्मे
व्यवसाय	प्रसंगी करणे	वगैरे	कर्म करणे.	

परब्रह्माचे दोन स्तर पडतात ते असे :-

निर्गुण ब्रह्म	**सगुण ब्रह्म**
हे परब्रह्म आहे	अपरब्रह्म
हा परमात्मा आहे	ईश्वर आहे. (म्हणजेच परब्रह्म + प्रकृती)

प्रत्येकाच्या देहामध्ये आत्म्याच्या ३ अवस्था असतात.

१) प्रत्यगात्मा/परमात्मा - चैतन्यरूप निर्गुण परमात्मा रूपाने असतो.

२) जीतात्मा - देह आणि मन बुद्धीमध्ये कोंडला गेला असूनही आत्मज्ञान प्राप्त करून स्वस्वरूपात रहाणारा असतो.

३) अनात्मा - तो देहाच्या अधीन रहातो. तो जीवात्मा असतो.

विद्येचे २ प्रकार पडतात.

१) पराविद्या - आत्मतत्त्वाचे ज्ञान करून देणारी विद्या म्हणजे पराविद्या होय.

२) अपरा विद्या - ज्या विद्या भौतिक सृष्टीशी संबंधीत असतात त्या सर्व अपराविद्या असतात.

उपादान कारण - माती - घडा असते.

निमित्त कारण - कुंभार असतो.

प्रेयस सुख - भौतिक सुखाला प्रेयस सुख म्हणतात.

श्रेयस सुख - आध्यात्मिक सुखाला श्रेयस सुख म्हणतात.

आधिभौतिक शास्त्र	**आधिदैविक शास्त्र**	**आध्यात्मिक शास्त्र**
दृष्य ब्रह्मांडा	ब्रह्मांडाच्या	सर्व सृष्टीचे
तील संबंधित	मुळाशी	अधिष्ठान
रसायन शास्त्र	देवतत्त्व आहे	हे एकच एक
पदार्थ शास्त्र	असे मानणारे	चैतन्य तत्त्व आहे
वगैरे	शास्त्र	असे मानणारे शास्त्र

अभ्युदय = म्हणजे समृद्धी

निःश्रेयस = म्हणजे मोक्ष होय.

परोक्ष ज्ञान – गुरूकडून ज्ञान मिळवणे किंवा संदर्भ ग्रंथ वगैरेच्या सहाय्याने ज्ञान मिळवणे, म्हणजे परोक्ष ज्ञान.

अपरोक्ष ज्ञान – परमात्म्याची प्रत्यक्ष अनुभूतीद्वारे ज्ञान होणे म्हणजे अपरोक्ष ज्ञान होय.

मात्रा – मात्रा म्हणजे आपली ज्ञानेंद्रिये होत.

स्पर्श – शब्द स्पर्श रूप रस ग्रंथ ह्यांच्याशी संयोग झाला की त्याला स्पर्श म्हणतात.

परमात्मा प्राप्तीच्या आड ३ दोष येतात.

	दोष	**प्रतिक**	**अर्थ**	**त्यावरील उपाय कोणता ?**
१	मल	धूर	पाप	कर्म योग आचरणे
२	विक्षेप	धुळ	चंचलता	भक्तीमार्ग आचरणे
३	आवरण	वेष्टन	अज्ञान	ज्ञानयोग आचरणे

संदर्भ ग्रंथ

१)	गीता रहस्य	- लोकमान्य बाळ गंगाधर टिळक
२)	आत्मबोध	- आद्य शंकराचार्य
३)	अपरोक्षानुभूती	- आद्य शंकराचार्य
४)	विवेकचुडामणी	- आद्य शंकराचार्य
५)	गीता-भाष्य	- आद्य शंकराचार्य

www.ingramcontent.com/pod-product-compliance
Lightning Source LLC
La Vergne TN
LVHW050855051026
849532LV00006BA/2261

* 9 7 8 9 3 9 1 9 4 8 4 5 0 *